I0666100

आपल्या स्नेहीजनांना पुस्तके भेट द्या

कृष्णायन

माणूस होऊन जगलेल्या ईश्वराची भावकथा!

काजल ओझा-वैद्य

अनुवाद

प्रा. सुधीर कौठाळकर

मेहता पब्लिशिंग हाऊस

All rights reserved along with e-books & layout. No part of this publication may be reproduced, stored in a retrieval system or transmitted, in any form or by any means, without the prior written consent of the Publisher and the licence holder. Please contact us at **Mehta Publishing House,** Pune 411030.

© +91 020-24476924 / 24460313

Email : production@mehtapublishinghouse.com

Website : www.mehtapublishinghouse.com

♦ *या पुस्तकातील लेखकाची मते, घटना, वर्णने ही त्या लेखकाची असून त्याच्याशी प्रकाशक सहमत असतीलच असे नाही.*

KRUSHNAYAN by KAAJAL OZA-VAIDYA

First Published in Gujrathi by Navbharat Prakashan Mandir, Ahmedabad - 1.

© Kaajal Oza-Vaidya

Translated into Marathi Language by Prof. Sudhir Kauthalkar

कृष्णायन / अनुवादित कादंबरी

Email : author@mehtapublishinghouse.com

मराठी अनुवादाचे व प्रकाशनाचे हक्क मेहता पब्लिशिंग हाऊस, पुणे ३०.

प्रकाशक : सुनील अनिल मेहता, मेहता पब्लिशिंग हाऊस,
१९४१, सदाशिव पेठ, माडीवाले कॉलनी, पुणे – ४११०३०.

मुखपृष्ठ : चंद्रमोहन कुलकर्णी

प्रकाशनकाल : ऑगस्ट, २०११ / पुनर्मुद्रण : नोव्हेंबर, २०१४

P Book ISBN 9788184982619

E Book ISBN 9788184985788

E Books available on : play.google.com/store/books
www.amazon.in

।। त्वदियम वस्तु गोविन्द तुभ्यमेव समप्यर्ति ।।

अभिप्राय

पूर्ण पुरुष : वाचनीय महानिर्वाण

श्रीकृष्ण... मुलगा, सवंगडी, भाऊ, वादक, प्रियकर, योद्धा, पती, राजा, राजकारणपटू, वक्ता, तत्त्वज्ञ या साऱ्या भूमिकांमध्ये त्याने अपरंपार रस ओतला; पण मरण आलं सामान्य माणसासारखं. मेघासारखा रिता होऊन तो गेला. उरला फक्त जळत्या कापराचा वास! हे सारं कादंबरीकाराने परिणामकारकरीत्या वर्णिलं आहे.

तरुण भारत - २५-१२-२०११

प्रस्तावना

खरं म्हणजे 'कृष्णायन'ची ही प्रस्तावना नाही. हे आहे... एक मनोगत.

अनेक जणांनी मला सांगितलं, 'कृष्णाबद्दल आजपर्यंत खूप लिहिलं गेलंय; तेव्हा काही तरी नवं लिही.' या अनेक जणांत दिगंत ओझा म्हणजे माझे वडील पण होते. तरीदेखील ज्या कृष्णाचा मी शोध घेतला, तो मला 'कृष्णायन'मध्ये मिळाला.

याचं कारण कदाचित हेच असेल की, कृष्णाला मी कधी 'ईश्वर' या दृष्टीतनं पाहिलंच नाही. ज्याला आपण 'विराट' म्हणू शकू, असं हे एक व्यक्तित्व आहे. आपल्या काळाच्या वीस हजार वर्षे आधी जन्माला आलेला हा 'मानव'...जो जन्मला आणि दीर्घ काळ जीवन जगला, हा एक त्या काळचा चमत्कार होता, यात संशय नाही.

महाभारतात एक 'राजकारणी' म्हणून कृष्ण व्यक्त होतो, तर भागवतात 'दैवी स्वरूप' म्हणून. गीतेत तो गुरू, ज्ञानाचं भांडार म्हणून दिसतो. स्वत: एक चेतना बनून प्रगट होतो; पण कधी त्याला अगदी सरळ, साधा, मानवी भाव-भावनांनी ओतप्रोत असा माणूस म्हणून आपण पाहू शकतो नं? द्रौपदीबरोबरचं त्याचं नातं म्हणजे आजपासून कितीतरी हजार वर्षांपूर्वी निर्माण झालेलं, 'स्त्री-पुरुष मैत्री'चं एक निखळ, उदात्त उदाहरण आहे. रुक्मिणीबरोबरचं त्याचं सहजीवन म्हणजे विद्वत्ता आणि समजूतदारपणा यावर आधारित प्रेम आणि परस्परांबद्दलच्या सन्मानानं चिंब असं दाम्पत्यजीवन आहे. राधेबरोबरचं कृष्णाचं प्रणय-जीवन इतकं पारदर्शक आणि सत्य आहे, की फक्त लग्नसंबंधालाच मान्यता देणाऱ्या या समाजानंही 'राधा-कृष्ण' या जोडीचीच पूजा केली आहे.

मी सदैव अशा व्यक्तित्वाकडे त्याच्या काळातला एक विलक्षण अद्भुत मानव म्हणून पाहिलं आहे, पण तो होता एक माणूसच....

कृष्ण माझ्या आयुष्यातल्या प्रत्येक क्षणी, सर्व सुख-दु:खांच्या प्रसंगी माझ्यासह, माझ्या आजूबाजूला राहिला आहे आणि तरीही त्याला मी ईश्वर मानत नाही. हा एक असा माणूस आहे की – ज्याचं शरीर हे जग सोडून गेलं, पण त्याच्या

आत्म्याची प्रबलता किंवा दिव्यता, निर्मलता अशी होती की ही पृथ्वी, हे ब्रह्मांड यांत तो आत्मा सर्वव्यापी बनून पसरत राहिला. ही माझी कृष्णजीवनाची साधी, सरळ व्याख्या आहे.

अतिशय अद्भुत, विलक्षण जीवन जगलेला कोणी एक माणूस – अनेकानेक घटना आणि जीवनाच्या खळखळ वाहणाऱ्या प्रवाहात मिसळून जाऊन जगला असेल, असा माणूस – ज्या वेळी शरीरत्याग करतो, त्या वेळी त्याच्या मनात कशा प्रकारच्या भावभावना येत असतील? मागे डोकावून तो आपला भूतकाळ परत एकदा पाहत असेल? जगून झालेल्या जीवनात काही फेरबदल करू इच्छित असेल? त्याला पुन्हा ते जीवन जगायला सांगितलं, तर तो त्याच रीतीनं जगेल की काही वेगळ्या रीतीनं? सगळं जग ज्याला 'पुरुषोत्तम' म्हणतं, त्याला स्त्रीची उणीव भासत असेल? भागवतात आणि पुराणांत कृष्णाच्या १६,१०८ राण्यांचा उल्लेख आहे. प्रत्यक्षात त्या होत्या की नव्हत्या या वादात पडलं नाही, तरी कृष्णाच्या जीवनात तीन महत्त्वाच्या स्त्रिया तर होत्याच. प्रेमिका, पत्नी आणि सखी... राधा, रुक्मिणी आणि द्रौपदी. या तिघींबरोबरचे कृष्णाचे संबंध खूप रसप्रद आणि सखोल आहेत. या तिघीही कृष्णाबद्दल काय विचार करतात किंवा करीत होत्या, हे जाणून घेण्याची मला सतत उत्सुकता वाटत आली आहे. कदाचित या उत्सुकतेपोटी निर्माण झालेल्या प्रेरणेचं प्रगटीकरण, म्हणजे ही कादंबरी होय!

आई, बहीण-भाऊ किंवा इतर नातेसंबंध माणसाला वारसाने मिळतात. व्यक्तीच्या जन्माबरोबरच त्याचे हे नातेसंबंध त्याच्या खात्यात लिहिले जातात. पण प्रेयसी, महदंशी पत्नी आणि मित्र हे संबंध व्यक्ती स्वत: पसंत करते, निर्माण करते, फुलवते आणि स्वत: ते जगते. पण कृष्णाची ही कथा म्हणजे त्याच्या जीवनातल्या महत्त्वाच्या या तीन स्त्रिया आणि त्यांचे कृष्णासह असलेले नाते याबद्दलची बहुतांशी कथा आहे, असं म्हटलं तर ते मुळीच खोटं नाही.

मृत्यूचं दर्शन घेतलेला, अनुभवलेला कृष्ण! आयुष्याच्या अखेरच्या क्षणांत जीवनातल्या अनेक घटना परत परत न्याहाळतो, अनुभवतो आहे. ते प्रसंग, ते क्षण तो परत जगतो आहे आणि अंतिम प्रवासातल्या अखेरच्या क्षणांचा एक छोटासा मुक्काम म्हणजे... 'कृष्णायन....'

इतिहास, सत्य घटना किंवा कृष्णासंबंधी आजपर्यंत झालेलं संशोधन, यांच्याशी या कृष्णकथेचा काहीही संबंध नाही. कोण त्याच्या आधी जन्मला होता किंवा कोण त्याच्यानंतर मृत्यू पावला, अशा बाबींना मी स्पर्श करण्याचा प्रयत्न केलेला नाही. ही माझ्या मनात निर्माण झालेली, माझ्या अंतरंगांत क्षणोक्षणी जगणारी माझ्या संवेदनांची कथा आहे.

'कृष्णायन'मधील कृष्णजीवन हे माझ्या अंतर्मनातल्या कृष्णाचं आहे आणि त्याचा मृत्यू हा मी कल्पिला तसा आहे.

कृष्णाबद्दल लिहिण्यासाठी कोणत्याही संदर्भग्रंथाचा किंवा ऐतिहासिक संशोधनाचा आधार घेतलेला नाही. जेव्हा काही विचारावंसं वाटलं, तेव्हा ते मी माझ्या अंतर्मनात वसणाऱ्या त्या कृष्णालाच विचारलं आहे!

या कथेतील राधा, रुक्मिणी आणि द्रौपदी कदाचित मीच असेन!

कृष्णाच्या काळापासून आरंभ करून आजतागायत कृष्णाच्या जीवनाचा एक अंश बनण्याची माझी आकांक्षाच बहुधा मला या 'कृष्णायन'पर्यंत घेऊन गेली आहे.

यातील कथा मला जाणवलेली, सापडलेली, सुचलेली कृष्णकथा आहे. माझ्या मनातल्या कृष्णाची ही कथा आहे. म्हणूनच 'कृष्णायन' माझं वैयक्तिक 'कृष्णायन' आहे. या कथाप्रवाहात माझ्या सोबत राहून, माझ्या डोळ्यांनी कृष्णाला पाहू इच्छिणाऱ्या सर्व वाचकांना हे 'कृष्णायन' मी अर्पण करते आहे.

हा तो कृष्ण आहे, ज्याला तुम्ही कॉफीच्या टेबलावर तुमच्या समोर पाहू शकता... हा तो कृष्ण आहे, जो तुमच्या दैनंदिन जीवनात तुमच्या सोबत राहील. हा कुणी योगेश्वर, गिरिधारी, पांचजन्य फुंकणारा, गीतोपदेश सांगणारा कृष्ण नाही; हा तर मॉर्निंगवॉकमध्ये चालता चालता तुम्हाला जीवनाचं तत्त्वज्ञान समजावणारा तुमचा मित्र आहे. त्याला तुम्ही काहीही म्हणू शकता. तोसुद्धा उच्चासनावर अधिष्ठित न होता तुम्हाला समजवायचा प्रयत्न करील... हे माझं आश्वासन आहे.

कृष्णाला जर तुम्ही 'आपला' मानलंत; तर तो तुम्हाला इतका जवळचा, 'स्वकीय' मानेल की, तुम्हाला मित्र, साथी, सहकारी, सल्लागार किंवा एखादा आधार यांची आवश्यकताच उरणार नाही....

कृष्ण हे स्वीकाराचं – श्रेष्ठ स्वीकाराचं अद्‌भुत उदाहरण आहे. तुम्ही त्याला जे अर्पण कराल, ते तो स्वीकारतो – अगदी सहज भावानं. प्रश्न नाही विचारत. खरंच! तसं पाहिलं तर, आपण त्याला जे जे अर्पण करतो, ते ते त्यानंच आपल्याला दिलेलं असतं; नाही का?

अखेरच्या भेटीत कृष्णाला द्रौपदीनं जे सांगितलं, तेच मलाही कृष्णाला सांगायचंय...

'त्वदियम वस्तु गोविन्द तुभ्यमेव समर्प्यते।'

– काजल ओझा-वैद्य

पिंपळाच्याजवळ पहुडलेल्या कृष्णाचे नेत्र बंद होते. तरीदेखील किती तरी घटना, प्रसंग त्याच्या नेत्रांसमोर तरळून जात होते....

द्वारकेतील तो महाल... द्रौपदी स्वयंवर... रुक्मिणीचं हरण... कुरुक्षेत्रावरचं ते भीषण युद्ध... आणि... प्रभासक्षेत्राकडे जायला निघाल्यावर त्यानं पाहिलेले सत्यभामेचे डोळे....

कधी अलीकडच्या, तर कधी खूप पूर्वीच्या काळाला भेदून घटना आणि व्यक्ती त्याच्या स्मृतिपटलावर येत होत्या... विलीन होत होत्या.

शेषनागानं फणा पसरावा तसा तो पिंपळ त्याच्या मस्तकावर सावली धरीत होता. समोरच 'हिरण्य,' 'कपिला' आणि 'सरस्वती' या नद्या तीन दिशांतून खळखळ करत वाहात येत होत्या. त्या त्रिवेणी संगमाची ती पवित्र भूमी सोमनाथ मंदिराच्या नजीकच होती. 'प्रभासक्षेत्र' नावानं परिचित अशा या स्थळी कला आणि साहित्याचा गौरव होत आला होता.

...थोड्या समयापूर्वीच तर श्रीकृष्णानं सोमनाथ मंदिराचा जीर्णोद्धार करून मंदिर सोन्या-चांदीनं मढवलं होतं. आता थोड्या वेळापूर्वीच तर यादवांनी सोमनाथाच्या या मंदिरात पूजा-अर्चा केली होती.

आणि... या क्षणी श्रीकृष्ण नेत्र बंद करून, भूतकाळातल्या एक न् एक प्रसंगाचे जणू चर्वण करत त्या पिंपळाखाली पहुडला होता.

अतिशय तीव्र वेदना त्याच्या साऱ्या शरीरातून विजेसारखी येत होती. हजारो विंचवांनी एकाच वेळी दंश करावा, तशी विलक्षण आग त्याच्या शरीराला जणू मिठी मारून बसली होती.

त्याच्या समोर जरा हात जोडून बसला होता....

पायात घुसलेल्या बाणाच्या जखमेतून गळणाऱ्या रक्तानं पायापाशी एक लहानसं वर्तुळ तयार झालं होतं.

प्रभासक्षेत्राच्या त्या वनातून त्रिवेणी संगमापर्यंत येता येता कृष्णाला जणू

कित्येक शतकांचा वेळ लागला होता.

गांधारीचा शाप....

दुर्वासांचा शाप....

विफल होणार नव्हतेच!

एका मागोमाग एक त्यांचे बंधू, काका, पुतणे, पुत्र आणि पौत्र, मित्र आणि स्नेहीजन भगवान महाकालाच्या विक्राळ मुखात आहुती होऊन बळी जाणार होते. आणि आता तो स्वत:पण त्याच दिशेला प्रयाण करणार होता.

सर्व काही जाणलेलं असूनही असहाय होऊन, कृष्ण सर्व काही साक्षीभावानं फक्त पाहत राहिला होता... अगदी थेट आत्ताच्या या क्षणापर्यंत. मरणसमयी यादवांनी फोडलेल्या किंकाळ्यांचे पडसाद आत्ता पण त्याच्या मस्तकात पुन:पुन्हा उमटत होते.

'परस्परांना उष्टी भांडी फेकून मारणारे, ओरबाडणारे, चावणारे, एकमेकांना पशूसारखं मरणाच्या तोंडात ढकलणारे यादव डोळ्यांसमोर बघत राहण्याचं दुर्भाग्य माझ्या ललाटी का आलं होतं?...' कृष्ण स्वत:लाच विचारीत होता.

कुरुक्षेत्राच्या महायुद्धात शस्त्र हाती न घेऊन स्वत: कृष्णानं संहार केला नव्हता, हे सत्य; पण या युद्धात त्यानं पाहिलेला भयानक संहार, भीषण रक्तपात या अखेरच्या क्षणीदेखील त्याला उद्विग्न करत होता. 'अर्जुनाच्या मनातला संभ्रम खरा होता का? बंधू-बांधव, काका-पुतणे, सगे-सोयरे यांचा वध करून प्राप्त करून घेतलेलं राज्य खरंच निरर्थक होतं का? आणि तसं ते नव्हतं, तर पांडवांसह कुणालाच सुखाची झोप का येत नव्हती कुरुक्षेत्राच्या त्या युद्धानंतर? धर्माचा विजय तर कदाचित झाला होता, पण अधर्माचा खरोखरच नाश झाला होता का?'...नदीच्या उगमापासून निघणाऱ्या जलप्रवाहासारखे चित्रविचित्र विचार कृष्णाच्या मनोप्रवाहात तरंगत होते.

का? कशामुळे येत होते असे विचार? का मन शांत होऊ शकत नव्हतं...?

'अंतिम प्रयाणाचा क्षण असाच असतो का?' आणखी एक विचार कृष्णाच्या मनात उमटला. कितीतरी शब्द, अनेकानेक क्षण, कितीतरी डोळे आणि त्या असंख्य डोळ्यांत भरभरून येणारे असंख्य भाव कृष्णाला विचारांपासून क्षणभरही दूर जाऊ देत नव्हते.

ध्यानस्थ होण्याचा प्रयत्न करणाऱ्या कृष्णाला 'आपलं ध्यान वारंवार विचलित होतंय', असं सतत वाटत होतं. ध्यानस्थ होऊन त्याला समाधी-अवस्थेत जायचं होतं; जगन्नियंत्या परमब्रह्मासह आपल्या आत्म्याचं मीलन साधून प्रयाण सरलसाध्य बनवायचं होतं... पण एकेक विचार मनात उमटून कृष्णाला आपादमस्तक विचलित करूनच जात होता. एक विचार मनातून गेला न गेला तोच दुसरा

विचार मनात घुमून कृष्ण छिन्न-भिन्न होत होता.

साधुत्व, समाधी आणि स्वीकार यांतच सतत जगलेला हा आत्मा आजच इतका विचलित का झाला होता? त्याला कसली पीडा होत होती?

ज्याला त्याच्या वेळच्या साक्षात काळानंच 'ईश्वर' म्हणून सत्कारलं होतं, 'पूर्ण पुरुषोत्तम' म्हणून ज्याचा परिचय करून दिला होता; तो स्वत:च आज पूर्णत्व प्राप्त करण्यासाठी संघर्ष करत होता.

यातून प्रत्यक्ष कृष्ण स्वत:ला कसा वाचवू शकणार होता?

ईश्वरदेखील जेव्हा मानवाचा अवतार घेऊन जन्माला येतो, तेव्हा त्यानंच लिहिलेल्या स्वत:च्या भवितव्यासमोर किती लाचार, किती असहाय होतो... मग त्यापुढं क्षुद्र मानवाची काय कथा!

यादवी तर आत्ता कुठं पूर्ण झाली होती.

बंधू, बांधव, पुत्र, नातवंडं-पतवंडं यांचे छिन्न-भिन्न मृतदेह अजूनही प्रभास तीर्थाच्या वनप्रदेशात विखुरलेले होते.

थोड्या दूर अंतरावर हिरण्य, कपिला आणि सरस्वती यांच्या संगमाजवळ सूर्यनारायणाच्या आगमनाची तयारी झाली होती. आकाशात सर्वत्र तांबूस रंग पसरू लागला होता. शीतल वायू मंद-मंद वाहत होता. पिंपळाची पानं वाहत्या वायूबरोबर जणू श्रीकृष्णाच्या वेदनेचा संदेशच दाही दिशांना पाठवत होती. ओसरता अंधार आणि लाल आकाश जणू भडकती चिता बनून आकाशात चित्रविचित्र आकारांच्या ज्वालांचे तांडव करत होते.

जणू हजारो ब्राह्मण वेदघोष करत आहेत, असा नाद चारही दिशांतून गुंजत होता....

"ममैवांशो जीवलोके जीवभूत: सनातन:।
मन:षष्ठानींद्रियाणि प्रकृतिस्थानि कर्षति॥"

माझाच चिरंतन अंश या मृत्युलोकात जीव बनून, प्रकृतीत वसणारी पाच इंद्रिये आणि सहावं मन स्वत:त आकर्षून, खेचून घेतात.

मृत्यूयुक्त जीवन की भरपूर जीवनयुक्त मृत्यू....?

जीवन आणि मृत्यू या दोन सत्यांत अडकलेल्या जीवांना जे कधीही समजलेलं नव्हतं, ते 'सत्य' स्वत:च्या चिरंजीव अशा अंशालाच सच्चिदानंदात विलीन होताना पाहून व्याकुळ झालं होतं. ज्या चिरंजीव आत्म्यानं स्वत:चं अविनाशित्व आणि अनादिअनंतत्व महासंहारातही साऱ्या जगाला समजावून सांगितलं होतं; आज स्वत:चा चिरंजीव, सनातन अंश जो या मृत्युलोकात जीव बनून अवरतला होता. आता स्वत:कडे बोलावत होता त्या क्षणी, कसं कुणास ठाऊक, कृष्णाला द्रौपदीनं उच्चारलेले शब्द आठवले –

'त्वदियम् वस्तु गोविन्द तुभ्यमेव समर्प्यते।'

मिटलेल्या नेत्रांनी कृष्ण एकदा जगून झालेलं जीवन जणू पुनश्च जगत होता. अद्यापही समजत नव्हतं त्याला – द्रौपदीनं असं का म्हटलं होतं?

त्या दिवशी द्वारकेहून हस्तिनापुराला जाताना अचानकच द्रौपदीनं असं म्हटलं होतं....

....गळा भरून आला होता तिचा, पण आवाज स्थिर होता. डोळे कोरडे होते, पण शब्दांतला ओलावा कृष्ण अनुभवू शकत होता!

"तूच सांगितलं होतंस नं 'संशयात्मा विनश्यति!'... सखा, सत्य आहे. ज्ञान आपल्यासमोर प्रश्नच प्रश्न उभं करतं. सारं आयुष्य एक प्रश्नावली बनून जगले मी आणि प्रत्येक प्रश्न धनुष्याच्या प्रत्यंचेसारखा मला खेचत राहिला. माझे प्रश्न वेदनांचे सणसणते शर बनून माझ्याच प्रियजनांना वेधत राहिले... रक्तबंबाळ करत राहिले... माझ्याच आप्तजनांना वेदना देत राहिले... सख्या, आता मुक्त कर मला... या संशयातून, या प्रश्नांतून... या वेदनेतून...."

समुद्राच्या लहरींसारख्या कितीतरी गोष्टी आज कृष्णाच्या मनात उठत होत्या. मनाच्या कानाकोपऱ्यात आदळून फेस होऊन विखरून जात होत्या. पण आजच या गोष्टी का बरं आठवताहेत? इथं, या परिस्थितीत? मुक्त होण्याच्या या क्षणी ही बंधनं का बरं स्मरण बनून येत होती?

द्रौपदी आपल्याजवळ मुक्ती मागत होती; पण आपण स्वत: तरी कुठं मुक्त होतो?

किती तरी प्रश्नांची उत्तरं अजूनही द्यायचीच होती... एका पाठोपाठ एक सगळेजण स्वत:चे अधिकार मागणार होते, सर्व त्याला बंधनात बांधणार होते... सर्वांपासून त्यांना मुक्ती हवी होती.

आता सगळ्यांना मुक्ती देऊन 'स्वत:'ला मुक्त करून घेण्याचा प्रारंभ झाला होता?

"कुत्र्याच्या मरणानं मरशील, अगदी एकटा, असहाय नि पिडलेला!" कुरुक्षेत्राच्या युद्धानंतर भेटायला आलेल्या कृष्णाला पाहून माता गांधारी गर्जली होती.

हृदय खळबळून टाकेल, अशी वेदना होती त्या आवाजात. का कोण जाणे, कृष्णाला तो आवाज गोकुळ सोडून निघायच्या वेळी ऐकलेल्या यशोदामातेच्या आवाजासारखाच वाटला होता! 'पुत्रवियोगाचं दु:ख सर्वत्र सारखंच असतं...

कुणाही मातेचं, कोणत्याही युगात?'

गांधारी म्हणाली होती, ''आज मी नव्याण्णव पुत्र गमावलेत. दुर्योधनाच्या विदीर्ण जांघेतून टपकणारं रक्त आजही माझे पाय ओले करतं... थकून जाते रे माझे पाय धुता-धुता... दु:शासनाच्या शरीरापासून उखडला गेलेला हात केव्हातरी अर्ध्या रात्री पण बोलावतो... खुणावतो मला... कृष्णा... कृष्णा, तू हे चांगलं केलं नाहीस!''

सगळं समजून-उमजूनही कुंतीनंदेखील जबाबदार मानलं होतं कृष्णालाच. ''कृष्णा, माझ्या पुत्रांना भले विजय प्राप्त झाला, पण हस्तिनापुरातल्या असंख्य मातांना पुत्रहीन केलंस तू. कित्येक परिवार निर्वंश झाले रे! अशा समयी विजयोत्सवही साजरा करावासा वाटत नाही. भगिनी गांधारीची वेदना... कृष्णा, तुला कधीच उमगणार नाही. कारण... कृष्णा... तू माता नाहीस....''

गांधारीची वेदना कृष्ण समजत नव्हता, असं नाही; पण हे घडणारं तर सर्व सुनिश्चित होतं.

ज्यासाठी येथपर्यंत येण्याचे श्रम कृष्णानं केले, ते कार्य पूर्ण केल्याशिवाय परत कसा जाऊ शकणार? त्या भयानक नरसंहाराचा तो साक्षीदार बनणार आहे, हे तो पूर्ण जाणत होता....

रक्त ओघळणारे स्वजनांचे मृतदेह आणि त्यांचे अखेरचे श्वास मोजण्यासाठीच तर जगायचं होतं त्याला! याही परिस्थितीत संपूर्ण स्थितप्रज्ञ राहून, प्राप्त परिस्थितीच्या डोळ्यांना डोळे भिडवून त्यानं पाहिलं होतं, मोठ्या धाडसानं.

'..अभ्युत्थानम् धर्मस्य तदात्मानम् सृजाम्यहम्' हे आश्वासन निष्फळ कसं जाईल?

पण मानवावतार धारण केलेल्या ईश्वरालाही देहधर्म पाळावाच लागतो. देहाशी निगडित सर्व भाव-भावना, प्रेम, मोह-माया आणि नातेसंबंधांची बंधनं देहाला पाशात अडकवतात, म्हणून देहात असलेलं मनही पाशात बांधलं जातं... मन मानवापेक्षा निराळं नाही. म्हणून सर्वांनाच मनुष्यावतारात जन्मलेल्या वेदना भोगाव्याच लागतात.

यामुळेच स्वत:च्या बंधू-बांधवांची, मित्रांची, पुतण्यांची, नातवंडा-पतवंडांची परस्परांच्या हातून झालेली दुर्दशा पाहून आज फार व्यथित झाला होता कृष्ण.....

तेव्हाच त्याच्या मनात द्रौपदीचं ते वाक्य स्पष्ट उमटलं....

''त्वदियम् वस्तु गोविन्द तुभ्यमेव समर्प्यते।''

त्या दिवशी हस्तिनापुराला जाताना अचानकच द्रौपदीनं ती गोष्ट केली होती.

"सख्या, या ज्ञानाचा भार घेऊन माझ्याच्यानं जाणं होणार नाही... कुठं चालले आहे, तेही मला माहीत नाही. खरं विचारशील, तर मी चालले आहे की नाही, तेही जाणत नाही. तरी तू दिलेलं तुलाच अर्पण करून ऋणमुक्त होऊ इच्छिते मी!"

कोणत्या मुक्तीची ही गोष्ट होती?

कृष्ण आणि द्रौपदी दोघेही जाणत होते... बंधनाचा अर्थ.... मुक्तीची आकांक्षा....

निर्वाणाच्या दिशेकडून येणारा तो ध्वनी दोघेही ऐकू लागले होते.

वेळ येऊन ठेपली, असं वाटत होतं! कोणत्या क्षणी, केव्हा आणि कोण? कदाचित ते निश्चित नसेल, पण निर्मित तर होतं... तो क्षण पळापळानं नजीक येत होता.

...आणि त्या क्षणाला सामोरं जाण्यासाठीच दोघंही परस्परांना मनोमन तयार करत होते.

'केव्हापासून माझ्या मनात चाललेला संवाद द्रौपदीपर्यंत पोचला होता?' उमजू न शकणारी एक भावना कृष्णाच्या मनात उमटली. स्वत: सर्वांना समजू शकत होता. व्यक्तीला, तिच्या मनात चाललेल्या विचारांना समजून घेणं, जाणणं... हे तर त्याचं कौशल्य!

'इतकी एकात्मता होती तिची माझ्याबरोबर की, माझ्या मनात अगदी खोलवर, गुपित राहिलेली गोष्ट पण तिच्यापर्यंत पोहोचली होती? की तिनंच निश्चय केला होता – मला मुक्ती देऊन स्वत: मुक्त होण्याचा? ती जोवर मला मुक्त करत नाही तोवर माझ्यात गुंतलेलं तिचं मन मुक्त नव्हतं होणार – हे सत्य द्रौपदी जाणत होती?' कृष्ण स्वत:लाच विचारत होता.

"अशीही स्त्रियांना स्वत:च्या मनाबद्दलची समज जरा अधिकच असते. मन आणि मस्तक यातलं अंतर पुरुष नाही समजू शकत."...असंही द्रौपदीच म्हणाली होती ना?

"खरंच, मन नावाची वस्तू कुठं असते, सख्या? शरीराच्या कोणत्या भागात, कोणत्या रंगाची, कशा आकाराची ही वस्तू आहे; सांगू शकशील? अन् तरीही एवढ्या मोठ्या देहावर, भूतकाळावर, वर्तमानकाळावर – एवढंच कशाला – आपल्या भविष्यावरही राज्य करतं हे मनच. सख्या, आम्हा स्त्रियांची मनाबरोबर मैत्री असते. कितीतरी गोष्टी आम्ही स्त्रिया मनात लपवून ठेवतो नि मनातल्या गोष्टी पण तुम्हा पुरुषांपेक्षा खूप सहजपणे उमजू शकतो. तरीदेखील आम्ही नाचतो आमचं मन नाचवतं तसं! आमचं मन आम्हाला निकामी करतं किंवा तेच

मन आमच्या शरीराकडून त्याला हवंय तेच करवून घेतं... तुम्ही पुरुष बुद्धीप्रमाणे वागता. प्रत्येक परिस्थितीला तराजूत ठेवून मापता-तोलता नि नंतर बुद्धी कौल देईल तसं वागता. पुरुषांची बुद्धी आणि आम्हा स्त्रियांची बुद्धी कधीच एका दिशेनं विचार नाही करू शकत. आणि सख्या, इथूनच प्रश्न निर्माण होऊ लागतात!''

''पण तुमच्या मनात तर नाना प्रकारचे, चित्रविचित्र विचार उद्‌भवतात. त्यांना अलग करून स्वतंत्रपणे कसं सांभाळू शकता?'' कृष्णानं विचारलं होतं.

''सख्या, एका आईला पाच पुत्र आहेत नि ते पाचही भिन्न-भिन्न आहेत, तरीही आई त्या सर्वांना सांभाळतेच नं? सगळ्यांचं वर्तन वेगळं, बोलणं वेगळं, रस वेगळा, प्रेमाची अपेक्षा वेगळी नि त्या प्रेमाची अभिव्यक्तीही वेगळीच. तरीही आई त्या सर्वांना समजू शकते, त्यांना सांभाळू शकते. माझंही तसंच आहे. मीही मनातल्या विविध विचारांना ऐकू शकते; जाणू शकते; अर्थात सर्वच स्त्रियांना हे शक्यही नसतं. सुताचा दोरा गुंडाळताना दोरा जसा गुंतत जातो नं, तसेच विचारही कधी कधी परस्परांत गुंतू शकतात....''

''हो, सखे! सदैव संयत आणि स्पष्टपणे वागताना मी तुला पाहिलंय. 'समतोलपणे' असं म्हणू शकत नाही, कारण अनेकदा संतुलन घालवून वागलेलंही मी तुला पाहिलं आहे. पण एक खरं की, तुझी वाणी, वर्तन नि विचारांना तुझा स्पष्टपणा सतत एका सूत्रात बांधत आला आहे. हे कसं करू शकतेस, सखे?''

''कसं ते मला नाही समजत. पण हो, तू म्हणतोस तसं मला पाहत असशील तर मी त्याच दिशेला आहे, हे नक्की सांगू शकते.''

''सखे, केव्हा केव्हा आश्चर्यचकित होतो मी, पाच पतींसह भिन्न-भिन्न वर्तन करणाऱ्या तुझ्यातल्या पाच स्त्रियांना पाहून....''

''त्या पाचही स्त्रिया आज एक होऊन समर्पित होत आहेत, एका अशा पुरुषाला – जो माझ्या दृष्टीने सर्वांत उच्च, अनन्य स्थानावर आहे. तो मित्र आहे, बंधू आहे, सखा आहे अन्....''

''अन् काय सखे?''

''अन्...'' थोडंसं अडखळत द्रौपदी म्हणाली होती, ''अन् माझं सर्वस्व, माझा सन्मान, माझं स्वत्त्व, स्त्रीत्व जिथं येऊन स्तब्ध, शब्दहीन होऊन जातं; अशा स्थानी अधिष्ठित पुरुषाच्या चरणी आज त्यानंच दिलेलं सर्व काही समर्पित करते आहे... त्यानं न दिलेलंही त्याला परत देते आहे....''

कशाचं दान अर्पून द्रौपदीचे नेत्र रिकामे भासले होते? आजपर्यंत चैतन्यानं, जीवनानं रसरसलेले ते दोन डोळे या क्षणी जीवनापासून पराङ्मुख होऊन, जणू साधुत्वाच्या पदावर पोहोचून, निःस्पृह बनून कृष्णाला निरखीत होते.

निरोपाचा कसला क्षण होता हा?

कोण निघालं होतं? अन् कोणापासून दूर?

'आपलं जीवनकार्य आता संपलं,' असं तर द्रौपदीला वाटलं नाही ना?

'आणि यासाठीच का आली होती माझ्यापाशी मुक्ती मागायला?' कृष्ण विचारात गढून गेला, म्हणून तिनं म्हटलं होतं –

"त्वदियम् वस्तु गोविन्द तुभ्यमेव समर्प्यते।"

द्रौपदीसह पाचही बंधू जेव्हा द्वारकेला आले, तेव्हा कुणाच्याही मनात एवढीशी देखील कल्पना नव्हती की, आता यानंतर परत इथं आगमन होईल, ते कृष्णाशिवायच्या द्वारकेत!

द्वारकेहून परतताना भल्या पहाटे द्रौपदी कृष्णाच्या महालात आली होती. या पहाटेच्या समयी त्याच्या राण्या किंवा बलराम पण महालात येताना काहीसे अडखळत. कृष्णाची पूजे-अर्चेची नि ध्यान-धारणेची ती वेळ होती. संपूर्ण एकांताची अपेक्षा असे त्याला यासमयी. पण द्रौपदीला मात्र त्या भल्या प्रात:समयी कृष्णाच्या महालात जाण्यावाचून गत्यंतर नव्हतं. तिला जे कृष्णाला सांगायचं होतं, ते इतरांसमोर सांगण्यासारखं नव्हतं. एकदा का कृष्ण पूजा, ध्यान-धारणा आटोपून राजसभेत निघून गेला की, मग त्याला एकांतात भेटणं अशक्यच होतं. द्रौपदीला ते माहीत होतं आणि म्हणूनच अगदी प्रात:समयीच स्नानादी विधी उरकून कृष्णाच्या महालात जाण्याचं नक्कीच केलं होतं तिनं.

नुकताच पूजाविधी संपवलेल्या कृष्णाच्या श्यामल मुखावर अद्भुत तेज विलसत होतं. कपाळावर चंदनाचा तिलक लावलेला होता. त्याचं उत्तरीय नसलेलं शरीर जणू संगमरवरात शिल्प कोरावं तसं सुंदर आणि सुदृढ होतं. कंबर सिंहासारखी, विशाल खांदे नि रुंद छाती... छातीवर एकमात्र अलंकार – यज्ञोपवीत. मस्तकावर मोरमुकुट नाही, स्नान केल्यामुळे चमकदार झालेले काळेभोर घनदाट केस, कानाजवळ जरासे रुपेरी... आणि त्याच्या विशाल नेत्रांत साऱ्या विश्वाबद्दल करुणा आणि वात्सल्यभाव ओथंबलेला....

क्षणभर द्रौपदी त्याला एकटक निरखतच राहिली... 'ईश्वराचं मानवरूप म्हणतात, ते हेच असेल?'

महालात आलेल्या द्रौपदीला पाहून कृष्णाला जरासंही आश्चर्य वाटलं नाही. हातात आरतीचं तबक घेतलेल्या कृष्णानं विश्वमोहिनी स्मित करून तिचं स्वागत केलं.

"ये, याज्ञसेनी, ये. पूजेच्या वेळी झालेलं प्रत्यक्ष देवीचं आगमन शुभसंकेताची सूचना देतं."

"सख्या!"...द्रौपदी पुढं काही बोलू शकली नाही.

"आधी आसन ग्रहण कर, सखे." कृष्णानं आसन पुढे सारलं. काही क्षण विलक्षण शांततेत गेले. एकही अक्षर न बोलता, मौन राहून ती कृष्णासमोर बसून राहिली.

सुस्नात होऊन आलेली द्रौपदी सौम्य भासत होती. तिच्या मुक्त केशसंभारातून जलबिंदू अजूनही चमकून जात होते. साय किंवा तसाच एखादा स्निग्ध पदार्थ लावून स्नान केलं असावं, म्हणूनच तिचं कपाळ नि नाकाची त्वचा तकतकीत वाटत होती.

प्रौढावस्थेत प्रवेशलेल्या द्रौपदीचं शरीर नि बांधा, आजदेखील कुणाही कुमारी तरुणीला लाजवेल इतका आकर्षक आणि डौलदार होता. किंचित निळसर रंगाची कंचुकी आणि त्याच रंगाचं उत्तरीय पांघरलेल्या द्रौपदीच्या मुखावर सारी रात्र जागरण झाल्याचं चिन्ह सहज दिसत होतं.

एक-दोनदा काही बोलण्याचा प्रयत्न करून द्रौपदी अडखळली.

'कुठून बोलणं सुरू करावं?' या गोंधळलेल्या अवस्थेत ती काही क्षण कृष्णाच्या मुखावर, मधूनच स्वत:च्या हातांच्या तळव्यांवर, कधी गवाक्षातून दिसणाऱ्या मोकळ्या आकाशावर, तर कधी महालाच्या छतावर नुसतीच दृष्टी फिरवत राहिली. कधी स्वत:चं उत्तरीय बोटाभोवती गुंडाळत सोडत होती. जणू जे बोलायचंय, तेच गुंडाळून घेत होती!

मनोमन काहीतरी साठवायचा प्रयत्न करत होती... शब्द की संवेदना?

"काही... सांगायचंय का सखे?" शेवटी कृष्णानंच न राहवून विचारलं, "मनात काही गोंधळ उडालाय का?"

"काही सांगायचंय... पण कसं सांगू, तेच उमजत नाहीये."

"आरंभ तर कर बोलायला, आपोआप सांगितलं जाईल." स्मित करत कृष्ण म्हणाला.

"खरी गोष्टी अशी आहे सख्या, तुझ्यासमोर शब्द शोधण्याची मला कधी आवश्यकताच भासली नव्हती... सांगितल्याशिवायच माझ्या मनाच्या संवेदना, भाव-भावना तुझ्यापर्यंत पोहोचत आल्यात. पण आज...."

"सांग, अगदी नि:संकोच होऊन सांग."

"सख्या, तुझ्यासमोर संकोच तो कसला? पण... पण तुला ही गोष्ट सांगितल्यावर माझ्याजवळ काय उरेल, या विचारानं काहीशी गोंधळलेय...."

"याज्ञसेने, हा संपूर्ण कृष्ण तुझ्याजवळ, सतत सोबत आहे ना – मग मला काही सांगितल्यावर तुझ्याजवळ काही न उरण्याचा प्रश्नच कुठं येतो?"

"बस! हीच गोष्ट सांगायची होती, सख्या..." द्रौपदी उद्गारली, कृष्णाच्या

नेत्रांत नेत्र रोवून.

इतक्या वर्षांत प्रथमत:च कृष्णाला द्रौपदीच्या डोळ्यांत न जाणवलेलं, अशारीर असं, मुसळधार वर्षावासारखं काही भासलं. कृष्णानं याआधी द्रौपदीचे असे डोळे कधीच पाहिले नव्हते.

तिचा गळा दाटून आला, डोळ्यांत अश्रू तरारले, कंठ अवरुद्ध झाला... आणि एकदम कृष्णाकडे पाठ फिरवून क्षणात ती तिथून निघून गेली.

द्रौपदी अशी अचानक निघून गेली, पण तिनं सांगितलेली गोष्ट मात्र कृष्णाच्या महालात सर्वत्र भरून गुंजत राहिली....

'त्वदियम् वस्तु गोविन्द तुभ्यमेव समर्प्यते।'

फक्त द्रौपदीच नव्हे, तर सर्वच जण म्हणत – "गोविंदानं दिलेलं स्वीकारून परत गोविंदालाच अर्पण करणं, हेच जीवन! जर तुम्ही त्याचा स्वीकार केलात, तर तो तुमचा त्याग कसा करेल?"

उद्धव, अर्जुन, बलरामदादासह सर्वांनाच माहीत आहे – कृष्णाच्या स्वभावात अस्वीकार ही गोष्टच नव्हती!

तिरस्कार करणं अथवा त्यागणं तो जणू शिकलाच नव्हता आणि जे तसं वागायचे, त्यांना तसं न करण्यास सांगायचा. अशुभ किंवा असत्य, पण त्याज्य तर नाहीच. कारण शुभ आणि सत्य यांच्याच त्या दुसऱ्या बाजू आहेत. सोन्याच्या नाण्याच्या एका बाजूचा स्वीकार केला की, दुसऱ्या बाजूचा स्वीकारही आपोआप होतोच. सूर्याच्या उगवण्यासह त्याच्या मावळण्याचा स्वीकारही होत असतो. कृष्ण म्हणायचा, "कोणतीही व्यक्ती, वस्तू किंवा विचाराचा संपूर्ण स्वीकारच आपल्या अस्तित्वाला पूर्णत्व देतो. दुसऱ्याच्या संपूर्ण स्वीकारातच आपलं पूर्णत्व सामावलेलं आहे, कारण पूर्णत्वच आपल्याला पूर्णत्वापर्यंत पोहोचवतं..."

असुंदर किंवा असत्यसुद्धा कृष्णाच्या अमृतस्पर्शानं सुंदर आणि सत्यरूपी होऊन जायचं.

आयुष्य पूर्णपणानं जगलेला, जीवनाला उत्सव मानून क्षण न् क्षण पूर्णत्वानं उपभोगून, संपूर्ण जीवनाला एक भव्य, उदात्त अर्थ प्राप्त करून देऊन जगलेला श्रीकृष्ण आज मृत्यूलाही स्वागतासह स्वीकारत होता.

आज अत्यंत सहजभावानं मृत्यूचा स्वीकार करून कृष्ण शांत होता. मात्र, त्याच्या पायात घुसलेल्या बाणासारखीच कोणती तरी व्यथा त्याच्या हृदयात खळबळ माजवत होती. त्याला अस्वस्थ करत होती.

कदाचित म्हणूनच आज, इथं, द्रौपदीनं उच्चारलेलं वाक्य त्याच्या स्मृतिपटलावर उमटत होतं.

"असंही, काहीही त्यागणं, हा तुझा स्वभावच नाही. माझा तू सदैव स्वीकारच केला आहेस.... माझ्या सुख दु:खांसह... माझा गर्व, अहंकार, राग-द्वेष यांसह... माधवा, तू मला पूर्णत्वानं स्वीकारलं आहेस, हे मी पूर्ण जाणते. कारण तू संपूर्ण आहेस. अपूर्णता किंवा आशंका अशा गोष्टींना तुझ्या जीवनात थाराच नाही... पण हे गोविंद, एक प्रश्न विचारावासा वाटतोय आज. सख्या, मला स्वीकारलंस तेव्हा तुझ्या स्वीकाराची कामना नव्हती केलीस? आणि आम्हीदेखील तुला स्वीकारलंच ना? तितक्याच आत्मभावानं! माधवा, अरे, तुझा स्वीकार म्हणजे तूच दिलेल्या सर्वांचा.... भाव-अभाव, सत्य-असत्य... सगळ्या सगळ्यांचा स्वीकार. सुख आणि दु:ख दोन्हींचा समान भावानं स्वीकार, हाच याचा अर्थ आहे. तू दिलेलं सर्व मी जगते आहे सख्या! आज ते सर्व तुला समर्पित करून मी जाते आहे याचा अर्थ सगळं आयुष्यच तुझ्यावर सोपवून जाते आहे, असंच समज... त्याचा तू अस्वीकार करणार नाहीस, याच विश्वासानं..."

सुख-दु:खयुक्त परिस्थिती समान भावानंच स्वीकारली होती कृष्णानं. प्रश्न आणि उत्तरं समभावानं पाहिली होती. सर्वांना समान दिलं होतं नि त्या सर्वांकडून समान स्वीकारलंही होतं. यापूर्वी जीवनाचा इतका सखोल, व्यापक स्वीकार अन्य कुठल्याही व्यक्तीनं केला नव्हता. कृष्णानं जणू समस्त सृष्टीचाच स्वीकार केला होता. त्याच्या सहवासात सगळी बंधनं तुटून जात, असमत्वाच्या सर्व भिंती कोसळून पडत. कृष्णाचं व्यक्तित्व होतंच तसं – बहुपेडी! यासाठीच तर त्याच्या काळात त्याला 'पूर्ण पुरुषोत्तम' संबोधून त्याचा सन्मान केला गेला. धर्माच्या सखोलतेत आणि तितक्याच उंचीवर अधिष्ठित होऊनदेखील त्यानं आयुष्याकडे गंभीर, उदास अथवा रडक्या वृत्तीनं कधी पाहिलंच नाही. जीवनातलं नृत्य, संगीत आणि प्रेमासह त्यानं स्वीकारलं जीवनाला. मानवी जीवन त्यानं उत्सवासारखंच मानलं. पण या उत्सवाचं कधी प्रदर्शन नाही, मनोरंजनाचा खोटा खेळ नाही. गवाक्षातनं उभ्या-उभ्या बघावी अन् आनंद मानावा अशी रथयात्रा नाही, की नाही शोभायात्रा! पण होता मात्र उत्सव! यात स्वत:ला गुंतवून घ्यावं लागतं..... उत्सव स्वत:च साजरा करावा लागतो.... आपण होऊन आनंद घ्यावा लागतो. 'अहम्'कडून 'परम्'कडे जाणाऱ्या या यात्रेत स्वत:लाच पावलं उचलावी लागतात. 'स्व'ला स्वीकारून 'स्वयं'ला समर्पित होण्याची वृत्ती आणि प्रवृत्ती हाच तर जीवनधर्म होता कृष्णाचा. 'आत्मतत्त्वा'वर जर लक्ष केंद्रित असेल, तर आयुष्यातली सर्वच कार्ये 'उत्सव' होऊन जातात. खऱ्या अर्थानं कर्मयोग, खऱ्या अर्थानं अनासक्ती आणि स्थितप्रज्ञ जीवन... म्हणजे कृष्ण!

तो सर्वांचाच होता... सर्वांनाच त्यानं स्वीकारलं होतं.

आणि तरीदेखील आज तो एकटा होता... अगदी एकटा!

कृष्णाच्या पायात आत्यंतिक तीव्र वेदना होत होती.

पळापळानं जवळ येणारा मृत्यूचा तो क्षण, त्याला अधिकाधिक शांती, अधिकाधिक स्वीकार; यांच्याकडेच नेत होता....

असं असूनही त्याच्या मनोरूपी सरोवरात द्रौपदीचे ते शब्द सागराच्या भरतीसारखे घुसून एक ओलावा, खारटपणा आणत होते.

हा खारेपणा....

हा ओलावा....

द्रौपदीच्या अश्रूंचा होता, कदाचित!

जे आयुष्यभर प्राशन केले होते, ते तिचे आसू!

तेच अश्रू – जे यज्ञवेदीमधून जन्मतानाच ती स्वत:बरोबर घेऊन आली होती.

ते अश्रू... जे स्वयंवराच्या मंडपात, राजसभेत, कुरुक्षेत्रावरील युद्धात आणि युद्ध संपल्यावरही तिच्या कंठात दाटून येत होते; पण डोळ्यांपर्यंत मात्र केव्हाही आले नव्हते.

आज मात्र ते आसू तिच्या डोळ्यांबाहेर येण्यासाठी धडपड करत होते, तथापि त्यांना तिथंच अडवून अविरत वाहत होते... शब्द.

'हे गोविंद! तू दिलेलं सगळंच तुला परत अर्पण करतेय आणि तरीही समर्पित होणं म्हणजे काय, ते मी आजही जाणत नाही. इतक्या वर्षांच्या तुझ्या सहवासात माझ्या मनात प्रश्न येत होता की, सुख-दुःख दोन्ही तुझ्या चरणांवर अर्पण केलं, तर माझं काय? मला वाटत होतं, सुख स्वतःच्या कल्याणासाठी मिळवायचं नि दुःख स्वतःच्या कल्याणासाठी त्यागायचं... पण सख्या, त्यागल्यामुळे आपल्यापासून काहीच दूर होत नाही. आपल्या जीवनात प्रत्येक व्यक्तीचं, परिस्थितीचं स्थान नक्की ठरलेलं असतं. म्हणूनच... माधवा, आपल्या त्यागानं किंवा अस्वीकार करण्यानं नियतीत कसलाही बदल होत नाही....'

सुवर्णरथांवर आरूढ, आनंदित झालेले यादवगण जेव्हा द्वारकेबाहेर पडले; तेव्हा आपल्यापैकी आता एकही परत येणार नाही, याची त्यांच्यातल्या

कुणाला कुठं कल्पना होती? सुवर्णरथांतून द्वारकेच्या सागरतीरापर्यंत आल्यावर यादव नौकांत बसले. सोमनाथाच्या सागरकिनाऱ्यावर या नौकांनी पडाव ठेवला त्या वेळी समोरच्या सुवर्णनगरी द्वारकेचं झळाळतं रूप काही प्रहरांनंतर नष्ट होणार आहे, याची जराशीही कल्पना नसलेल्या यादवांनी समुद्रस्नान करून सोमनाथाची पूजा केली.

बारा ज्योतिर्लिंगांत सोमनाथाचं ज्योतिर्लिंग सर्वप्रथम स्थानावर होतं. स्वत: चंद्रानं दक्ष प्रजापतीच्या शापातून मुक्ती मिळवण्यासाठी तप केलं ते इथंच आणि प्रत्यक्ष भगवान शंकरानं त्या शापाचं निवारण केलं, इथंच.

अंतिम प्रयाणाकडे निघालेल्या यादवांनी सोमनाथाची पूजा करून जन्म-मृत्यूच्या फेऱ्यांतून मुक्त व्हावं आणि स्वर्गाकडे प्रयाण करावं, हाच तर हेतू होता श्रीकृष्णाचा!

यादवगण आणि बलरामदादासह कृष्ण प्रभासक्षेत्री येऊन पोहोचला तेव्हा, इथून आता एकही यादव परतणार नाही, हे त्याला स्पष्ट कळून चुकलं होतं. सगळ्या यादवांनी सोमनाथ क्षेत्रात स्नान केलं. नंतर पूजाविधी करून सहल, मौजमनोरंजनासाठी ते सर्व प्रभासक्षेत्राच्या वनप्रदेशात निघून गेले. त्या स्थळी सर्व जण मद्यपान करत धुंद झाले होते नि त्यातच इंधनावरून त्यांच्यात वाद सुरू झाला. इतका पराकोटीचा वाद झाला की, एकमेकांवर शस्त्र उगारण्यापर्यंत वेळ आली. पण मनोरंजनासाठी आलेल्या यादवांपाशी शस्त्रे फार नव्हतीच. मग त्यांनी प्रभासक्षेत्रातच उगवणाऱ्या एरका नावाच्या लोहासारख्या कठीण आणि तीक्ष्ण गवताची पातीच उपटून शस्त्रासारखी परस्परांना मारायला सुरुवात केली. या धुमश्चक्रीत अनेक यादव मारले गेले. उरलेले यादव एकमेकांना मोठमोठ्या भांड्यांनी मारायला धावले. ओरबाडून, चावून एकमेकांना जखमी करू लागले. आणि कृष्ण... अतिशय व्यथित हृदयानं नुसता बघत राहिला. जे यादवकुल एक महासत्ता म्हणून गौरवलं गेलं होतं, जे यादवकुल भारताच्या इतिहासाचं एक सोन्याचं पान बनून राहिलं होतं; ते संपूर्ण यादवकुल आज असं कालाचा अकाली घास झालं होतं.

शस्त्राचा ज्यानं त्याग केला होता; त्याला स्वजनांना अधिक वेदना सहन कराव्या लागू नयेत, अधिक दु:ख भोगावं लागू नये आणि एकमेकांशी लढताना रोखावं म्हणून... त्या कृष्णालाच अखेर एक निर्णय घ्यावा लागला....

परस्परांवर अधिकाधिक गरळ ओकणाऱ्या, अधिकाधिक वेदना देणाऱ्या यादवांना पाहताना श्रीकृष्णाला पराकोटीचं दु:ख होत होतं. उरलेल्या यादवांना अतिशय दारुण अवस्थेत येऊ पाहणाऱ्या मृत्यूपासून वाचवावं, म्हणून व्यथित कृष्णानं एक मूठभर एरका गवत तोडून घेतलं. त्यातलं गवताचं एकेक पातं

तीक्ष्ण, टोकदार मुसळ बनलं नि यादवांवर फेकलेल्या या एकेका मुसळानं उर्वरित यादवांना क्षणातच मृत्यूच्या स्वाधीन केलं.

...यादवी पूर्ण झाली होती.

दुर्वासांची शापवाणी अखेर सत्य झाली होती....

...आणि यादवकुलाचा विनाश झाला... विध्वंस झाला नि एक महान कुल पार रसातळाला गेलं.

आता... आता... गांधारीमातेनं दिलेल्या शापाची वेळ होती. संथ, पण स्थिर पावलं टाकत, दारुण व्यथेनं व्यापलेल्या हृदयानं कृष्ण हिरण्य नदीतीरावरच्या वनातल्या पिंपळाच्या एक विशाल वृक्षाखाली येऊन बसला. दूरवर रुप्याच्या धारेप्रमाणं चमकत्या प्रवाहाची हिरण्य नदी शांत वाहत होती. दृष्टिपथात एकही माणूस दिसत नव्हता. सूर्यनारायणाच्या आगमनाची चाहूल लागत होती.

पिंपळाच्या छायेत पहुडलेल्या कृष्णाला दूर कपिला, हिरण्य आणि सरस्वतीचा संगम दिसत होता. हेच ते संगमस्थळ, जिथं त्याचा ज्येष्ठ बंधू समाधिस्थ झाला होता. यादवी सुरू झाली त्याच वेळी बलरामदादानं कृष्णाजवळ निरोप मागितला होता. अतिशय दु:खी अंत:करणानं, जड मनानं आपल्या ज्येष्ठ बंधूला निर्वाणमार्गावर प्रयाण करण्याची अनुमती कृष्णानं दिली होती.

त्रिवेणी संगमावर येऊन बलराम ध्यानस्थ बसला.

आणि... एक गोपाल दुसऱ्याला सांगत असताना कानावर आलं....

'एक माणूस सात फणांचा नाग बनून नदीप्रवाहात दिसेनासा झाला....'

यादवी संपल्यानंतर वनात इतस्तत: विखुरलेले स्वजनांचे मृतदेह एकत्र करून, त्यांच्यावर योग्य अग्निसंस्कार करण्याची व्यवस्था करवून, कृष्ण एकटाच, अनवाणी पायांनी, आभूषणरहित होऊन प्रभासक्षेत्रातल्या वनप्रदेशात निघून गेला. मोरमुकुटाशिवायचं उघडं मस्तक, वक्षावर नेहमी रुळणारी वैजयंती नसलेला कृष्ण पार निराळा, अगदी अपरिचित, अगदी शून्यमनस्क दिसत होता.

भुवनमोहिनी असं त्याचं मुख तेच होतं, पण आज त्याच्या नेत्रांत असह्य वेदना उमटली होती. थोडासा ओलावा असणाऱ्या त्या नेत्रांत आता येणाऱ्या त्या

क्षणाची प्रतीक्षाही होती....

संथ पावलांनी पिंपळ वृक्षाखाली कृष्ण आला... त्या अश्वत्थ वृक्षाकडे एकवार दृष्टिक्षेप टाकत कृष्ण त्याच्या आधारानं हलकेच त्याच्या प्रगाढ छायेत बसला. त्या विशाल वृक्षाखाली एका पायाच्या गुडघ्यावर दुसरा पाय ठेवत, बसलेला नाही की झोपलेला नाही, अशा अवस्थेत राहून ध्यानमग्न झाला... पण नेत्र मिटलेले नव्हते; दगडासारखे झाले होते. ज्या नेत्रांत सदैव एक मिस्कील हसणं असायचं, जे जीवनरसानं ओथंबलेले राहायचे; तेच नेत्र आज जणू आकाशाच्या पलीकडे, दूर अनंतात स्वतःच्या जीवनाचा अंत स्थिर होऊन पाहत होते. दुर्वासानं क्रोधित होऊन यादवांना दिलेला शाप... उगवत्या सूर्याबरोबर, आपलं न संपणारं अस्तित्व नि विजयाचं स्मित घेऊन... उगवत होता. यादवीत सर्व यादवांचा शेवट झाला होता नि त्यांचा मुकुटमणी असणारा कृष्ण आज स्वतःच्या अखेरीची प्रतीक्षा करत इथं बसला होता. त्याच्या हृदयात एक सांगता न येणारी वेदना होती. येऊ घातलेल्या निरोपाच्या क्षणाची ती वेदना होती, की आधी दिलेल्या निरोपाच्या क्षणांची? उगवता सूर्यही आज व्यथित होऊन, मानवरूपाने या पृथ्वीवर अवतरलेल्या एका ईश्वराला जणू निरोप देण्यासाठीच उगवला असावा, असा तेजोहीन झाला होता. त्याच वेळी मावळत्या अंधकारात, नदीच्या पलीकडील तीरावर 'जरा' नावाचा पारधी शिकार शोधण्यासाठी येऊन उभा राहिला. त्या काहीशा फिकट अंधारात, अश्वत्थाच्या छायेत एखादं हरीण बसलेलं भासावं, तसा कृष्ण बसला होता.

'पशूच्या मरणानं मरशील तू... एकटा, असहाय, व्यथित... माझे पुत्र मरण पावले तसाच... तूही पाहशील तुझ्या कुलाचा विनाश. तुझे पुत्र, पौत्र, सर्व स्वजन एकूण एक तडफडून-तडफडून मरण पावतील...' गांधारीचे शब्द जणू महालाच्या भिंती फोडून दाही दिशा व्यापून टाकत होते. अनंत अवकाशातून त्याच शब्दांचा प्रतिध्वनी उमटत होता... 'पशूच्या मरणानं मरशील... तू... एकटा, असहाय, व्यथित....'

ही शापवाणी अनेकवार उच्चारली होती गांधारीनं. महालाच्या दगड भिंतींवर ते शब्द जणू कोरून ठेवले होते....

तरीदेखील विनम्रतेनं हात जोडून प्रणाम केला होता कृष्णानं!

त्या भयानक शापवाणीचाही सहजभावे केलेला स्वीकार होता तो!

प्रत्यक्ष श्रीकृष्णाला शाप देण्याची शक्ती गांधारीमातेशिवाय होतीच कुणात?

आणि या परिस्थितीची निर्मितीही केली होती स्वत: कृष्णानंच!

बंद नेत्रांनी, पुत्रप्रेमानं आंधळं बनून आयुष्य जगलेल्या गांधारीच्या त्यागानं तिला सतीत्व प्राप्त करून दिलं; पण समाधान मात्र नाही दिलं. स्वत:च्या पुत्रांचे दोष पाहू न शकलेल्या गांधारीनं या विनाशाला कृष्णालाच कारणीभूत मानलं होतं. त्याच्या कुलाच्या विनाशासाठी किंवा माता बनून कृष्णाच्या मुक्तीचीच प्रार्थना केली होती या शापाद्वारे...!

खरं म्हणजे, युद्धाची वा विनाशाची इच्छा कृष्ण कधीही करणार नाहीच. त्याच्या संपूर्ण जीवनात त्यानं संदेश दिला होता फक्त समाधानाचा नि स्वीकाराचा! समाधानाची उच्चतम अवस्था, ती समाधी... आयुष्यभर समाधिस्थ राहूनच जीवन व्यतीत केलेला, स्थितप्रज्ञ असा योगेश्वर होता कृष्ण! आणि तरीदेखील त्या भयानक, महाविध्वंसक मानवसंहाराचा मूक साक्षीदार बनण्याचं त्याच्या ललाटी लिहिलं गेलं होतं.

अधर्माच्या नाशासाठी केवळ नाइलाजानं उचललेली पावलं होती का ती? की खुद्द कृष्णच कारणं शोधत होता, हे मानवशरीर सोडण्यासाठी....?

महासंहार संपल्यानंतर स्वत:च्या मुक्तीसाठी काहीतरी करावंच लागणार होतं ना...!

त्यासाठी त्यानंच गांधारीमातेच्या शापवाणीचा क्षण निर्माण केला होता का?

गांधारीमातेनं तो भयानक शाप दिल्यानंतर, तिला हात जोडून प्रणाम करून स्वत: कृष्णानंच म्हटलं होतं, "तथास्तु!"

स्वत:च्याच मृत्यूचा स्वीकार!

इतका सहज... इतक्या शांतपणे....?

हे कृष्णाखेरीज दुसरं कोण करू शकणार?

मृत्यू जवळ आल्यासारखं वाटत होतं....

आपण मानवी शरीराचा त्याग करू तेव्हाच आपल्यासह यादवांनी पण हे जग सोडून जावं, अशी कृष्णाचीच इच्छा होती. कलियुगात घडणारा अधर्म आणि अनीती पाहायला यादवांनी जीवित राहू नये, यातच यादवकुलाचं श्रेय होतं... या श्रेयाकडे जाणारी पहिली पायरी होती – महर्षी दुर्वासांचा शाप.

पिंडतीर्थावर महर्षी दुर्वास तपश्चर्या करत होते. यौवन आणि प्रचंड सत्तेच्या नशेत उन्मत, धुंद झालेले यादव उद्धटपणाबद्दल प्रसिद्ध होते. सुरा, सुंदरी, जुगार, परस्परांतल्या लढाया नि सत्तेने आंधळे झालेले यादव सर्व प्रकारचं

पापाचरण करू लागले होते. यादवकुमारांनी मिळून, कृष्ण-जांबवतीचा पुत्र सांब याला स्त्रीवेष आणि शृंगार करायला लावून दुर्वासांसमोर नेलं... त्यांना प्रणामही न करता, हसत, चेष्टेच्या सुरात म्हटलं, ''ही बभ्रू यादवाची पत्नी आहे. तिला पुत्रप्राप्तीची इच्छा आहे... तिच्या पोटी कोण जन्मेल...?''

यादवांचा तो उद्धटपणा नि अहंकार पाहून दुर्वास क्रोधित झाले आणि त्यांच्या मुखातून भयानक शापवाणी बाहेर पडली.. ''ही स्त्री एका मुसळला जन्म देईल आणि त्या मुसळामुळेच संपूर्ण यादव कुलाचा विध्वंस होईल....''

भीतीपोटी ही गोष्ट यादवांनी कृष्णाला सांगितलीच नाही. आणि सांबानं एका मुसळाला जन्म दिला. यादवकुमारांनी घाव घालून, तोडून त्या लोखंडी मुसळाचं चूर्ण करून समुद्रात फेकून दिले. पण तेच चूर्ण प्रभासक्षेत्री एरका नावानं गवताची पाती बनून उगवलं. ते जसंजसं कापावं, तसंतसं नवं उगवे नि अधिकच कठीण बनून, लोखंडासारखं सरळ, तीक्ष्ण होऊन उगवे... जणू भावी यादवीसाठी इथं शस्त्रं निर्माण होत होती! त्याची काहीच कल्पना नसलेले यादव मात्र सत्तामदात उन्मत होते... द्वारकेत.... कित्येक योजने दूर!

मुसळाचा एका तुकडा मात्र चूर्ण न होता सागरात तसाच राहिला होता. एका माशानं तो गिळला... कोळ्यानं त्या माशाला पकडलं नि त्याच्या पोटातून निघालेला मुसळाचा तुकडा 'जरा' नावाच्या एका पारध्याला दिला....

जरानं तो तुकडा तीक्ष्ण, अणिदार बनवून बाणावर बसवला.

हाच बाण कृष्णाच्या मानवदेहाच्या अंताचं कारण होणार होता, याची कल्पना कृष्णाखेरीज कुणाला असणार?

मुसळाच्या तुकड्यापासून बनवलेला तो तीक्ष्ण बाण जरा पारध्यानं संधान साधून 'त्या' हरिणावर सोडला....

'सण्ऽसण्ऽसणण्ऽऽ' ध्वनी करत हवेतून एक तीव्र लकेर उमटली....

उद्धवाच्या अश्रूंनी न्हाऊन निघणारा, रुक्मिणीच्या केशकलपातील बटांच्या स्पर्शानं रोमांच अनुभवणारा आणि रोज चंदनाचं विलेपन होणारा अंगठा एकदम बधिर झाला. अग्नीची एक लहानशी ज्वाळा अंगठ्यातून शरीरात प्रवेशली आणि विजेसारखी सर्व शरीरात पसरून मस्तकातून बाहेर निघून गेली, असं वाटलं.

जराचा बाण तोमर शस्त्र बनून कृष्णाला लागला. तळपायाला भेदून गेला... गांधारीमातेचा नि दुर्वासांचा शाप 'तथास्तु' होऊन कृष्णाला जीवनाच्या अंतिम क्षणाकडे खेचून घेऊन गेला.

हरिणाला बाण मारणारा जरा, छातीइतक्या पाण्यातून सप्ऽसप्ऽ पाणी कापत समोरच्या काठावर पोहोचला. पण तिथं त्याला हरिणाऐवजी प्रभूचं... चतुर्भुज दर्शन घडलं.

भीतीनं जराच्या अंगावर सर्रकन् काटा आला. भोळ्या-भाबड्या पारध्याला 'आपण हरिणाला वेधलं', असं वाटलं होतं. पण इथं तर सृष्टिमात्राच्या जीवनाचा आधार असलेलं जीवनच वेधलं गेलं होतं! त्वरेनं त्यानं कृष्णाच्या तळपायातून बाण खेचून काढण्यासाठी हात पुढे केले....

"...थांब, खेचू नकोस... तसाच राहू दे!" एका खोल, मागं केव्हातरी कुरुक्षेत्रावर घुमलेल्या त्या आवाजानं सांगितलं....

"नियतं कुरु कर्म त्वं कर्म ज्यायो ह्यकर्मण:।
शरीरयात्राऽपि च ते न प्रसिद्धमेत्कर्मण:।।"

'तुला नेमून दिलेलं कर्म तू कर. कारण कर्म न करण्यापेक्षा कर्म करत राहणं, हेच उत्तम. कर्म न केल्यानं शरीरनिर्वाह पण होणार नाही.'

आपलं कर्म केलेल्या, थरथर कापणाऱ्या जराला, त्या आवाजात एक विलक्षण वेदना नि घेरणारी तंद्रा ऐकू आली.

कानाजवळचे केस थोडेसे रुपेरी झालेलं, क्षीण अर्धोन्मीलित नेत्र, मोरपीस आणि मुकुट नसलेलं ते श्यामलवर्णी नि कमलनयन असलेलं मुख तितकंच मोहक अन् तितकंच करुणामय होतं.

बाणानं पायात झालेल्या जखमेतून आता रक्त ठिबकू लागलं... वेदना अपार वाढायला लागली.

कृष्णाचा देह आता प्राण त्यागण्याची तयारी करू लागला... परमतत्त्वाचा तो अंश आता मानवदेह सोडून परब्रह्मात विलीन होण्याची तयारी करू लागला होता, तेव्हा द्रौपदीचे शब्द पुन्हा कृष्णाच्या कानांत घुमू लागले....

'त्वदियम् वस्तु गोविन्द तुभ्यमेव समर्प्यते।'

कशासाठी?... का म्हणून ते शब्द कृष्णाच्या कानांत वारंवार घुमत होते?

देहाला कुठली बंधनं अजूनही बद्ध करत होती? का मनाला मुक्ती देत नव्हती....?

आत्मा ज्या वेळी देहाच्या पिंजऱ्यातून मुक्त होण्यासाठी पंख फडफडवत होता, त्या वेळी कोणता ध्वनी कृष्णाला स्मरण करवत होता... त्याच्या शरीरधर्माचं?

आणि – कोणता होता तो शरीरधर्म?

जराच्या घाबरलेल्या, हुंदका गळ्यात दाटून आलेल्या आवाजानं कृष्णाचं ध्यान भंगलं....

सहज दृष्टिक्षेप टाकून पाहिलं... समोर लंगोटी नेसलेला, काळा, केसांत पीस खोचलेला जरा हात जोडून अश्रुभरल्या डोळ्यांनी प्रार्थना करत होता प्रभूला... चतुर्भुज स्वरूपाच्या दर्शनानं भयभीत झालेल्या जरानं थरथरत, कापऱ्या आवाजात कृष्णाची क्षमा मागितली. कितीतरी वेळानं कृष्णाच्या मुखावर स्मित

प्रगटलं... वेदनेच्या सागरात डुबकी मारून वर आल्यासारखं... तेच आर्द्र, भावस्पर्शी, भुवनमोहिनी हास्य!

"कोण आहेस तू, बंधो?" कृष्णानं विचारलं.

"ज... ज... जरा..." कापऱ्या आवाजात जरा उत्तरला.

अजूनही कृष्णाच्या मुखावर तेच हास्त होतं. "जरा! बंधो, अरे, तुझीच तर कधीची वाट पाहत होतो. का इतका उशीर केलास?"

काही न समजलेल्या, गोंधळलेल्या जरानं कृष्णाला हात जोडले. "प्रभो, हा बाण तेवढा...."

"हो, तुझा आहे... जाणतो मी." कृष्ण म्हणाला. "हा मुसळाचा तुकडा पण ओळखतो मी... वंदनीय दुर्वास नि गांधारीमातेचंच स्मरण करत होतो मी."

जरा एकटक पाहत राहिला.

"तू माझ्या मुक्तीचा संदेश घेऊन आला आहेस!" कृष्ण उद्गारला.

"मला क्षमा करा, प्रभो..." जराच्या डोळ्यांतून आसवांच्या धारा ओघळू लागल्या.

कृष्ण म्हणाला, "जरासाही घाबरल्याशिवाय स्वर्गात... जा... माझ्या परम आत्म्याला या देहमय पिंजऱ्यातून मुक्त केलंयस तू! बंधो, वंदन तर मी तुला करायचं आहे!"

आणि हात जोडले कृष्णानं... नेत्र मिटून घेतले. पायात घुसलेल्या बाणाची वेदना आणि मुक्तीचा आनंद – दोन्ही विलसत होतं कृष्णाच्या मुखावर. दिव्य तेजानं झळाळलेला चेहरा नि मिटलेले नेत्र....

जरा कृष्णाकडे बघतच राहिला....

ते श्यामवर्ण मुख, ती क्षमा, अर्धोन्मीलित राजीव लोचन आणि पायाच्या अंगठ्यातून ठिबकणारं रक्त! अपार वेदनेतदेखील कृष्णाच्या मुखावरचं स्मित स्थिर होतं... कृष्णाचा वेध घेऊन जराला स्वर्ग मिळाला... जराला ही गोष्ट समजली नाही. भोळा-भाबडा पारधी हात जोडून प्रभूची ती अखेरची, अकल्पित लीला पाहत राहिला.

कृष्णानं नेत्र मिटून घेतले... वेदननं आणि शांतीनं! अनेक जीवांची वेदना शांतवणारा, आज स्वतःच अपार वेदना भोगत होता. मनुष्यदेह त्यागण्याची तयारी झालेल्या कृष्णाच्या मिटलेल्या नेत्रांसमोर भूतकाळातल्या सर्व घटना एका पाठोपाठ एक येऊ लागल्या.

प्रभासक्षेत्रातली यादवी संपल्यानंतर कृष्णाला क्षणभरही एकटा न सोडणाऱ्या सारथी दारुकाला कृष्णानं हात जोडून तिथून निघून जाण्यासाठी विनंती केली.

ज्या रथानं प्रत्येक युद्धात कृष्णाला विजयश्री प्राप्त करून दिली तो रथ, सुदर्शन चक्र, कौमुदी गदा, शारंग धनुष्य, बाणांचे दोन भाते, पांचजन्य शंख आणि नंदक खड्ग... सगळं काही दारुकाच्या डोळ्यांसमोर कृष्णाला प्रदक्षिणा घालून सूर्यनारायणाच्या दिशेनं निघून गेलं! दारुकाच्या डोळ्यांत तीव्र वेदना उमटली... चिरवियोगाची! त्याच्या जीवना, धाराचं जीवन आता किती घटका, किती पळं उरलं होतं; ते दारुक जाणत होता... आणि स्वत: कृष्णही!

अर्जुन जेव्हा इथं येऊन पोहोचेल, तेव्हा कदाचित आपण नसू, हे कृष्णाला माहीत होतं. अर्जुनाच्या नशिबी आता फक्त उग्रसेन, देवकी आणि वसुदेवाला हे सगळं सांगण्याचं अवघड काम येणार... आपण गेल्यानंतर या सगळ्यांनाच वियोगाचं दु:ख सहन करायचं होतं.

स्वजनांचा चिरवियोग माणसाला केवढी पीडा देणारा असतो, हे प्रत्यक्ष ईश्वरालाही आता उमगायला लागलं होतं!

अर्जुनाला हिरण्य-कपिलेच्या त्या पटापाशी घेऊन यायला कृष्णानं दारुकाला सांगितलं. मानवदेहाच्या विसर्जनानंतर योग्य संस्कार व्हावेत, अशी कदाचित प्रभूची इच्छा असावी.

कृष्णाला स्वत:लाही मानवदेह सोडून जाण्याचं दु:ख तर असणारच. प्रेम, करुणा, भाव-भावनांची बंधनं त्यालाही खेचू पाहत होती, बांधू पाहत होती... प्रत्येक सामान्य मानवासारखी! न जाण्यासाठी अडवत होती ही बंधनं त्याला आणि या सर्व वेदनेच्या चक्रात गर्क कृष्ण विमनस्क होऊन, ध्यानस्थ राहून त्या अश्वत्थ वृक्षाखाली व्यथित हृदयानं बसला होता... द्रौपदीचे शब्द एकसारखे त्याच्या मन:पटलावर प्रतिध्वनी उमटवत होते.

आज जीवन जेव्हा महाप्रयाणासाठी सिद्ध झालं होतं, तेव्हाच या पूर्ण पुरुषोत्तमाच्या हृदयात काही अकल्प्य अपूर्णत्व खोलवर कुठं दुखवत होतं का?

ज्या स्थानावरून बलरामानं निजधामास प्रयाण केलं, तिथूनच आपल्याही आत्म्यानं परब्रह्मस्वरूपात विलीन व्हावं, या इच्छेनं की काय कोण जाणे, कृष्ण उठला आणि त्या भयानक वेदनेसह त्रिवेणी संगमाच्या रोखानं चालू लागला....

बलरामदादा त्याला जणू साद घालून बोलावत होता – 'चल ये, ये कान्हा...

जाण्याची वेळ आली. अरे, किती काळ झोपून राहशील? कान्ह्या, अरे, मी कधीची तुझी वाट पाहतोय रे! ऊठ... चल, ये माझ्याकडे....'

कोणत्या तरी अद्‌भुत बलानं उठून हिरण्य, कपिला आणि सरस्वतीच्या संगमाकडे कृष्ण जाऊ लागला. रक्त ठिबकत असलेल्या पायानं, हजारो विंचवांच्या दंशांची वेदना घेऊन कृष्ण संथ पण स्थिर पावलं टाकत होता. देहविसर्जनाच्या क्षणासाठी जणू त्रिवेणी संगम त्याला आपल्याकडे आकर्षून घेत होता.

बलरामदादाचं शरीर इथूनच निजधामास गेलं होतं. आता कृष्ण पण त्रिवेणी संगमाच्या याच पावन स्थळी देहविलयासाठी कटिबद्ध होता. जरा हळूहळू त्याच्या मागं-मागं चालला होता. सहज मागं वळून पाहिलं कृष्णानं, तसा जरा थांबला नि त्यानं हात जोडून प्रणाम केला. कृष्णाच्या मुखावर ते भुवनमोहिनी स्मित झळकलं, तो जराला म्हणाला, "बंधो, आता तू मात्र परत फिर. असं माझ्या मागं-मागं येऊन का स्वत:चा वेळ व्यर्थ दवडतोस?"

जराचे डोळे आसवांनी भरून गेले... "प्रभो, अगदी एकटे..." त्याही अवस्थेत कृष्णाला हसू फुटलं... "...बंधो, हे तर आता अखेरचं प्रस्थान आहे... त्यात साथ-सोबत कसली? ही तर एकट्यानंच करण्याची यात्रा आहे... तुझे खूप-खूप आभार!"

स्तंभित होऊन जरा कृष्णाकडे पाहतच राहिला.

कृष्ण परत चालू लागला... त्रिवेणी संगमाकडे. प्रत्येक पाऊल टाकताना त्याच्या मुखावर वेदना उमटून येई, नेत्र बंद होत; पण तरीदेखील पावलं तितकीच स्थिर आणि निश्चित पडत होती.

सावकाश-सावकाश त्रिवेणी संगमापर्यंत कृष्ण येऊन पोचला. तिथंही एका विशाल अश्वत्थाच्या छायेत देह आडवा करून कृष्ण पहुडला. समोर हिरण्य, कपिला, सरस्वती यांचं मीलन होत होतं. तिघी खळखळ वाहत होत्या. हिरण्य नदीचं किंचित निळसर, कपिलेचं हिरवटसं आणि सरस्वतीचं स्वच्छ, निर्मळ पाणी एकमेकींत मिसळून कृष्णाच्या दृष्टीसमोरून सागराकडे जात होतं... इथं पुण्यशाली नद्यांचा भव्य संगम झाला होता. अखेर नदीचं 'श्रेय' पण सागरच! आत्मा जसा अंशरूपानं परब्रह्मतत्त्वाकडे जातो, त्या परमतत्त्वात विलीन होऊन स्वत:च 'ब्रह्म' होतो, तशी नदी पण सागरात मिसळून स्वत: सागरच होते....

कृष्णानं नेत्र मिटले... वेदनेनं आणि अपार शांतीनं!

चारही दिशांतून 'अहं ब्रह्मास्मि'चा नाद गुंजत होता.... आणि, त्या अनंत ब्रह्मांडाचा एक अंश परत त्या ब्रह्मांडात विलय पावण्यासाठी तत्पर, आतुर होता!

अश्वत्थाखाली पहुडलेला कृष्ण कोणत्यातरी अकल्प्य, अद्‌भुत मनोवस्थेतून जात होता. स्वीकारापासून घेतलेला तो संन्यास होता... 'नेति' नव्हे, 'अस्ति' होती...

जरा कृष्णाला हलवून जागं करू पाहत होता.

"प्रभो! रक्त फार वाहायला लागलंय. मला घावावर औषध-पट्टी करू द्या. आत्ता जखम चांगली बरी होईल...."

कृष्ण थोडासा हसला.

"खरंच! आता सगळं चांगलंच होणार आहे... सगळ्यांचं...."

गुरू सांदिपनींच्या आश्रमात म्हटला जाणारा शांतिमंत्र कृष्णाच्या कानांत गुंजू लागला....

'अन्तरिक्षहि शान्तिः... वनस्पतयः शान्तिः।

पृथ्वीः शान्तिः, देवाः शान्तिः....॥'

आत आणि बाहेर, सर्वत्र शांती... सर्वत्र, चारी बाजूंना शांती! आता मन आणि शरीर– दोन्ही शांत होणार होतं!.... शांत... शांत!

बासरीचे सूर... कुठून, कसे कोण जाणे, कृष्णाच्या कानांत बासरीचे सूर गुंजन करू लागले. खळखळ करत वाहणारा समोरचा प्रवाह जणू यमुना बनून उसळ्या मारू लागला. यमुना तीरावरच्या गाढ वृक्षराजींतून आर्द्र, हिरवटसर हवा कुठून तरी वाहू लागली. मोरपिसांचा झुबकाच्या झुबका कृष्णाच्या शरीरावर पडत विखरून जाऊ लागला....

गोकुळातील गल्ल्या, गाईंच्या गळ्यांतील घंटांच्या मंजुळ नादासह जणू आपण होऊन कृष्णाच्या मिटल्या नेत्रांसमोर येऊन उभ्या राहिल्या. त्या जणू कृष्णाला म्हणत होत्या, 'ये रे कान्हा, इकडे परत निघून ये....'

सूर्याच्या उगवण्याबरोबरच येणारा पक्ष्यांचा किलबिलाट... गोकुळाच्या घराघरांतून उमटणारं गाईंचं हंबरणं नि गोकुळ-ललनांनी गायिलेल्या भूपाळ्या कृष्णाच्या कानांत घुमू लागल्या.

मातेच्या आवाजातल्या भूपाळ्या ऐकू येताच 'चला, गाईंना चरायला घेऊन जायची वेळ झाली, असं वाटून कृष्णानं मिटले नेत्र उघडायचा प्रयत्न केला... खूप प्रयत्न केला... पण छे! डोळ्यांवर मणामणाचं ओझं ठेवलं होतं कुणीतरी. कृष्ण नेत्र उघडूच शकत नव्हता....

हिरण्य नदीच्या प्रवाहात, कृष्णाच्या मिटल्या नेत्रांसमोर जणू द्रौपदीचा चेहरा खळखळत होता... नि म्हणत होता, 'सख्या! तू दिलेलं सुख-दुःख, तू दिलेला मान-अपमान, तू दिलेलं जीवन आणि तूच दिलेला मृत्यू... सगळं स्वीकारून तुला समर्पित करतेय!'

द्रौपदीचा बाणेदारपणा, विजिगीषुवृत्ती, जीवनाबरोबर लढण्याची आणि परत-परत हरल्यावरही पुन्हा उभं होऊन लढण्याची ती अद्‌भुत शक्ती... या सर्वांबद्दल कृष्णाच्या मनात एक विलक्षण आदर होता. द्रौपदीचं 'स्वत्व' हीच तिची शक्ती, तिचं व्यक्तित्व होतं आणि अशी विलक्षण स्त्री जेव्हा समर्पित होते, तेव्हा ती काय अर्पू शकते याची कृष्णाला पुरेपूर कल्पना होती....

आणि... पहिल्यांदाच कृष्णाला वाटलं, 'या स्त्रीनं अर्पण केलेलं सर्व, खरंच मी... स्वीकारू शकेन? इतकं विराट, इतकं भव्य समर्पण स्वीकारायला योग्य आहे मी? एक व्यक्ती स्वतःचं 'स्वत्व', स्वतःचं व्यक्तित्व समर्पित करते; तिला परत द्यायला माझ्याजवळ आहे काय? मी स्वतःच अंतिम प्रयाणाकडे निघालो आहे... माझ्यापाशी वेळच कुठं उरलाय समर्पण स्वीकारायला? आणि तरीदेखील तिनं अर्पण केलेलं सर्वच माझ्या छातीवर बसलंय... एक भार बनून!

'सखे, का? कशासाठी इतका मोठा भार टाकतेस माझ्यावर... या प्रयाणाच्या क्षणी?...' कृष्णाच्या मुखातून प्रश्न तर बाहेर पडला नि तेजशलाका फेकणाऱ्या अग्निशिखेसारखे ते नेत्र, कृष्णासमोर काठोकाठ भरून वाहणाऱ्या सरोवरासारखे ओसंडून वाहू लागले.

'नाथ, माझ्या सहधर्मचारिणीच्या जबाबदारीत मी कुठं उणी पडले का?' एक प्रेमळ, सौम्य, शांत चेहरा कृष्णाकडे पाहत विचारत होता. कपिलेचा वेगवान प्रवाह कृष्णासमोरून वाहत येत होता नि खळखळाट उतावळेपणानं समुद्राला भेटायला जात होता. प्रश्न ऐकून निरुत्तर झाला होता कृष्ण. कपिलेच्या प्रवाहातला रुक्मिणीचा चेहरा अश्रुभरल्या डोळ्यांनी कृष्णाकडे पाहत होता... जणू जन्मजन्मांतराच्या प्रतीक्षेनंतर अजूनही तोच प्रश्न विचारून कृष्णाला भ्रमात टाकत होता.

'कशासाठी आर्यपुत्र? कशासाठी एवढा प्रचंड भार घेऊन... एकट्यानं उचलून निघालात... का? तुमच्याबरोबर तुम्ही मला येऊ दिलं नाहीत, हे एकवार समजू शकते... पण या प्रवासात कुठंतरी... केव्हातरी... क्षणभर माझ्यासाठी थांबला असतात तर?' रुक्मिणीच्या डोळ्यांत आक्षेपाचा भाव कमी, पण वेदनेचा मात्र अधिक होता. 'आर्यपुत्र, तुम्हाला कधीही अडवलं... रोखलं नसतं मी. तुमच्या मार्गातले काटे वेचून फुलं अंथरली असती. या अंधाऱ्या मार्गात मी स्वतः ज्योत बनून प्रज्वलित झाले असते... प्रभो, कशासाठी ही अवघड यात्रा एकटेच करत राहिलात? तुमची सहधर्मचारिणी' म्हणून कुठं उणी पडले का मी?'

इतके रिक्त, व्याकुळ नेत्र कृष्णानं या आधी कधीच पाहिले नव्हते. रुक्मिणीच्या त्या नेत्रांत खूप कोरडा, भकासपणाचा नि विरहाचा भाव पाहून कृष्ण विचलित झाला.

‘नाथ, धर्म, अर्थ, काम यांच्या मार्गावर मी तुमचा हात हाती धरून चालले आणि आता मोक्षमार्गावर मात्र एकटेच जाणार?’ अजूनही रुक्मिणी प्रश्न करत होती, पण कृष्ण सहधर्मचारिणीच्या प्रश्नांसमोर निरुत्तर झाला होता.

कृष्णाला त्याच्या हृदयावरचा भार वाढत चालल्यासारखा वाटत होता. या त्या स्त्रिया होत्या, ज्यांनी कृष्णाला सगळं सगळं दिलं होतं... आपलं स्वत्व, आपलं तत्त्व नि आपलं व्यक्तित्व... सर्व काही! कृष्णजीवनात स्वत:ला विलीन करून घेऊन जगल्या होत्या या स्त्रिया! आणि आज नेत्र का इतके सुन्न, शून्य होते? ‘आपण स्वत: त्यांना काहीच देऊ शकलो नव्हतो का?’ कृष्णाचं मन पराकोटीचं खिन्न झालं....

“तुला जेव्हा जेव्हा उदास, निराश वाटेल, एकटेपणा वाटेल, तू संभ्रमात पडशील तेव्हा माझी आठवण कर. डोळे मीट नि एक दीर्घ श्वास घे... मी तुझ्या अवतीभवती आहे, असंच तुला वाटेल. खरं तर मी तुझ्यापासून दूर होतच नाही... तूच जातोस दूर मला सोडून! पण कान्हा, एक गोष्ट मात्र ध्यानात ठेव... तुझ्या एकांतात, एकटेपणात किंवा संभ्रमात जे नाव तुला आठवेल नं, ते माझं असेल... केवळ माझंच! तू खुशाल मागं सोडून जा मला, मी तुझ्याबरोबरच असते. मला तसंच सोडून जाणं तुला अशक्य आहे. कान्हा, अरे, मी तुझ्या प्राणात, श्वासात वसते आहे... मोठ्ठा श्वास घे नि मार हाक मला... आहे नं तुझ्याशेजारीच?”

सरस्वतीच्या निर्मळ जळात दिसत होते दोन चंचल, अधीर डोळे... एकटक वाट बघणारे, रुसलेले, कृष्णमय झालेले, कृष्णाला समर्पित झालेले ते डोळे... कृष्णाला जणू विचारत होते,

‘अजूनही एकटाच जाशील मला सोडून? माझी वंचना करून? तुझ्याबरोबर मला येऊ दे रे, कान्हा. माझ्याशिवाय तुझ्या जीवनाचं वर्तुळ पुरं होणारच नाही. मी आहे तुझी कमनीयता, मी आहे तुझं संगीत, मी आहे तुझी छाया! छाया कधीतरी काया सोडून जाते का, कृष्णा?’

मिटल्या डोळ्यांनी कृष्ण अजूनही गोकुळच्या गल्ल्यांतूनच फिरत होता. गोपस्त्रिया घडे भरभरून दही विकायला मथुरेला जात होत्या. येता-जाता त्या यशोदामातेला वंदन करत. दही घुसळून लोणी काढणाऱ्या मातेच्या हातांतील काकणांचा किणकिणाट कृष्णाच्या कानांत जणू मधुरस ओतत होता. भल्या प्रात:काळी उठून, गाईंना चारा घालून, यशोदामाता आत्ताच लोणी काढायला बसली होती. रवी घुसळतानाचा एकधारी सूर साऱ्या घरात गुंजत होता. गोठ्यातल्या गाई जिभेनं चाटून, गळे घाशीत, तृप्त डोळ्यांनी वासरांवर मायेचा वर्षाव करत होत्या. वासरंही गोरस पिताना थकत नव्हती. त्यांच्या तोंडातून गळणारा सफेद फेस, ताज्या दुधाचा वास आणि लोणी घुसळताना रवीला बांधलेल्या घुंगरांचा नाजूक किणकिणाट... साऱ्या वातावरणात एक अद्भुत संगीत पसरत होतं.

ती रवी, मातेच्या हातांतली काकणं, पायांतले पैंजण, तिनं गायलेल्या भूपाळ्या आणि बासरीचे सूर... त्या पलीकडून कुणाचा तरी आवाज साद घालत होता,

'कान्हाऽऽ ए कान्हाऽऽ, काऽऽऽन्हा, कान्हा ऽऽऽऽ'

तिन्ही नद्या परस्परांत मिसळत कृष्णाच्या आठवणींतही सरमिसळ करत होत्या. सखी, पत्नी, प्रेयसी – साऱ्या एकमेकींत मिसळून जणू एकच एक अखंड स्त्रीत्व, संपूर्ण नारीपण समोर उभं करत होत्या. कृष्णाच्या साऱ्या जीवनात कृष्णमय होऊन जगलेल्या या स्त्रिया खऱ्या अर्थानं त्याच्या पूर्णत्वाला पूर्ण करत होत्या.

तीनही नद्या शेवटी सागरालाच जाऊन मिळत होत्या. सागराची विशालता, त्याची मर्यादा आणि त्याचा खारटपणा अखेरीस नद्यांनाही खारट करत होता.

कृष्णाच्या मनात आलं, 'विशालतेच्या आशेनं आपल्याजवळ आलेल्या या तिघींनाही आपल्या मर्यादांमुळे आपण पण खारटपणाच दिला होता?'

'मनुष्य अवतारात अनेक नाती, संबंध त्याला जन्मापासून प्राप्त होतात. आपले आई-वडील, भाऊ-बहीण ठरवण्याचा अधिकार माणसाला नसतो! परिवारातील इतर नातेसंबंधही मानव स्वत: ठरवू शकत नाही. परंतु त्याच्या जीवनातले तीन संबंध मात्र मनुष्य पसंत करू शकतो – प्रेयसी, पत्नी आणि मित्र! हे तीन संबंध मनुष्य स्वत: निर्माण करतो, त्यांचं भरण-पोषण करतो किंवा ते नष्टही करतो. आपल्या जीवनात आलेल्या प्रेमिका, पत्नी आणि सखी – तिघींना आपण काय देऊ शकलो होतो?'

ते तीनही चेहरे एकामागोमाग एक, आलटून-पालटून कृष्णाच्या स्मरणपटलावर उमटत गेले.

गोकुळ सोडून निघताना राधा म्हणाली होती, ''कान्हा, उगीच खोटी आश्वासनं नको देऊस. मी गोकुळ सोडणार नाही नि तूही गोकुळात परत येणार नाहीस...

कधीच! यमुनेचं हे पाणी, कदंबाच्या त्या डहाळ्या नि गोकुळातल्या वाटा कधीही तुला विसरणार नाहीत आणि मी तुझी कधीच आठवण करणार नाही... कधीच!''

आणि आपण तिला म्हटलं होतं, ''राधे! जे विसरलं जातं त्याची आठवण करायची असते... 'तू मला विसरशील' असं कधी होणारच नाही आणि मी तुला विसरलो, तर श्वास कुणाच्या आधारावर घेऊ शकेन?''

असंच एकदा द्रौपदीनं अचानक विचारलं होतं... ''एक विचार मनात येताच मी खूप रोमांचित होते... म्हणजे मी तुला कधीतरी विचारलं असतं की, 'तू माझ्यावर प्रेम करतोस की नाही? माझं स्थान तुझ्या जीवनात कोणतं? किंवा क्षणभर का होईना, तू माझी इच्छा धरलीस कधी?' तर तू काय उत्तर देशील?'' पण त्वरित स्वत:च उद्गारली, 'उत्तर नको देऊस सख्या, अजून मी तसं विचारलं नाही. कारण तुझं उत्तर ऐकल्यावर माझं मन आणि शरीर थाऱ्यावर राहणार नाही.''

त्यावर कृष्ण उत्तरला होता... ''माझ्याकडून उत्तर हवं असेल तर विचार. पण सखे, जे उत्तर अखंड विश्वासानं तुझ्या मनात धगधगत आहे, त्या प्रश्नाचं उत्तर मनाबाहेर इतरत्र शोधावं लागलं, तर मात्र तुझ्या 'सखा' म्हणण्याबद्दलच समस्या निर्माण होईल. सखे, उत्तर तुझ्या मनातच आहे, इच्छा होईल तेव्हा विचार – मला किंवा मनाला... आपण भिन्न नाही आहोत, सखी!''

रात्री मागून रात्री वाट पाहून-पाहून कंटाळलेल्या रुक्मिणीनं एका प्रसन्न क्षणी म्हटलं होतं, ''नाथ, मी द्वारकेच्या राजाबरोबर लग्न केलंय की, माझ्या प्रियकराबरोबर? ज्या प्रियकराला पत्र पाठवून केवळ श्रद्धेच्या बळावर सहजीवनाचं वचन दिलं होतं! नाथ, सदैव दुसऱ्याचीच चिंता कराल का? तुमच्या अर्धांगिनीचा विचार कधी करणारच नाही का? मला काय हवं... नको, माझ्या इच्छा-आकांक्षा काय आहेत याबद्दल तर तुम्ही कधी विचारलंही नाही....''

भुवनमोहिनी स्मित करत कृष्ण रुक्मिणीला म्हणाला होता, ''प्रिये! मी माझ्या अर्ध्या अंगाची काळजी करीन त्या वेळी उरलेल्या दुसऱ्या अर्धांगाचीही काळजी आपोआप घेतली जाणार. देवी, आपण द्वारकेच्या राजसिंहासनावर बसतो आणि सिंहासनावर बसणाऱ्याच्या मस्तकावरील मुकुटाला असंख्य काटे

असतात. मुकुट धारण करणाऱ्याला ते सतत रुतत असतात नि पाहणाऱ्याला दिसतो फक्त सुवर्णजडित राजमुकुट... त्याहून अधिक काही नाही.''

आश्चर्यचकित डोळ्यांनी रुक्मिणी कृष्णाला पाहतच राहिली. 'यांच्या नेत्रांत ही कसली वेदना होती? कसला खेद, कोणतं दुःख यांच्या तेजस्वी मुखावर सावलीसारखं दाटून आलं होतं?'

''देवी, सुवर्णमुकुटाचा भार पेलू शकेल अशाच मस्तकाला ताठ, उंच राहण्याचा अधिकार असतो! वैयक्तिक सुख-दुःख त्या सिंहासनाच्या पायात गाडली गेलेली असतात... तरच सिंहासनाचा पाया भक्कम, स्थिर राहू शकतो.''

इतकं बोलून कृष्णानं त्या प्रिय पत्नीला आलिंगनात बद्ध केलं होतं. आज पुन्हा एकवार रुक्मिणी कृष्णप्रेमात भिजून गेली होती.

गोकुळ सोडून येताना यशोदामाता कृष्णाला म्हणाली होती, ''नको जाऊस रे कान्हा, नको जाऊस. तुला मी अक्रुराबरोबर धाडणार नाही... अजून तर हृदय भरून मायाही केली नाही मी तुझ्यावर! माझ्या कुशीतून आत्ताच कुठं दूर झालायस नि तू लढणार त्या कंसाबरोबर? अन्यायाविरुद्ध? कशासाठी कान्हा? तुझ्या या आईची आधी काळजी कर... मी वृद्ध होईन, डोळे निस्तेज बनतील, तेव्हा माझा हात धरून मला कोण घेऊन जाईल? कोण मला सांभाळून, मायेनं यमुनेचं दर्शन करावयाला घेऊन जाईल रे? मला औषध-पाणी कोण देईल? माझ्या चितेला मुखाग्नी कोण देईल रे बाळा? कान्हा, नको रे जाऊस....''

यशोदेनं कृष्णाला छातीशी घट्ट धरलं होतं अन् स्फुंदून-स्फुंदून ती रडत होती.

आईच्या पाठीवरून फिरणारा कान्ह्याचा हात जणू सांगत होता, 'मी कुणाचा पुत्र नाही, कुणाचा प्रेमी नाही की पती नाही. मी केवळ माझं कार्य पूर्ण करायला आलो आहे आणि ते मला करायलाच हवं....'

यशोदामातेचे वात्सल्याने ओथंबलेले डोळे कृष्णासमोर तरळून गेले. कृष्णाला रागानं धपाटा देणारी माता, लोणी देणारी माता... कालिंदीच्या तटावर आक्रोश करणाऱ्या यशोदेचे डोळे आणि कृष्णासाठी झुरणाऱ्या देवकीमातेचे डोळे परस्परांत मिसळून कृष्णाच्या नेत्रकडांत अश्रू बनून तरळत होते.

कृष्णाला मथुरेला धाडताना यमुनातीरावर पाहिलेले नंदबाबांचे डोळे पुन्हा

एकदा कृष्णाच्या नजरेसमोर तरळू लागले. सुदाम्याचे, रुक्मिणीचे, सुभद्रेचे, द्रौपदीचे, अर्जुनाचे, शरशय्येवर पहुडलेल्या पितामह भीष्मांचे डोळे... कर्णाचे डोळे... भीमाच्या गदाप्रहारानं मांडी विदीर्ण झालेल्या दुर्योधनाचे डोळे....

कोणी, कधीही पाहिले नव्हते ते गांधारीमातेचे डोळे आज कृष्णाकडे रोखून पाहत होते... एकटक... आपल्या शापवाणीचे कृष्णाला जणू स्मरण करून देणारे... हो, गांधारीचा शाप!

सर्व डोळे एकानंतर एक कृष्णाला दोष देत, आक्षेपानं त्याच्या मिटलेल्या नेत्रांकडे पाहू लागले... उद्धवाचे अश्रू पाझरणारे डोळे आजही कृष्णाच्या नेत्रांसमोर अश्रूच ढाळत होते. भूतकाळातील क्षणांना स्वत:त सामावून घेत, अस्त पावणाऱ्या सूर्याबरोबरच त्या हवेत, त्या वातावरणात विलोप पावत आहेत, अशा अशारीर अनुभवांतून जणू कृष्ण जात होता.

...लोणी काढलेल्या डेऱ्याच्या खांबाला बांधलेला बाळकृष्ण जसा काही सुटकेसाठी यशोदामातेची अजीजी करत होता.

या सर्व घटना कृष्ण मिटलेल्या नेत्रांनी न्याहाळत होता!

रुक्मिणीच्या महालातल्या गवाक्षाजवळ, उद्धवाबरोबर घालवलेली ती संध्याकाळ आणि ती रात्र... आपल्या शरीरात वितळून जाते आहे, असं कृष्णाला वाटलं.

कृष्णानं निश्चय तर केला होताच, पण तो योग्य समयाची प्रतीक्षा करत होता.

...आणि एके दिवशी योग्य समय पण निश्चित झाला!

कृष्ण सहज त्याच्या महालाच्या गवाक्षापाशी उभा होता. समोर सूर्य अस्ताचलाला जात होता. त्याची केशरी किरणं सायंकालीन आकाशाला संपूर्ण व्यापून टाकत होती.

अस्तास जाणारा सूर्य बघता-बघता कृष्णाच्या मनात अचानक एक विचारशलाका चमकून गेली... कृष्णानं निश्चय केला..., आता अधिक समय वाया न घालवता दुर्वासांची शापवाणी प्रत्यक्षात आणायची.

सूर्य जसा निश्चित वेळी उगवतो, निश्चित वेळी अस्तास जातो; तसा मानवी देहानं पण योग्य वेळीच या विश्वाचा निरोप घ्यायला हवा. कृष्णाच्या कानांत त्याचेच शब्द घुमू लागले....

'कालोऽस्मि लोकक्षयकृत् प्रवृद्धो
लोकान्समाहर्तुमिह प्रवृत:।
ऋतेऽपि त्वां न भविष्यन्ति सर्वे

येऽवस्थिता: प्रत्यनिकेषु योधा:।।'

देवतांनी धाडलेला दूत गुप्त वेषात येऊन कालच तर कृष्णाला भेटला होता. वसू, आदित्य, अश्विनीकुमार, मरुत, रुद्र तसंच सर्व देव-देवतांनी दिलेला संदेश त्यानं कृष्णाला सांगितला... ''प्रभो! तुमचं कार्य तुम्ही पूर्ण केलं आहे आणि तरीही तुम्हाला पृथ्वीलोकात राहण्याचा आनंद वाटत असेल, तर अवश्य राहा... प्रभो, मी केवळ सेवक... समयाचं भान करून द्यायला आलोय!''

कृष्ण म्हणाला होता, ''यादवकुलाचा संपूर्ण विनाश होत नाही तोपर्यंत या पृथ्वीवरचा भार कमी होणार नाही. 'यदा यदाहि धर्मस्य, ग्लानिर्भवतिभारत... अभ्युत्थानधर्मस्य तदात्मानं सृजाम्यहम्' ही गोष्ट अद्यापि अपूर्ण आहे. माझ्याबरोबर अवतरलेला माझा प्रत्येक अंश त्याच्या मूळ स्थानी परत पाठवल्याशिवाय मला हा पृथ्वीलोक सोडता येणार नाही. विश्वकर्म्यानं निर्माण केलेली मृत्यू, वृद्धत्व, दु:ख आणि रोगरहित पृथ्वी मी समुद्राला अर्पीन आणि त्यानंतरच मी निजधामाला परत येईन.''

संदेश घेऊन दूत स्वर्गलोकी परतला.

कालाच्या निश्चित बंधनांचा तो स्वीकार होता!

महाकालाच्या स्वागताचा आणि मानवी देहाच्या विलयाचा विरल अद्भुत क्षण होता तो!

दिवस नाही... नाही रात्र, संध्याकाळ... संधिकाल!

त्या रात्री समुद्र पुरेपूर भरतीच्या उन्मादात होता. समुद्राच्या लाटांवर लाटा भयानक ध्वनी करत एकापाठोपाठ एक तटावर आदळत, फेस बनून, चूरचूर होत विखरत होत्या. ती रात्र अधिकच काळी विलक्षण शांत, जणू भविष्याला स्वत:च्या उदरात लपवीत अधिक संभ्रमित करणारी होऊन साऱ्या द्वारकेवर पसरत होती. सरत्या सायंकाळी पट्टराणीच्या महालाच्या गवाक्षात कृष्ण उभा होता... अगदी एकटा!

घटकान् घटका एकटं बसणं, चिंतन करणं – ही गोष्ट कृष्णाला नवी नव्हती. रुक्मिणी लग्न होऊन द्वारकेत आली त्या दिवसापासून तिनं जणू सवयच लावून घेतली स्वत:ला... घटका न् घटका ध्यानमग्न बसणाऱ्या कृष्णाला पाहण्याची.

एकान्त आणि एकटेपण यांत रुक्मिणीच्या दृष्टीनं फारसं अंतर नव्हतं. कृष्णाची वाट बघत बसणं, हे जणू द्वारकेच्या महाराणीच्या नशिबातच होतं.

रुक्मिणी अतिशय बुद्धिमान होती. शास्त्रांचा, राजनीतीचा तिचा अभ्यास, तिला 'विदुषी' म्हणता येईल, इतका सखोल होता. तिच्या पित्यानं – कुंडिनपूरच्या

महाराजांनी – पुत्र रुक्मी आणि कन्या रुक्मिणी यांच्या पालन-पोषणात कोणताच भेदभाव केला नव्हता. शस्त्र-अस्त्र, राजनीतीचं पूर्ण शिक्षण त्यांनी या दोघाही भावंडांना दिलं होतं.

काही काही वेळा रुक्मिणीला वाटायचं, 'आपण इतर सामान्य स्त्रीसारख्या असतो, इतक्या विदुषी नसतो, तर फार बरं झालं असतं.' विचार करून-करून रुक्मिणीचं मन थकून जायचं. कृष्ण असाही तिच्यासोबत फार कमी वेळा असायचा आणि असायचा तेव्हा गोष्टी व्हायच्या राजनीतीच्या. मग केव्हा केव्हा रुक्मिणी लज्जा दूर सारून कृष्णाला ऐकवायची... "नाथ, माझ्याशी प्रेमाच्या गोष्टी करा ना. अहो, मी तुमची पत्नी आहे, राजसभेतली मंत्री नाही!"

अगदी कालच, संपूर्ण रात्र, या प्रासादाच्या भव्य दालनात संपूर्ण रात्र ती जागी होती. एकेक दालन, एकन् एक गवाक्ष, एकन् एक द्वार नि द्वारपाल तिच्या शाश्वत प्रतीक्षेचे साक्षी होते... कित्येक वर्षांपासून... तिच्या महालात रात्रभर जळणारे दिवे पाहून आता त्यांना त्याचं नवलही वाटेनासं झालं होतं.

त्याची सतत वाट पाहणं नि तो न आल्यामुळं येणारी निराशा आता सगळ्यांना ठाऊक झाली होती.

द्वारकेतील एकेक मार्ग, प्रत्येक नगरजन, एकेक प्रासाद नि एकेका मंदिरातील देवी-देवता तिच्या डोळ्यांत दिसणाऱ्या जागरणाची कथा जाणून होते.

कुंडिनपुराचा वृक्षराजींनी वेढलेला हिरवागार प्रदेश, वीणा आणि भद्रा नद्यांच्या लहानशा त्रिकोणाकार मुखप्रदेशाच्या, हिरवाईनं युक्त अशा विदर्भातून ती जेव्हा पहिल्यांदा द्वारकेला आली; तेव्हा ती कृष्णाची पट्टराणी झालेली नव्हती, पण सोळा वर्षांची मुग्ध वधू होती! कृष्णाच्या प्रेमात अंध, कृष्णाच्या आकर्षणात आकंठ बुडालेली! त्याच्या नेत्रांत, भुवनमोहिनी हास्यात नि त्याच्या खळाळत्या आवाजात पार वाहून जाणारी... भीष्मक कन्या रुक्मिणी!

पयोष्णी नदीच्या तीरावर वसलेलं कुंडिनपूर नगर, हस्तिनापूरच्या दक्षिणेला होतं. कुंडिनपुराच्या मार्गावर, रथातून कृष्णानं जेव्हा रुक्मिणीकडे हात लांबवला तेव्हा पळभर तिनं डोळे मिटले... कुलदेवतेची प्रार्थना केली नि...

...दुसऱ्याच क्षणी स्वत:चा हात तिनं गोविंदाच्या हातात दिला. फूल उचलावं इतक्या कोमलतेनं कृष्णानं तिला उचलून रथात घेतली नि रथ विद्युद्वेगानं पाहता-पाहता दूर गेला, पार दिसेनासा झाला.

रुक्मिणीनं गोविंदाच्या हातात हात दिला तो क्षण तिच्यासाठी अभंग श्रद्धेचा,

समर्पणाचा क्षण होता. त्या क्षणापासूनच आता गोविंद तिचा पती, तिचा ईश्वर, परमप्रभू होता!

कृष्णाच्या हातातून रुक्मिणीला सोडवून परत आणण्याची प्रतिज्ञा करून रुक्मी – तिचा बंधू – विदर्भ सोडून त्याच्या पाठलागावर होता. त्यानं श्रीकृष्णाला आव्हान देऊन त्याच्यावर जबरदस्त आक्रमण केलं होतं. पण कृष्णानं मात्र त्याचा पराभव केल्यानंतर त्याला जीवदानच दिलं होतं.

बोटांत फूल धरावं तितक्या नाजुकतेनं आपला हात धरणारा तो रसिक प्रियकर!

विदर्भाच्या त्या विशाल सेनासागराबरोबर लढून, स्वत:ला श्रेष्ठवीर समजणाऱ्या भावाला थोड्याच अवधीत पराजित करणाऱ्या त्या आजानुबाहू... पहाडासारखी विशाल, भक्कम छाती असणाऱ्या, सिंहासारखा कटिप्रदेश असणाऱ्या नि विशाल-तेजस्वी नेत्र असणाऱ्या त्या अलौकिक पुरुषाबरोबर आपण विवाह केला होता... केवळ या गोष्टीनंच रुक्मिणीचं हृदय गदगदून आलं.

त्याच्यासोबत ती द्वारकेच्या सागरतीरावर उतरली होती. बरंच काही तिच्या कानांवर पडलं होतं त्या सुवर्णनगरीबद्दल! आज ती अद्भुत नगरी डोळ्यांनी पाहिल्यावर आश्चर्यानं ती थक्क झाली होती! चांदी पसरल्यासारखी वाटणारी, बारीक, उष्मा देणारी इथली रेती... तीरावर उतरताच मूठ भरून घेतलेली उबदार, सफेद रेती सर्ऽर्र्ऽ करत तिच्या मुठीतून सरकून गेली नि बारीक-बारीक कणांचा हवेतच काही आकार बनत लुप्त झाली.

तिच्या स्वामीनं मागे वळून पाहिलं नि तो प्रसन्न हसला... विलक्षण मधुर-मोहक, तेच... तेच... ते सर्वांना मोहित करणारं स्मित!

तेव्हा नाही लक्षात आलं की ती रेतीभरली मूठ नव्हती... तिनं जणू काळालाच आपल्या मुठीत पकडलं होतं... तो मुठीत राहिला नाही नि निसटून गेला बघता-बघता!

कोणत्या वर्षी, कुणास ठाऊक? थोडा-थोडका काळ नव्हता तो. विधिवत विवाह करून कृष्ण तिला या महालात घेऊन आला होता.

...पण स्वत:च्या महालातली ती पहिली रात्र आणि आजची रात्र... दोन्हींत काहीही फरक नव्हता.

त्या रात्रीही कृष्ण आलाच नव्हता नि आज आलाय तर जवळजवळ नसल्यासारखाच.

आजही डोळ्यांसमोर येते, लग्नाची ती पहिली रात्र!

महालातली ती पहिली रात्र अनेक स्वप्नांची रात्र होती. फुलांच्या लांबलचक भरदार माळा, अनेकरंगी फुलांच्यापाकळ्यांनी सजवलेली रांगोळी, अत्तराच्या दिव्यांनी सुगंधित अशी ती दालनं आणि रेशमी चादरीनं आच्छादलेला तो भव्य मंचक.

जन्मजन्मांपासून या रात्रीची तिनं प्रतीक्षा केली होती. सागरकिनाऱ्याकडून भणाणत येणाऱ्या वाऱ्याबरोबर आपटणारी उघडी दारं... गवाक्षांची, झरोक्यांची

दारं... इतस्ततः उडणाऱ्या फुलमाला नि त्याबरोबर 'ते आले... ते आले'चा होत राहणारा आभास. रेशमी पडद्यांच्या किणकिणणाऱ्या घंटिका तिला जणू बासरीच्या सुराप्रमाणे वाटत होत्या.

....पण त्याची प्रतीक्षा, अखेरपर्यंत प्रतीक्षाच राहिली!

छातीवर वैजयंती रुळत असलेला, मोरमुकुट धारण करणारा तिचा प्रियकर अखेर आलाच नाही!

द्वारकेच्या सागरतटावर, रेतीत कुठली तरी नौका फसली होती. कृष्ण ती बाहेर काढायला गेला... तिच्या जीवननौकेला प्रतीक्षेच्या खोल सागरात लोटून – तिला एकटीला... अगदी एकटीला सोडून.

तिच्या लग्नाची पहिली रात्र होती ती!

इतकी तपश्चर्या केल्यानंतरही तिच्या ईश्वराला तिनं प्राप्त करून घेतलंच नव्हतं... तिला समजलं ते.

तिला उमजलं होतं... तिचा प्रियकर, तिचा पती तिचा एकटीचा नव्हता. त्याचा वेळ आणि तो स्वतःसुद्धा सर्वांचा होता. आधी इतर सर्वांचा नि जर उरला, तर तिचा!

कृष्ण तिचा पती होता नि ती होती द्वारकेची पट्टराणी! खरं तर तिनं हे असलं काही अपेक्षिलंच नव्हतं.

ती पहिलीच नव्हती....

...अन् शेवटची पण नव्हती. ती कृष्णावर प्रेम करत होती, त्याची इच्छा धरत होती, त्याच्या चरणी समर्पित झाली होती; तरीही ती एकटीच नव्हती. त्याच्याबद्दल अशा भाव-भावना असणारी ती एकटीच नव्हती. सगळं गोकुळ, सगळी द्वारका, सगळं हस्तिनापूर, इंद्रप्रस्थ, एकूण एक यादव, कुंतीमाता, पांडव, ज्येष्ठ बंधू बलराम, देवकीमाता, सुभद्रा, उद्धव, अक्रूर, विदुर, महर्षी नारद आणि... आणि... आणि....

रुक्मिणीच्या हृदयाचा एक ठोका चुकला नि मोठ्या प्रयासानं ओठांवर नाव आलं... राधा!

किती जणांची, कुणाकुणाची नावं घेणार ती? सगळेच्या सगळे कृष्णमय, कृष्णाला समर्पित, कृष्णात लीन झालेले!

कृष्ण पण या सगळ्यांसाठी आपले प्राण द्यायलाही मागं-पुढं पाहणारा नव्हता. शिशुपालाबरोबर होणाऱ्या विवाहातून स्वतःला वाचवण्यासाठी तिनं जसं कृष्णाला पत्र पाठवलं होतं तसे सर्वच जण स्वतःच्या अडचणीत, दुःखात कृष्णाचं स्मरण करत नि कृष्ण सर्वांच्या साह्याला अगदी तत्परतेनं धावून जाई.

रुक्मिणीची सतत तक्रार असायची... ''माझ्यासाठी, माझ्या भावनांसाठी, माझ्या हव्या-नको इच्छांसाठी, माझ्या स्वप्नपूर्तीसाठी त्यांना क्षणभराचा – वेळतरी कुठं होता!''

आजदेखील लोकांच्या तोंडी 'राधा-कृष्ण' असंच नाव येई, कुणी 'रुक्मिणी-कृष्ण' म्हणतच नव्हतं.

खूपदा रुक्मिणीच्या मनात विचार डोकावत असते – 'असं का? पत्नी आहे मी कृष्णाची... द्वारकेची पट्टराणी आहे मी. विवाह करून कृष्ण मला घेऊन आला आणि तरीही... असं का?'

काही वर्षांपूर्वी घडलेला प्रसंग रुक्मिणीला आठवला....

कृष्णानं एकदा तिच्या महालातच जन्माष्टमी साजरी करायचं वचन तिला दिलं होतं.

दिवसभर चाललेल्या उत्सवाच्या धामधुमीतून मोकळा होऊन कृष्ण आला.. खरंच आला!

त्या दिवशी कलत्या सांजवेळी रुक्मिणीनं सुवर्णाची बासरी भेट दिली कृष्णाला. हिरेमाणकं नि नीलमण्यात कोरलेले मोर-पोपट जडवलेली. एका टोकाला दोन रेशमी झुबके डोलत होते.

क्षणभर रुक्मिणीकडे कृष्ण एकटक पाहत राहिला नि ते दोन नेत्र रुक्मिणीमधून असे आरपार निघून गेले की....

कृष्णानं ती बासरी बाजूला ठेवली आणि शेल्यात बांधलेल्या पांचजन्य शंख हातांत घेतला आणि अशा विलक्षण वेदनाभरल्या आवाजात फुंकला....

....तो ध्वनी आठवताच रुक्मिणी आजही कानांवर हात ठेवते. तिच्या डोळ्यांसमोर येतात माधवाचे अश्रुभरले नेत्र नि ऐकू येतो पांचजन्याचा तो वेदननं भरलेला ध्वनी!

पिंपळाखाली पहुडलेल्या कृष्णाला आज पण पांचजन्य फुंकताना झालेल्या तीव्र वेदनेचं स्मरण झालं.

फसवणूक झाल्याचा... वेगळं, अलग राहिल्याचा भाव त्या वेळी रुक्मिणीच्या डोळ्यांत होता... तेच डोळे कृष्णाच्या मिटल्या नेत्रांसमोर परत-परत तरळू लागले.

बासरी पाहून हृदयात कळ उठली होती, हे सत्य होतं. हे आपल्या प्रिय पत्नीला कसं समजावू?

पण ती कळ, वेदना... बासरीशी जोडल्या गेलेल्या राधेच्या आठवणीची नव्हती... भविष्यात होणाऱ्या भीषण संग्रामाची होती.

श्रावण मासाच्या कृष्णपक्षातल्या त्या अष्टमीच्या सांजवेळी कृष्णाच्या मनात, कार्तिकी पौर्णिमेच्या दिवशी घडणाऱ्या त्या भीषण घटनांचे आवाज घुमू लागले होते.

आजच्या उत्सवाच्या आनंदातही, येऊ घातलेल्या भीषण संहाराची भुतावळ कृष्णाच्या नेत्रांसमोर नाचत होती. हत्तींचे भीषण चीत्कार, अश्वांचं भयंकर खिंकाळणं नि थयथयाट....

आणि त्याच्या प्रिय सहधर्मचारिणीनं त्याला भेट म्हणून बासरी दिली होती. खरं म्हणजे, बासरीच्या रूपात ती त्याला 'जीवनराग'च देत होती!

बासरीचं ते अद्भुत संगीत जणू कृष्णाच्या बालपणातील त्या शुद्ध, निर्मळ, पवित्र दिवसांचं स्मरण होतं... पण त्या संगीतात एकटी राधाच नव्हती... यशोदामाता, नंदबाबा होते... बलरामदादा आणि कितीतरी गोपसखे होते. यमुनेचा तट नि गर्द वनराई होती, दंगा-मस्ती होती.

आनंद होता, जणू उत्सव होता.

हे सर्व आठवून त्यानं पांचजन्य फुंकला होता. विक्राळ महाकालाची वाणी आता दाही दिशांत घुमणार होती... असंख्य मरणप्राय किंकाळ्यांनी, येणाऱ्या असंख्य रात्री निद्राहीन होणार होत्या.

असंख्य स्त्रिया विधवा आणि बालकं अनाथ होणार होती.

तो स्वत:? ...तो स्वत: या सर्व भयानकतेचा साक्षीदार राहणार होता... फक्त साक्षीदार! ते त्याचं निहित कर्म होतं, अपरिहार्य भविष्य होतं!

अशा वेळी त्याची पत्नी सुवर्ण बासरीची भेट देत होती त्याला....

...आणि, आत्ता, या क्षणी, इतक्या वर्षांनंतर रुक्मिणीच्या वेदनेनं – व्याकुळ नजरेनं – कृष्णाच्या नेत्रांत अश्रू उभे केले.

त्या घटनेची आठवण येताच रुक्मिणीच्या मनात आजही राधेबद्दल असूया उत्पन्न झाली.

'मी यादवकुलाची भाग्यलक्ष्मी, सिंहासनाधिष्ठित द्वारकाधीशाची पट्टराणी... पण कृष्णप्रिया मी नाही, तर राधा! मी सखी पण नाही, तर ती द्रौपदी! क्षणात रुसणारी, रागावणारी... आणि मग कृष्ण जिची आर्जवं करायचा – अनुनय करायचा – ती सत्यभामा पण मी नाही... कृष्णाच्या हस्तस्पर्शानं सौंदर्य मिळालेली कुब्जा की सौंदर्यवती बनलेली त्रिवक्रादेखील मी नाहीच नं?

'कृष्णासाठी प्राणत्यागही करतील त्या चारुहासिनी शैब्या नि जांबुवान कन्या जांबवती – पण मी तर नाहीच!'

'तर, मग मी कोण? ...कृष्णजीवनात कोणतं स्थान माझं? कृष्ण तर साक्षात ईश्वर... अर्जुनाला गीतोपदेश सांगणारा, विश्वरूपाचं दर्शन करविणारा, मातेला मुखात ब्रह्मांडदर्शन घडविणारा, गोवर्धनधारी, कुरुक्षेत्रातला सारथी! पण मी तर सामान्य स्त्री. पती म्हणून मी 'माझ्या कृष्णाला' मागितला होता....'

'...जो प्रेम करेल, चिडेल... रागावेल, रुसेल आणि मनधरणी पण करेल, असा पती. सूर्य अस्ताला जाताच घरी परतेल नि रात्री... रात्री मला दृढ बाहुपाशात जखडून टाकेल, असा पती. उत्कट रतिक्रीडेनंतर पहाटेच्या समयी ज्याला मी माझ्या निकट पाहीन, असा पती!'

'या काही माझ्या फार मोठ्या अपेक्षा नव्हत्या आणि तरीही....'

रुक्मिणीची नजर समोर गेली.

गवाक्षापाशी कृष्ण काहीसा विचारमग्न उभा होता. त्याची रुंद पाठ न्याहाळताना त्याची पट्टराणी पण विचारात गढली.

'विवाह प्रसंगीच्या श्लोकांत पत्नीला 'सहधर्मचारिणी' म्हणण्यात येतं... 'सहधर्मचारिणी'! किती फसवणूक आहे या शब्दात! धर्मकार्यात बरोबरीनं चालणारी... ती 'सहधर्मचारिणी....'

'नि धर्म काय? वाट बघत राहणं? की आपल्याच मार्गानं चालणारा कृष्ण कधी साद घालेल याची वाट बघत त्याच्या मार्गात उभं राहणं?'

सरत्या सायंकालपासून कृष्ण त्याच्या पट्टराणीच्या महालाच्या गवाक्षापाशी एकटाच उभा होता.

'काय विचार करत असेल गोविंद...?' परत एकदा तोच विचार रुक्मिणीला सतावत होता. कुरुक्षेत्राच्या त्या भीषण संहारानंतर कृष्ण असाच, घटकान् घटका शांत राहून अस्तास जाणाऱ्या सूर्याकडे नजर लावून बसे. त्याच्या या मौनाची आता रुक्मिणीला सवय झाली होती. पण आजचं मौन...? आजचं मौन, तो एकांत

बुचकळ्यात टाकणारा होता. कोणत्या तरी अमंगळ घटनांच्या सावल्या कृष्णाच्या नेत्रांत समुद्राच्या लाटांसारख्या उसळत, चूरचूर होऊन विखरत होत्या. रात्रीचा दुसरा प्रहर उलटला नि आता मात्र रुक्मिणीचा धीर संपला. उद्धवाला बोलावून आणण्यासाठी तिनं दासीला पाठवलं.

रुक्मिणीचा निरोप मिळताच, एवढ्या रात्रीदेखील क्षणाचाही विलंब न करता उद्धव महालात आला.

काळ्या रात्रीत मिसळून जाणारी, एकट्या बसलेल्या कृष्णाची सावळी आकृती दोघांनी निरखली. कृष्णाची पाठ पाहून, कसा कोण जाणे, भविष्यातल्या घटनांचा आक्रोश उद्धवाला ऐकू आला... खांदे योद्ध्यासारखे सदैव खेचलेले, विशाल छाती नि ती संगमरवरासारखी भासणारी पाठ, सिंहासारखी कटी, त्यावरचा कटिबंध... पीतांबर....

उद्धवाच्या हृदयाचा ठोका चुकला. कधी नाही ते आज त्याला वाटलं... 'आपला श्वास, प्राण असलेल्या प्रिय प्रभूला, प्रिय सख्याला आता पुन्हा पाहू नाही शकणार...'

कृष्णाच्या मौनात उद्धव क्वचितच अडथळा आणायचा. पण आज मात्र मनातल्या विचारांच्या तांडवासह उद्धव गवाक्षापाशी पोचला. त्यानं कृष्णाचे पाय धरले. डोळ्यांत अश्रूंचा महापूर होता.

"प्रभोऽऽ! प्रभो, ही काय लीला आहे? का मला असं दु:खी करता?"

हवेत ओलसर असा सपकारा आला... त्यानं कृष्णाचं उत्तरीय उडून उद्धवाच्या मस्तकावर पसरलं गेलं. हलकेच कृष्णानं उत्तरीय बाजूला ओढून घेतलं नि फूल उचलावं इतक्या हळवेपणानं उद्धवाच्या खांद्याला धरून उभं केलं... त्याला घट्ट बाहुपाशात घेतलं. उद्धव धाय मोकलून रडू लागला. थेट नाभीपासून... गदगदून. येणारा कोणता तरी एक क्षण उद्धव जणू आत्तापासून अनुभवत होता.

"प्रभो, काय होतंय हे? कशासाठी होतंय?" गळा दाटून येऊन उद्धवानं विचारलं.

अतीव उत्कटतेनं कृष्णानं उद्धवाच्या मस्तकावरून हात फिरवला. हिमालयाची शीतलता उद्धवाच्या रोमारोमांत पसरत गेली. उद्धवानं कृष्णाच्या नजरेला नजर भिडवली... कृष्णाचे नेत्र काहीसे ओलावले होते... बहुधा!

"काय?...." काहीसं स्मित करून कृष्णानं विचारलं.

प्रश्नभरल्या डोळ्यांनी उद्धव बघत राहिला. कितीतरी प्रश्न, जणू सागराच्या लाटांसारखे, त्याच्या ओठांवर आदळत होते. क्षणापूर्वी त्याच्या मनात आलेला विचार खरंच आला होता, का काही भास होता की भविष्यातल्या क्षणाची चाहूल होती? अश्रूंच्या पडद्यामागून उद्धव कृष्णाला एकटक न्याहाळत होता. यमुनाच

जणू त्याच्या डोळ्यांतून वाहत होती.

कृष्णानं उद्धवाचा हात हातांत घेतला. मनात काही निर्णय घेत असावा, अशा विचारात डोळे क्षणभर मिटले, ओठ दातांखाली दाबले. काही क्षण तो तसाच उभा राहिला, उद्धवाचा हात कुरवाळत....

मग हिमालयाच्या गुहांतून यावा तसा एक खोल, घनगंभीर आवाज रुक्मिणीच्या महालात घुमला....

"आता वेळ थोडा उरलाय. तू बद्रिकाश्रमाकडे निघून जा. यादवांचा संहार आता निश्चित आहे. द्वारकेच्या उंच महालाचा सुवर्णकलश सागराच्या लाटा आपल्या उदरात सामावून घेतील तेव्हा तू हिमालयाच्या कुशीत सुख-शांतीत असावंस, अशी माझी इच्छा आहे."

उद्धवाला वाटलं – हाच त्याचा अंतिम क्षण आहे! त्याचा प्रिय सखा, ईश्वर, त्याचा साक्षात प्राण हे काय सांगत होता? कृष्ण नसणार? मग असेल तरी काय? हिमालयाकडे अथवा बद्रिकाश्रमाकडे कशासाठी जायचं? कृष्णाविना जग म्हणजे उद्धवासाठी नरकापेक्षाही भयानक होतं.

उद्धवाचं मस्तक परत एकवार कृष्णाच्या चरणांवर झुकलं....

थोड्या अंतरावर उभी रुक्मिणी हे सर्व पाहत होती. कृष्णाचे अश्रुभरले नेत्र थोड्याशा प्रकाशातही चमकत होते. रुक्मिणीला वाटलं – असंच धावत जावं नि कृष्णाला घट्ट आलिंगनात घ्यावं. कसल्या दुःखानं तिच्या स्वामींचे नेत्र पाणावले होते, ते उमजत नाही तोवर आता रात्री जागूनच घालवायच्या होत्या.

कितीतरी वर्षे, कित्येक दिवस आणि रात्री कृष्णाबरोबर, कृष्णात सामावून, कृष्णमय होत रुक्मिणीनं घालवल्या होत्या. ती ज्या कृष्णाला नखशिखान्त ओळखत होती... त्याची आवड-निवड, त्याची सुखं-दुःखं, त्याच्या चिंता, आशा-आकांक्षा स्वतःच्या मानून जगली... त्या कृष्णाच्या अर्धांगिनीलाच तो कृष्ण, तो वासुदेव जणू कोणी अगदी परका, दुसराच कोणी त्रयस्थ वाटू लागला!

रुक्मिणीचं हृदय अधिक वेगानं धडधड करू लागलं... कोणती गोष्ट होती ती– जी आपला पती आपल्याला सांगू शकत नव्हता, पण उद्धवाजवळ बोलू शकत होता?

सात-सात राण्यांबरोबर संसार मांडणाऱ्या कृष्णाच्या या पट्टराणीला, आज पहिल्यांदा कृष्णावरचा आपला अधिकारभाव मनात जागृत होताना जाणवला होता.

चरणावर मस्तक झुकवलेल्या उद्धवाचे डोळे आपल्या आसवांनी कृष्णाचे चरण धुऊ लागले... "नाही प्रभो, नाही! मी कुठंही जाणार नाहीय.... तुमच्याशिवाय इतरत्र मी कुठंही राहूच शकत नाही."

"उद्धवा! अरे विसरलास? एवढ्यातच मी सांगितलेलं सर्व विसरलास?

अर्जुनाला कुरुक्षेत्रावर सांगितलेलं सर्व तुला परत ऐकवावं लागणार? अरे, ज्याला जन्म आहे, त्याला मृत्यूही निश्चित आहे उद्धवा!''

''हे प्रभो! मी पण जन्मलो आहे. मला... मला का म्हणून....'' उद्धवानं मध्येच अवरुद्ध आवाजात उत्तेजित होऊन विचारलं.

कृष्णानं फक्त स्मित केलं... त्या स्मितात उद्धवाच्या शेकडो प्रश्नांची उत्तरे सामावलेली होती. कुरुक्षेत्रावर उभय सैन्यांच्या मधोमध उभा केलेला तो रथ, त्याचा सारथी आणि त्या सारथ्याच्या मुखातून अवतरलेला तो गीतोपदेश – सर्व काही त्या स्मितात होतं.

''सगळ्याचा स्वीकार कर, उद्धवा! सुखाप्रमाणंच दुःखही स्वीकार. जन्म स्वीकारलास तसा मृत्यूचाही स्वीकार करणं, हाच तुझा धर्म आहे, उद्धवा! काळाच्या आज्ञेशिवाय, काळाच्या पलीकडे काहीही संभवत नाही. काळ हा महाकाल आहे... सर्वांना समान भावानं स्वीकारणारा महाकाल! आपले बाहू पसरवून तो महाकाल आज मला साद घालतो आहे... मला जावंच लागेल, उद्धवा.''

''आणि माझं काय, प्रभो? महाकाल माझा केव्हा स्वीकार करेल?''

''बंधो! काल कुणाच्याही ताब्यात नाही.'' कृष्ण करुणामय नजरेनं उद्धवाचा विषाद दूर करायला लागला. ''सुख दुःख समान मानणारा, यत्किंचितही द्वैतभाव, द्वेषभाव नसलेला माझा भक्त माझ्यावरच्या संपूर्ण श्रद्धेनं कोणत्याही परिस्थितीला माझा कृपाप्रसाद म्हणूनच स्वीकारतो.''

पावसाचा शिडकावा होऊन गेल्यानंतर स्वच्छ प्रकाश यावा, तसा उद्धवाचा चेहरा स्मितानं झळकला. पाणावलेल्या डोळ्यांनी, पण ओठांवर हास्य ठेवून गुडघे टेकून उद्धवानं अतीव श्रद्धेनं हात जोडले. कृष्णाच्या बोलण्याचा जणू संपूर्ण स्वीकार करून!

रुक्मिणी ते दृश्य पाहत राहिली....

'कृष्णानं उद्धवाला एवढ्या हळुवारपणे समजावलं, ते काय होतं?'

उद्धव सावकाश उभा राहिला. शरीर जणू आत्म्याशिवायचं आहे, अशा संथ गतीनं रुक्मिणीच्या महालातून बाहेर निघून गेला. कोणत्याही प्रसंगात रुक्मिणीला वंदन केल्याशिवाय अथवा 'शुभ रात्री' म्हटल्याशिवाय न जाणारा उद्धव आज तसाच चालला आहे, हे कसं शक्य आहे? आश्चर्यचकित होऊन, स्वतःसमोरून संथपणानं निघून जाणाऱ्या उद्धवाला रुक्मिणी पाहतच राहिली. त्याच्या चेहऱ्यावर एक अशारीर तेज होतं, ओठांवर स्मित होतं नि डोळ्यांतून मात्र अविरत अश्रुधारा वाहत होत्या.

रुक्मिणी त्वरेनं उद्धवाच्या मागे निघाली. पण उद्धव महालाच्या पायऱ्यांवरून नाही, तर जणू हवेतून चालत असावा इतक्या जलद महालाबाहेर गेला. द्वारपाल,

दास-दासी किंवा दुसऱ्या कुणालाही उद्धव ओळखतच नसावा, असे त्याचे डोळे कुठंतरी अनंतात जडले हाते... आकाशाकडे पाहत, येणाऱ्या त्या क्षणासाठी जणू आपलं काळीज तो घट्ट करत होता.

रुक्मिणी महालात परतली... अजूनही कृष्ण समुद्राकडे एकटक पाहतच होता.

रात्रीचा तिसरा प्रहर संपत आला होता. हळूहळू समुद्रही शांत झाला होता. त्याच्या लाटा आवाज न करता किनाऱ्यापर्यंत येऊन विरून जात होत्या. पूर्वेचं आकाश आता लालिमा धारण करू लागलं होतं आणि सूर्यनारायण येणाऱ्या दिवसाचा संदेश घेऊन उगवण्याच्या तयारीत होता.

आकाशात पसरणारा लालिमा कृष्णाच्या नेत्रांत प्रतिबिंबित होत होता. साऱ्या रात्रभराचं जागरण आणि काहीसा ओलावा एकत्र येऊन एक निराळाच रंग कृष्णाच्या नेत्रांत प्रगटला होता.

पुढं होऊन रुक्मिणी गवाक्षात उभ्या असलेल्या कृष्णाच्या बाजूला येऊन उभी राहिली. काही क्षण तसेच अबोल गेल्यावर तिनं हलकेच कृष्णाच्या खांद्यावर हात ठेवला.

मान वळवून कृष्णानं रुक्मिणीकडे पाहिलं... त्या चेहऱ्याला, त्यावरील भावांना, त्या नेत्रांना – त्यातल्या लालिम्याला, ओलाव्याला रुक्मिणी जणू जाणतच नव्हती. ज्या कृष्णानं रुक्मिणीकडे पाहिलं, तो कृष्ण....

तो कृष्ण रुक्मिणीचा पती वासुदेव नव्हता.

कुंडिनपुराहून रथातून ज्यानं आपलं हरण केलं, तो गोपाल हा नव्हता... ज्याच्याबरोबर रतिक्रीडेत धुंद होऊन रात्री घालवल्या, तो प्रियकर हा नव्हता... ज्याची ती पट्टराणी होती, तो द्वारकाधीश हा नव्हता... मग, कोण होता तो?

गोंधळलेल्या अवस्थेत रुक्मिणी कृष्णाकडे बघत राहिली.

'अकल्प्य, न उमजणारा भाव असलेला... परका, पण वेदनेत बुडालेला तो चेहरा कुणाचा होता?' रुक्मिणी स्वतःलाच विचारत राहिली.

"बोल." म्लान, क्षीण आवाजात कृष्ण म्हणाला.

"जे बोलायचंय, ते तुम्ही बोलायचं स्वामी." रुक्मिणी काहीशा तिरकस स्वरांत म्हणाली.

"मी? मी काय सांगणार तुला?"

"काय सांगितलंत उद्धवाला?"

“अस्सं! उद्धवाला सांगितलं, ते जाणून घ्यायचंय तुला?”

“व्यक्तिगत असेल तर नका सांगू. आग्रह नाही माझा.”

“आग्रह नसेल, पण जाणण्याची इच्छा तर आहे?” कृष्णाच्या मुखावर स्मित झळकून गेलं.

“का नसावी? तुमची अर्धांगिनी आहे मी, केवळ सुखातच नाही, तर दु:खातही...”

रुक्मिणीच्या पाठीवरून तिच्या खांद्यावर हात ठेवत कृष्णानं तिला जवळ ओढलं नि तिच्या अगदी कानाजवळ ओठ आणत उद्‌गारला....

“प्रिये! हा निकटतेचा सुंदर समय आता संपणार आहे... तुझा हा स्पर्श, सोबत, साथ इथपर्यंतचीच होती... कालानं परत एकवार साद घातली आहे... आपल्याला प्रयाण करायचं आहे.”

विस्फारलेल्या डोळ्यांनी रुक्मिणीनं कृष्णाकडे पाहिलं. त्याच्या चेहऱ्यावर ते नेहमीचं भुवनमोहिनी स्मित विलसत होतं!

कृष्णाचे खांदे धरून, गदगदा हलवत रुक्मिणीनं विचारलं – “म्हणजे? आपला मानवदेहधर्म पूर्ण झाला?”

“देवी, प्रत्येकाचा धर्म पूर्ण होतोच. पूर्णत्व हेच सत्य आहे आणि सत्याशिवाय कृष्ण होईलच कसा?”

“पण नाथ! प्रभो! हे एकमात्र सत्य आहे का?” रुक्मिणीच्या डोळ्यांत काहीशी अश्रद्धा प्रगटली. ज्याच्या बरोबर केवळ श्रद्धेच्याच बळावर हात पकडून आयुष्याचा मार्ग चालली, त्याच पुरुषाबद्दल आज प्रथमत:च तिनं शंका व्यक्त केली होती....

“काय... काय जाणता, प्रभो?”

अद्यापही कृष्णाच्या मुखावर ते स्मित होतं.

“प्रिये, माझी अर्धांगिनी आहेस तू. जाणल्याखेरीज आजपर्यंत मी काहीतरी सांगितलंय का?”

रुक्मिणीचे डोळे भरून आले. “म्हणजे?...तुम्ही ...तुम्ही ...आता.”

“मनुष्यदेहाचा धर्म पूर्ण झाला आहे, प्रिये!”

“आणि मी?” रुक्मिणीचा कंठ दाटून आल्यासारखा झाला. डोळ्यांतल्या अश्रुधारा ती आता अडवू शकत नव्हती.

“अर्धं शरीर गेलं नि अर्धं उरलंय, असं कधीतरी झालंय का? तू माझ्या शरीराचाच नव्हे, तर आत्म्याचाही भाग आहेस.”

“पण... पण...” पुष्कळ काही सांगायचं होतं, विचारायचं होतं रुक्मिणीला... पण कृष्णाच्या मुखावर कधीही न पाहिलेले भाव पाहून तिनं स्वत:ला रोखलं.

क्षणभर तिनं कृष्णाकडे पाहिलं. डोळ्यांतून झरणारे अश्रू कसे थांबवावेत, हेच समजत नव्हतं तिला....

आपल्या प्रिय पत्नीला कृष्णानं आलिंगन दिलं, छातीशी घट्ट धरलं. आतापर्यंत थांबवलेलं रुदन हुंदके बनून रोमरोमांतून प्रगट झालं. सारा प्रासाद थरथरून उठेल इतक्या व्याकुळतेनं रुक्मिणी रडत होती. तिच्या अश्रुधारांनी कृष्णाची छाती चिंब भिजत होती. उत्तरीय ओलं होत होतं आणि... दूर अनंतात दृष्टी गाडलेले कृष्णाचे नेत्र जणू संदेश धाडत होते... स्वर्गातील अष्टवसूंना, आदित्य, अश्विनीकुमार, मरुत, रुद्र नि अखिल देव-देवतांना... 'मी आता येतोय! मी येतोय....!!'

हिरण्य-कपिलेच्या तटावर एक दुसरं कुरुक्षेत्र निर्माण झालं होतं. एक बाजूला पांडवसेना, तर समोर दुसऱ्या बाजूला कौरवसेना... दोन्ही सेनांच्या मधोमध उभ्या रथात गांडीव फेकून देऊन युद्ध न करण्याबद्दल प्रतिवाद करणारा अर्जुन... विराट स्वरूपाचं दर्शन घडविणारा कृष्ण जणू अद्यापही इथंच होता.

कृष्ण घनगंभीर स्वरांत पांचजन्य फुंकत होता आणि सांगत होता... 'ज्यांना स्वरूपाचं ज्ञान प्राप्त झालंय, ते काम-क्रोधादींपासून मुक्त आहेत आणि ज्यांनी स्वत:चं मन वश केलं आहे, ते सर्वत्र निर्विकल्प समाधीचा अनुभव घेतात.'

केवळ अर्जुनालाच नव्हे, तर साऱ्या विश्वाला जणू संदेश देण्यासाठीच कृष्णाचा घनगंभीर आवाज सर्वत्र घुमत होता. 'जो कशाचाही द्वेष करत नाही, कशाचीही अपेक्षा ठेवत नाही असा, इंद्रियांवर विजय प्राप्त केलेला मानवच संसारपाशातून विनासायास मुक्त होतो. ज्यानं मनावर विजय मिळवला, तो खऱ्या अर्थानं जितेंद्रिय आणि विशुद्ध अंत:करण असलेला आहे. ज्याचा आत्मा विशाल बनून सर्व प्राणिमात्रांच्या आत्म्यांत एकरूप झाला आहे, जो जन्म-मरणाच्या बंधनातून मुक्त आहे.'

मनुष्यदेहाचा त्याग इतका वेदनामय का बरं होता? प्रत्येकालाच इतक्या भयंकर पीडेतून जावं लागतं?

कृष्णाचे नेत्र एक अकल्पनीय, पण अपरिहार्य वेदना सहन करत होते. देवकीमातेच्या उदरातला अंधकार, श्रावणाच्या कृष्णपक्षातील अष्टमीच्या दिवशी जन्मसमयी जी वेदना कृष्णानं भोगली होती, ती वेदना आणि आजची ही वेदना....

मानवी अवतार म्हणजे दु:खातून जन्म घेऊन अखेरीस दु:खातच अंत होणारी फक्त एक यात्राच होती?

'जन्मलेल्याचा मृत्यू निश्चित आहे आणि मृत्यूनंतर पुनरपि जन्म निश्चित आहे....

'न हन्यते हन्यमाने शरीरे....'

कृष्णाला स्वतःचेच शब्द निरर्थक वाटू लागले होते. तो स्वतः कोणत्या बंधनांतून, कोणत्या भाव-भावनांतून, कोणत्या संबंधांतून मुक्त होऊ शकला होता? या पृथ्वीलोकातलं त्याचं कार्य खरोखरच पूर्ण झालं होतं का?

आता पृथ्वी खरोखर भारमुक्त झाली होती?

त्याला निर्वाणाची अनुज्ञा मिळाली होती?

देवकीमाता, वसुदेवबाबा, गोकुळातल्या गल्ल्या नि यमुनेचा तो प्रवाह त्याला निर्वाणासाठी जाऊ द्यायला तयार होते?

का म्हणून? ....या सगळ्या बंधनांत अडकून अधिकाधिक पीडा सहन करण्यासाठी आज कृष्ण का म्हणून तयार झाला होता?

अंगठ्यात घुसलेला जराचा बाण अजूनही रक्त वाहवत होता.

रक्ताचं थारोळंच कृष्णाच्या पायापाशी तयार झालं होतं. जरा पारधी लाचार होऊन समोर तसाच बसून राहिला होता. अजूनही मिटलेले होते कृष्णाचे नेत्र.

''प्रभो, मी काय केलं म्हणजे तुम्हाला सुख होईल... तुमची पीडा कमी होईल?''

''जरा, तुझं कामच पीडा देण्याचं, मुक्ती देण्याचं आहे, दुःख देण्याचं आहे. त्यामुळे सुख देण्याचा तुझा प्रयत्न पण दुःखच देईल.''

कृष्णाच्या मुखावरचं ते स्मित जसंच्या तसं होतं.

मोरपिसांचे झुबकेच्या झुबके आजूबाजूला विखरून पडलेले होते... नि बासरीचे सूर अजूनही थांबलेले नव्हते.

बासरीच्या सुरांच्याही पलीकडून एक आवाज ऐकू येत होता. कुणीतरी अंगाई गीत म्हणतंय, असा उबदार नि प्रेमळ आवाज.

''**का**न्हाऽऽऽ, ए कान्हा, काऽन्हा ऽऽऽऽ!'' यशोदामाता बैचेन होऊन हाका मारत होती.

नेहमीचंच होतं हे! अंगणातल्या झाडामागं लपून, चिडलेल्या, गोंधळलेल्या मातेला कृष्ण पाहत राहायचा. नेहमीचंच होतं!

जेवायसाठी यशोदामाता हाका मारून-मारून दमून जायची, पण कान्हा यायचाच नाही. अखेरीस त्याला शोधायला निघायची नि सापडला की कान धरून घरात आणायची.

आज कान्हा घरी तर आला होता... पण मातेला सतावण्यातली गंमत सोडू शकत नव्हता.

यशोदामाता कंटाळली... घराबाहेर आली. झाडामागं लपलेल्या कान्ह्याचा पीतांबर तिला दिसला नि दुसऱ्या बाजूनं धावत जाऊन पकडलं कान्ह्याला. घरात आणून जेवायला बसवलं.

''कान्ह्या, चल तोंड उघड.''

''उंऽऽहू!'' मांडी घालून, ओठ गच्च दाबून धरलेल्या कान्ह्यानं आज मातेला पुरेपूर छळायचंच ठरवलं होतं.

''उघडतोस की नाही तोंड?''

''उंऽऽहूऽऽ!''

यशोदामातेनं कान्ह्याकडे क्षणभर बघितलं... डोळ्यांत राग भरला होता.

''खायचं नाही नं?''

''ऊंऽऽहू!''

''बघ बरं! दिवसभर काहीही खायला मिळणार नाही.''

''हूं ऽऽ'' खांदे उडवत कान्हा उद्गारला.

''ठीक आहे. भूक लागल्यावर 'खायला दे, खायला दे', म्हणत मागायला आलास ना, तर बदडून काढेन.'' बोलण्यात अर्थ नाही, हे माताही जाणत होती.

''चालेल.'' म्हणत कान्हा झटकन उठला नि पळाला घराबोहर.

''कान्हाऽऽ कान्हाऽऽ'' यशोदामाता हाक मारत राहिली, पण कान्हा केव्हाच घराबाहेर सटकला....

कान्हा... ए कान्हा, काऽऽन्हाऽ'' एक गोड आवाज यमुनेच्या काठाकाठानं फिरत केव्हाचा त्याला साद घालत होता. त्यानं हाक ऐकली, पण प्रत्युत्तर दिलं नाही. तो रागावला होता, चिडला होता. एकेक दगड घेऊन यमुनेच्या पाण्यात फेकत होता. पाण्यात पडताच 'डुब्बुक्' आवाज करत दगड नदीतळाशी जात होता. यमुना खळखळ करत वाहत होती. त्या आवाजामध्ये पक्ष्यांचा किलबिलाटही सूर मिळवत होता. सूर्यनारायण संथपणे अस्ताचलाकडे प्रयाण करत होता.

दिवसभर उपाशी राहिलेला, भुकेला कान्हा काहीशा रागात, काहीशा पश्चात्तापानं, थोड्या संभ्रमात यमुनेच्या प्रवाहात पाय सोडून बसला होता नि एका पाठोपाठ एक दगड प्रवाहात भिरकावत होता.

"कान्हा ऽऽ... एऽऽ कान्हा, काऽऽऽन्हाऽऽऽ..." तो मधुर आवाज अगदी नजीक आला. राधा कृष्णाला शोधत-शोधत थेट यमुनाकिनाऱ्यावर आली होती. "काय करतोयस रे इथं? सकाळपासून तुला शोधतेय."

"कशासाठी?" चिडक्या आवाजात कृष्णानं विचारलं. राग अजून तसाच होता. रिकाम्या पोटी त्याला सगळ्यांचा राग-राग येत होता. आईला सतवायला गेला नि स्वतःच फसला.

"कशासाठी म्हणजे?" आश्चर्यानं राधेचे डोळे विस्फारले. ती कृष्णाशेजारी काठावर बसली. त्याच वेळी कृष्णानं पाण्यात फेकलेला दगड तिनं मधेच झेलला.

"कशासाठी रोज शोधते तुला मी?"

"तेच मी तुला विचारतोय. जा ना. उगीच छळू नकोस मला."

"छळ?" राधेनं तिचा हात कृष्णाच्या कुरळ्या केशकलापातून फिरवत केस विस्कटून टाकले, "रागावला आहेस?"

"हो," राधेच्या हातातून दगड हिसकावून कृष्णानं पाण्यात फेकला. "भुकेला पण आहे!"

राधा हसली, "मग आई जेवायला बोलावते तेव्हा जेवून घ्यायचं. का नाही जेवलास?"

"तुला विचारलं नव्हतं ना, म्हणून."

"पण आता मी 'हो' म्हणते आहे ना, जा जेवून घे." पाण्यात सोडलेले पाय हलवत राधा खळखळ हसत होती.

"आता तू इथून जाशील?"

"हो तर! पण तुला बरोबर घेऊन. यशोदामातेनं तुला बोलावण्यासाठीच तर मला पाठवलंय."

"मग आधीच नाही का सांगायचंस?"

"पण तू विचारलंस कधी?" मिश्किल हसत राधा उत्तरली.

"चल, उभी राहा," कृष्ण उभा राहिला. राधेचा हात पकडून, खेचून तिला उठवू लागला. "चल आता, लवकर चल बाई."

"बैस नं अजून थोडा वेळ. घाई काय आहे?" राधेनं चेष्टेच्या स्वरांत म्हटलं.

"आता तू येतेस, का मी जाऊ?" अजूनही कृष्णानं राधेचा हात पकडलेलाच होता.

"जाशील एकटा? पण मग मातेला काय सांगशील? 'भूक लागली म्हणून घरी आलो' असं?" अजूनही राधा पाण्यात सोडलेले पाय हलवत हसतच होती. उभं राहण्याची तिची जणू इच्छाच नव्हती.

कृष्णानं राधेचा हात सोडला. क्षणभर विचार केला नि अचानक राधेला

जोरात धक्का मारला. बेसावध राधा धाडकन यमुनेच्या पाण्यात पडली. नखशिखान्त ओली झाली. इकडे कृष्ण पाठ फिरवून झपाझप घराकडे निघाला....

"कान्हाऽऽ, कान्हा... ए कान्हाऽऽऽ" तो मधुर आवाज पण कृष्णाच्या पाठोपाठ निघून गेला.

कुठं तो यमुनेचा विस्तीर्ण तीर अन् कुठं हा हिरण्य-कपिलेचा कृश प्रवाह! कुठं तो अभिमानी, रागीट, रुसका कान्हा नि कुठं हा योगेश्वर कृष्ण! आणि कोणीतरी बोलावत होतं... खूप-खूप दुरून... 'कान्हा, ए कान्हाऽऽ, काऽऽन्हाऽऽऽ....'

कृष्णानं मिटलेले नेत्र अचानक उघडले. व्याकूळ होऊन त्यानं चारी दिशांना दृष्टी फिरवली....

गुडघे टेकून, हात जोडून बसलेल्या जराशिवाय कोणीच नव्हतं तिथं. मग? कोण बोलावत होतं? कृष्णाचे नेत्र आकुलतेनं, साद घालणाऱ्या व्यक्तीला चारही दिशांना शोधू लागले....

"प्रभो! काय सेवा करू आपली? पाणी हवंय का?" हात जोडीत जरानं विचारलं.

अजूनही कृष्णाने नेत्र चारही बाजूंना शोधत होते काहीतरी... ती साद अजूनही घुमत होती... जरा वेळाने कृष्णानं नेत्र मिटून घेतले.

'कान्हा ऽ ऽ! ए कान्हा!! काऽऽऽऽन्हाऽऽऽ!!!'

महाप्रयाणाला अडथळा करणारं कोण होतं ते? कुणाबद्दलची जबाबदारी अपूर्ण राहिली होती? देहत्यागापासून कृष्णाला अडवणारं कोणतं कार्य अजून बाकी राहिलं होतं?

प्रवासाचा दिवस आता निश्चित ठरला होता. नंदबाबांच्या घरापुढील अंगणात अक्रूरजी केव्हाचे येऊन बसले होते.

मथुरेकडून संदेश आला होता... कृष्णाच्या कंसमामानं यज्ञासाठी त्याला आमंत्रण पाठवलं होतं. याबाबतीत यशोदामातेनं नंदबाबांची किती तरी वेळा मनधरणी केली होती, रुसवा धरला होता. 'जायचं की नाही' याचा निर्णय नंदबाबांनी कान्ह्यावरच सोपवला होता. भले कृष्णाला सगळे बालक समजत,

पण त्याच्या बुद्धिमत्तेवर नि अपार शक्तीवर नंदबाबांचा अतूट विश्वास होता. 'कृष्ण जे काही करेल ते उत्तम आणि योग्यच करेल', ही नंदबाबांना मनोमन खात्री होती.

यमुनातीरावर, झाडाखाली, राधेच्या डोळ्यांतून अपार आसवांचा श्रावणवर्षाव होत होता. केशकलाप खांद्यावर, पाठीवर मुक्त सुटला होता. ओढणी पण विचलित झाली होती. साजशृंगारात जराही वेळ न घालवता, भल्या सकाळी यमुनातीरावर येऊन ती कान्ह्याची वाट बघत बसली होती. अखेरीस सर्व आवरा-सावर करून कृष्ण तिथं आला. आल्या-आल्याच राधेचे मोकळे केस हातात घेऊन त्यानं अंबाडा घालायला सुरुवात केली. राधेनं हातानं निवारत कृष्णाला विचारलं, ''कान्हा! तू खरंच जाणार कान्हा?'' सारी यमुना जणू राधेच्या डोळ्यांत प्रगटली होती. कान्हा तिला समजावत होता, ती निश्चल होती. जणू कृष्णाचा एकही शब्द तिच्या कानी येत नव्हता.

''नको ना जाऊस, कान्हा. तुझ्यावाचून मी काय करू?''

सकाळपासून हा प्रश्न राधेनं हजार वेळा तरी विचारला असेल.

''दूध विकायला जा, धान्य भरून ठेव.. आणि हो, अनयाची काळजी घे.''

कृष्णाच्या आवाजात जणू राधेच्या आसवांमुळे ओलावा आला होता.

''अस्सं! म्हणजे तुला जायचंच आहे, असंच ना? आमची कुणाची तुला पर्वा नाही, हो नां?'' कृष्णाकडे टक लावून पाहत राधा उद्गारली.

''राधे, तुला तर सगळं माहीत आहे. गोकुळातून बाहेर पडणं, हा आरंभ आहे. अजून तर मला किती दूरचा प्रवास करायचाय. अशा अश्रुभरल्या डोळ्यांनी बघत राहिलीस तर मी कसा जाऊ शकेन?''

''मग जाऊ नकोस ना. मथुरेत काय काम आहे तुझं?''

''तुला माहिती नाही?''

''नाही माहीत... काही माहीत नाही, जा.''

''बस, बस. तू अशी रुसतेस नं, तेव्हा इतकी आवडतेस ना....''

''आवडत्येस नांऽऽ'' कृष्णाची नक्कल करत राधा म्हणाली, ''म्हणूनच तर मला सोडून जातोयस!''

''खरंच, म्हणूनच सोडून जातोय. तू असंच प्रेम करत राहिलीस, तर मी कुठंच जाऊ शकणार नाही. शतकानुशतकं मला असंच पाशात अडकून पडावं लागेल... तू जाणतेस ना?''

काहीही न उमजल्यासारखं, भाबड्या डोळ्यांनी राधा कृष्णाकडे एकटक पाहत राहिली... "काय, म्हणतोयस तू?" न राहावून तिनं विचारलं.

"काऽऽही नाही." कृष्ण हसला. "अक्रूरजी येतच असतील... मी... जाऊ? अजून तर यशोदामातेला समजवायचं आहे."

"इतक्या सगळ्यांचं प्रेम सोडून तुला त्या ढोंगी, कपटी कंसाकडे जायचंय... खरं ना?"

"हो. मुक्तीचा अधिकार सर्वांनाच आहे...."

"तू काय बोलतोस, ते मला काही समजत नाही."

"मला तरी ते संपूर्ण कुठं समजलंय? त्यासाठीच हा प्रवास करायचाय. जाऊ?"

"जा, निघून जा. येऊ नकोस परत कधीही." राधा कृष्णाकडे पाठ फिरवून उभी राहिली.

कान्हा तिच्याजवळ गेला. तिच्या खांद्यावर हात ठेवावा, असं त्याला वाटलं; पण का कोण जाणे, क्षणभर तसाच उभा राहिला नि म्हणाला....

"बोल, परत बोल...."

"हो, हो! जाच. निघून जा, येऊ नकोस परत कधी...."

कृष्णाचे डोळे भरून आले. अतीव करुणेनं त्यानं राधेकडे पाहिलं, भेट म्हणून बासरी तिच्या हातात ठेवली, हात उंच केला नि... "तथास्तु!"

पाठ फिरवून कृष्ण चालू लागला. राधा त्याचा पदरव ऐकत राहिली. तिनं ठरवलं, या वेळी त्याला अडवायचं नाही... पण क्षणात तीही पाठ फिरवून कृष्णामागं धावली....

'कान्हाऽऽ! ए कान्हाऽऽऽ!! काऽऽन्हाऽऽऽ!!' तो मधुर आवाज कृष्णाच्या मागोमाग धावत येत होता. आता तोच आवाज इथं पण... या नदीच्या काठावर काय करतोय तो?

कोवळी सूर्यकिरणं हिरण्य-कपिलेच्या तीरावर पसरू लागली होती. रुप्यासारखी भासणारी हिरण्य जणू आता सोनेरी पाणी बनून वाहत होती. जरा तसाच तिथं बसला होता. हात जोडून, गुडघे टेकून!

सोनेरी सूर्यकिरणं कृष्णाच्या मुखावर पडत होती. वाऱ्याच्या झुळुकांनी अश्वत्थाच्या फांद्या हलत होत्या. सूर्यकिरणं आणि त्याची पानं मिळून, जणू कृष्णाच्या चेहऱ्यावर सतत हलणाऱ्या जाळीची रचना करत होती.

वेदनेनं मिटलेले कृष्णाचे नेत्र आणि ते स्मित अजून तसंच होतं. बासरीचे ते सूर पांचजन्याच्या ध्वनीत मिसळून एक वेगळंच संगीत निर्माण करत होते.

पण एक पाऊल महानिर्वाणाच्या मार्गावर टाकलेला तो पांथस्थ, कोणत्या बंधनात अडकून दुसरं पाऊल टाकताना अडखळत होता... कोण जाणे!

मिटल्या नेत्रांनीच अस्पष्ट स्वरांत कृष्ण म्हणाला, 'मला का बंधनात बांधून ठेवतेस, राधे? जाऊ दे... जाऊ दे मला... अजून प्रवास अपूर्ण आहे!'

स्नानादी कर्मे आटोपून रुक्मिणीच्या प्रासादात येणाऱ्या कृष्णाचा चेहरा आज रोजच्याप्रमाणे तेजस्वी दिसत होता. पण कालच्या रात्रीच्या पडछाया अजूनही त्याच्या चेहऱ्यावर उमटत होत्या.

कसला तरी निश्चित निर्णय, कोणत्या तरी दिशेकडे प्रयाणाची निश्चितता कृष्णाच्या चेहऱ्यावर शिलालेख बनून राहिली होती.

कृष्णासमोर आरतीचं तबक, तिलकसाहित्य घेऊन उभ्या असलेल्या रुक्मिणीच्या हाताला कंप सुटला होता.

वाऱ्यामुळे असेल अथवा हाताच्या थरथरण्यामुळे असेल, तबकातली निरंजनाची ज्योतही थरथरत होती.

कृष्णाच्या विशाल भालप्रदेशावर तिलक लावण्यासाठी रुक्मिणीनं हात वर केला. त्याच्या कपाळापर्यंत पोचण्यासाठी तिला हात बराच उंच करावा लागला.

कापऱ्या हातानं रुक्मिणीनं तिलक रेखून त्यावर अक्षता लावल्या नि क्षणभर ती कृष्णाच्या नेत्रांत बघत राहिली. तिचे डोळे परत भरून आले.

"देवी, हे तर अपरिहार्य होतं. होतं ना? मग हा कंप, भय कशाचं?"

"भय नाही नाथ, हा मोह आहे."

"मोह?... नि तुला?"

"प्रभो, मनुष्यावतारात धर्म आहे, कर्तव्यं आहेत, तशी बंधनं पण आहेत... हे शरीर इंद्रियांच्या आधीन आहे, स्वामी!"

"हे तू बोलते आहेस? आश्चर्य वाटतं!"

"नको वाटायला, स्वामी. तुमच्याशिवाय 'स्त्री'ला अधिक चांगलं कोण ओळखू शकणार आहे?"

"चेष्टा करतेस माझी?"

"करू नये का?"

"ही वेळ नाही देवी..." अन् कृष्णानं रुक्मिणीचा चेहरा ओंजळीत धरला... "आता वेळ आहेच कुठं?"

रुक्मिणीचे डोळे काठोकाठ भरून आले, "हे प्रेम, माया, भावनेचे पाश आणि हे संबंध सोडून...."

"ज्याला जन्म आहे, त्याला मृत्यूही निश्चित आहे देवी, होय ना?"

''नाथ, पण तुम्ही तर....''

''मी कृष्ण आहे. देवकीमातेच्या उदरी जन्म घेतलेला... यशोदामातेचा पुत्र, तुझा पती आणि या द्वारकानगरीचा प्रजापालक राजा. बस, देवी, इतकंच!''

''मला उमजतं स्वामी, पण स्वीकारू शकत नाही.''

''स्व-धर्माचं स्मरण कर रुक्मिणी. आपोआप स्वीकार घडेल.''

कृष्णानं तिच्या मस्तकावर हात ठेवत म्हटलं. रुक्मिणीनं डोळे बंद करून घेतले. डोळ्यांत केव्हापासून थांबलेले दोन अश्रुबिंदू टपकन ओघळले. ते पाहून कृष्णानंही डोळे मिटले. क्षणभर हात तसाच मस्तकावर राहू दिला. रुक्मिणीच्या मनातला सगळा विषाद, आक्रोश, छातीत घुसमटणारं सगळं आक्रंदन कृष्णाच्या हस्तस्पर्शानं जणू शांत झालं. आरतीच्या तबकासह तिनं स्वत:ला कृष्णचरणांवर समर्पित केलं... शरीर, मन आणि आत्म्याचं समर्पण!

आणि तिनं संथ आवाजात म्हटलं, **'त्वदियम् वस्तु गोविन्द तुभ्यमेव समर्प्यते।'** नि कृष्ण आश्चर्यचकित झाला... रुक्मिणी पण!

''कशासाठी सर्व जण आपल्या 'स्व'ला समर्पित करतायत माझ्या चरणी?''

''स्वीकार केला नाही तर अधर्म घडेल नि स्वीकारून कुठं घेऊन जाऊ?''

'मलाच उतरवली पाहिजे ही बंधनांची, देह धर्माची कात...' चकित झाला कृष्ण.

'जिच्या इतक्या जवळ राहूनही जिच्या भाव-भावना मी उमजू शकलो नाही, ती ही स्त्री मला आपादमस्तक जाणून होती... माझ्या मनातली मुक्तीची इच्छा तिनं केवळ ओळखलीच नाही, स्वीकारली पण! माझ्याच सुखाचा विचार करत जीवन जगलेल्या माझ्या पत्नीच्या इच्छा-आकांक्षा मी कुठं ओळखू शकलो? आणि जाणू शकलो असलो तरी त्या पूर्ण करण्यासाठी प्रयत्न केले मी?'

रुक्मिणीकडे एकटक बघत होता कृष्ण. तिचं मिटल्या डोळ्यांसह झुकलेलं शरीर, कृष्णाच्या चरणांना स्पर्शणाऱ्या केसांच्या लडी नि डोळ्यांतून वाहणारे कृष्णचरण धुणारे अश्रू...!

त्या मानवी देहाचा, संबंधांचा कृष्णाला मोह झाला, मोह झाला त्याला मानवी भाव-भावनांचा. माणूस म्हणून जगलेले सर्व क्षण त्याच्या छातीत दाटून आले.

'रुक्मिणी आणि द्रौपदी. दोघी परस्परांपासून किती दूर, किती वेगळ्या... तरीही एकाच भावानं, एकसारख्या उत्कटतेनं, एकसारखी समर्पण भावना त्यांच्या प्रकृतीत कशी निर्माण झाली?' कृष्णाला नवल वाटत होतं.

मी मुक्त होण्याचा निश्चय करत राहिलो आणि या माझ्या प्रियतम व्यक्ती मात्र माझ्या मनातल्या खोलवरच्या विचारांना माझ्यापेक्षाही स्पष्ट ओळखून, माझ्या पुढं जाऊन मला जन्मजन्मांतून मुक्त करत आहेत.

हे केवळ स्त्रीलाच येईल, तीच करू शकेल!

मनाला आणि हृदयाला जिंकून घेऊन खऱ्या स्वधर्माचं पालन केवळ स्त्रीच करू शकते.

क्षमा, सहज स्वीकार नि प्रेम स्त्रीमध्येच उपजत असतं!

वेदना स्वीकारून, सहन करून जीवनाला जन्म देते स्त्रीच.

म्हणूनच मोक्षाच्या चौथ्या फेऱ्यात ती पुढं राहते. आणि तीच....

'सहधर्मचारिणी' शब्दाचं सार्थक करते... सवतींचा स्वीकार करूनही!

कृष्ण विचारात पडला... नंतर मोठ्या प्रयासानं म्हणाला, "देवी, मला... मला आज्ञा दे."

"आज्ञा? तो अधिकार तुमचा आहे, स्वामी. मी तर तुमची चरणदासी आहे. आज्ञापालन हाच माझा धर्म आहे, स्वामी."

रुक्मिणीचं शरीर अजूनही कृष्ण चरणावर झुकलेलं होतं. डोळे मिटलेले होते... कृष्णानं तिचे खांदे धरून हलकेच तिला उभं केलं, अतीव प्रेमानं उभं केलं. रुक्मिणीचे मिटले डोळे अश्रू अविरत ढाळत होते. तिनं हनुवटी उंच करीत मस्तक मागं झुकवलं.

...कृष्णानं, फूल धरावं तशी तिची हनुवटी बोटांत, कोमलतेनं धरली... नि तिच्या अश्रूंनी भिजलेल्या ओठांचं दीर्घ चुंबन घेतलं!

निरोपाचं चुंबन होतं ते... कदाचित... शेवटचं...!

मोरपिसांच्या ढिगाऱ्यांमुळे नदीचा तट जसा काही ओसंडून वाहत होता आणि तो ढीग अधिकाधिक वाढतच जात होता. त्यांची कोमलता, असंख्य रंग कृष्णाच्या मिटल्या डोळ्यांसमोर रंगीबेरंगी वलयं निर्माण करत होते. त्या वर्तुळांत जणू अनेक क्षण, अनेक संबंध डोळ्यांसमोर उघडत होते, मिटत होते.

स्वतःसाठी आयुष्यात जरासादेखील वेळ काढू न शकलेला कृष्ण आज कालाच्या पलीकडे जाण्यासाठी तयार झाला होता. पण काळ इतक्या संथ गतीनं पुढं सरकत होता की, येणाऱ्या प्रत्येक क्षणाची प्रतीक्षा कृष्णाची जणू परीक्षाच बघत होती, असं वाटावं. मोरपिसांच्या ढिगांचे किती रंग होते...? ...चार?... पाच? ....की असंख्य?

प्रणयाचा, असंतोषाचा, उत्कटतेचा, आक्षेपाचा, आक्रोशाचा, विरहाचा, वात्सल्याचा, रुदनाचा, अनिश्चिततेचा, स्वीकाराचा, सहजभावाचा, समर्पणाचा, स्नेहाचा, श्रद्धेचा, विस्मयाचा... आणि आजचा हा निरोपाचा क्षण! सर्व क्षणरंग परस्परांत पार मिसळून गेले होते... असंख्य आकृत्या निर्माण करत होते नि पुसून

टाकत होते.

कितीतरी गोष्टी मिटल्या डोळ्यांसमोर येऊन जात होत्या... अजूनही दृश्यमान होत होत्या.

कृष्णानं ओठांवरून जीभ फिरवली... एक निराळाच खारटपणा अनुभवाला आला. त्याचे ओठ त्याच्या नकळत त्याच्या डोळ्यांतून वाहिलेल्या अश्रूंत भिजले होते.

रुक्मिणीच्या वियोगाचा, निरोपाचा क्षण सर्वांत जास्त निकटतेचा होता, त्या दोघांसाठी!

असंच होत असावं. सदैव एकमेकांच्या सोबतीनं आयुष्य कंठणाऱ्या दोन जीवांना, निरोपाचा तो क्षण अखेर समोर येऊन उभा राहिल्यावरच वियोगातील भयानकता कळत असावी.

तो क्षण कधीच येणार नाही, अशा सुखद भ्रमात जे जगतात; त्यांना त्या क्षणाचे सत्य उमगत नाही आणि उमगलं असलं तरी ते सत्य स्वीकारण्याची त्यांची मानसिक तयारी नसते...

पण भविष्यात कधीतरी अखेरचा निरोप घ्यावाच लागणार आहे, असं मानून आजचा सुखद क्षण नाकारण्याची किंवा दूर सारण्याची काही आवश्यकता नाही. तरीही येणाऱ्या क्षणाकडे डोळेझाक करावी किंवा त्याची उपेक्षा करावी म्हणजे तो येणारच नाही किंवा निश्चित वेळेपेक्षा उशिरा येईल, असं समजणंही अयोग्यच आहे.

निरोपाचा क्षण येणारच. वियोग घडणारच. ज्या गोष्टीचा आरंभ झाला आहे, तिचा कुठंतरी पोहोचून अंत होणारच आहे. हे समजणारा, समजून स्वीकारणारा वर्तमानाचा जास्त आनंद, जास्त संतोष उपभोगू शकतो. भविष्याकडे उघड्या डोळ्यांना बघत वर्तमानात जगणारी व्यक्ती कोणत्याही प्रकारच्या भ्रमात, स्वप्नसृष्टीत फसल्याशिवाय वर्तमानाचं एक सत्य म्हणून स्वागत करते. सातत्य, शाश्वतता यांची कसलीच अपेक्षा न ठेवता परमसत्य स्वीकारून आयुष्यातला प्रत्येक क्षण भविष्याकडे नेत असते....

"मग, देवी..." दीर्घ चुंबन घेऊन झाल्यानंतरही रुक्मिणीचे थोडेसे उघडे ओठ अद्यापही थरथर कापत होते. डोळ्यांतून आसवांच्या धारा अविरत सुरू होत्या. कृष्णानं तिची ही तंद्री अवस्था भंग करत म्हटलं....

"मग देवी, आता मी जायची अनुमती मागतो आहे."

"केवळ मागून मिळेल ती?" रुक्मिणीच्या डोळ्यांत निराशा होती.

"मागितली नाही तरी शेवटी तेच...."

"स्वामी, काही मागू शकते मी?"

"अजूनही काही उरलंय देवी? मी माझं शरीर, माझा आत्मा तुला दिला आहे." रुक्मिणीच्या खांद्यावर हात ठेवत कृष्ण उद्‌गारला.

"मला माहीत आहे. मी तुमची अर्धांगिनी होऊ शकले, म्हणून खरोखर भाग्यवान आहे मी... पण स्वामी, इतक्या वर्षांत कधी एकदाही मन मला दिलं नाहीत...."

"तुला खरंच असं वाटतं?"

"तसं नाही? तुमची निराशा, तुमची दुःखं, तुमच्या काळज्या, कधी माझ्याबरोबर वाटून घेतल्यात?"

"पण... देवी...."

कृष्णाला मध्येच थांबवत रुक्मिणी म्हणाली, "आता असं नका म्हणू, की अशी भावना तुला कधी झालीच नाही... मानवी देहधर्मात हे पण सर्व असतंच, स्वामी."

"आज, आत्ता ही निराशा...."

"आज नाही, तर मग कधी?"

निःशब्द... तरी अशांत क्षण दोघांत एक साखळी बनून राहिले होते. रुक्मिणी कृष्णाच्या डोळ्यांत एकटक पाहत राहिली... जणू तिला तिच्या प्रश्नाचं उत्तर त्या डोळ्यांतच मिळणार होतं.

आज पहिल्यांदाच इतक्या वर्षांत डोळ्यांना डोळे भिडवून बघणारी रुक्मिणीची नजर कृष्णाला असह्य वाटू लागली. तो सत्यभामेला घेऊन द्वारकेला आला, तेव्हाही ती नजर बोचली नव्हती! जांबवती आणि इतर राण्यांना अतिशय मायेनं स्वीकारणारी रुक्मिणी... पण सत्यभामेशी विवाह केल्यावर मात्र तिची नाराजी अश्रूंनी उमटली होती.

ती अश्रू भरलेली दृष्टी व्यथित होती, निराशामय होती, विषादग्रस्त होती... पण तो विषाद, दुःख इतकं तीक्ष्ण, इतकं बोचणारं नव्हतं.

काहीतरी बाणासारखं त्या दृष्टीतून निघून कृष्णाच्या हृदयात खोलवर रुतून बसलं... अति-तीक्ष्ण, अतिशय वेदनायुक्त असं काही तरी....

एकटक बघणाऱ्या रुक्मिणीचं ते त्राटक तोडून नजर वाचवत कृष्ण परत म्हणाला... "देवी, मी निघू? आता आज्ञा आहे?"

यज्ञकुंडासारखं पवित्र, पण ज्वालेनं लपेटल्यासारखं त्या चेहऱ्यावर काहीतरी जळत होतं, भड-भड-भड...!

"निघणार? प्रयाण करणार? अजून बाकी आहे प्रयाण? 'अंतिम प्रयाण'... अंतिम प्रयाणच म्हणतात ना याला? हो ना?"

"ते तूच उत्तम समजू शकतेस, प्रयाण आणि परिणाम – दोन्ही.''

कृष्णाने हात जोडले. "कळत-नकळत मी तुला काही दु:ख दिलं असेल, तर क्षमा मागतो मी.''

कृष्णाचे जोडलेले हात तसेच रुक्मिणीनं तिच्या दोन्ही हातांत धरले... काही क्षण तसेच धरून ठेवले.

दोघांचे डोळे मिटलेले होते. जणू वाहून जाऊ पाहणाऱ्या अश्रूंना अडवत उभे होते... दोघेही.

"प्रिये, आता मात्र...'' कृष्णाला शब्द शोधावे लागले... "मला अडवू नकोस... एका क्षणासाठी पण नको – नाही तर हा क्षण शतकांपर्यंत लांबेल... लक्षात येतंय ना? आता निरोप दे.''

"स्वामीऽऽ! आणि मी?''

"काळ सगळ्यांची काळजी घेतो. जे होणार, ते निश्चित आहे आणि जे सुनिश्चित आहे, ते होणारच आहे, देवी!''

"जशी तुमची इच्छा, स्वामी! मुक्तीशिवाय कोणताही मार्ग नाही!''

"देवी, मुक्ती हा मार्ग नाही, ती एक दिशा आहे. मार्ग तर अविरत चालतच राहणारी गोष्ट आहे. सतत प्रवास हीच नियती आहे... अस्तु.''

आणि पळभरही न थांबता रुक्मिणीच्या दालनातून कृष्ण झटकन बाहेर गेला... त्याच्या संगमरवरासारख्या दिसणाऱ्या पाठीकडे अमिट डोळ्यांनी रुक्मिणी पाहत राहिली....

तिनं ओळखलं होतं, आत प्रयाण निश्चित आहे.

कृष्णाबरोबर आलेल्या सगळ्या तत्त्वांना आता त्यांच्या मूळ स्थानी पोहोचायचं होतं... लक्ष्मीला पण!

आणि शेषनागाला पण....!

वेदनेत बुडालेला कृष्ण निराश हृदयानं अर्जुनाची वाट पाहत होता. त्याचा प्रिय सखा, मित्र! त्याला आणायला प्रभासक्षेत्राहून दारुक निघून गेला होता.

अर्जुनाला ही वार्ता असह्य होईल, हे कृष्ण जाणत होता. स्वत:च्या जीवनात फाल्गुनीनं कृष्णापेक्षा अधिक इतर कुणालाही स्वीकारलं नव्हतं.

केवळ कृष्णानं दिलेल्या मनोबळावर विश्वास ठेवून तो कुरुक्षेत्राचं युद्ध लढला होता आणि ते जिंकला होता.

कृष्णाच्या सगळ्या शरीरातून वेदनेच्या तीव्र लहरी सरसरत विजेसारख्या निघून

जात होत्या.

पिंपळाला टेकून पहुडलेल्या कृष्णाचे मिटले नेत्र किती नि काय काय बघत होते. मोरपिसांचे ढीगच्या ढीग यमुनेच्या पाण्यावर, लाटांबरोबर वर-खाली होत वाहून जात होते. कोणी तरी बासरी वाजवत होतं... कदंबाच्या डहाळीमागं लपून नि अख्खं झाड हलत होतं. कोण हलवत होतं ते...?

फांदीखाली उभा असलेला बलरामदादा...?

की कालिया नागाचे फूत्कार?

शंख, चक्र, गदा, पद्मधारी – त्या परब्रह्माच्या कानांत आता 'अहं ब्रह्मास्मि'चा नाद घुमू लागला होता. 'वृक्षांत मी अश्वत्थ आहे', असं म्हणणारा स्वतःच आज अश्वत्थाला टेकून अस्वस्थपणे जीव धरून बसला होता.

तो खरोखरच अर्जुनाची प्रतीक्षा करत होता की...?

यादव जेव्हा प्रभासतीर्थावर आपापसांत लढत होते, तेव्हा शांत बसलेल्या कृष्णाकडे बलरामानं एक नजर टाकली. कृष्णाच्या नजरेत कोणते भाव होते, काही कळत नव्हतं. पण बलराम मात्र नखशिखांत हादरला.

जवळ जाऊन त्यानं कृष्णाला गदगदा हलवलं.

''कान्हाऽऽ कान्हा, अरे, काय करतोयस... हे...? हे सर्व यादव मृत्युमुखी पडतील... कान्हा ऽऽ!''

''माहीत आहे मला.'' कृष्णाच्या मुखावरची भीषण शांती, भावहीनता तशीच होती. बलरामानं कृष्णाच्या डोळ्यांत पाहिलं... नेहमीचे तरल, मिश्किल डोळे आज जणू संगमरवरात कोरल्यासारखे स्तब्ध, भावहीन होते.

''कान्हा ऽऽ!''

''हे ज्येष्ठ बंधो, महर्षी दुर्वासांची शापवाणी आठवतेय ना?''

''आ... आ... आठवतेय.... आठवतेय...'' बलरामाची जीभ अडखळत होती. काहीशी मद्यपानाच्या परिणामानं, काहीशी भयानं....

''म्हणजे? म्हणजे... आपण पण...?''

''का? आपण काय निराळे आहोत?'' कृष्णाच्या आवाजात पांचजन्याचा ध्वनी नि डोळ्यांत मृत्यूचा थंडपणा होता.

त्यानं बलरामाकडे पाहिलं – स्थिर, गंभीर नजरेनं....

'देहिनोऽस्मिन् यथा देहे कौमारं यौवनं जरा।
तथा देहान्तरप्राप्तिर्धीरस्तत्र न मुह्यति।।'

"बलरामदादा, कुमारावस्था, तारुण्य, जरा आणि देहान्तराचा शोक नसतो...."

"मला ते सर्व ऐकायचं नाही..." बलराम व्यथित आवाजात म्हणाला.

कृष्णानं त्याच्या खांद्यावर हात ठेवून, प्रेमानं जवळ घेतलं नि छातीशी घट्ट धरलं. काही क्षण तसेच गेले.

कृष्णापासून बलराम दूर झाला त्या वेळी त्याच्या मनात कोणताही संशय नव्हता, संभ्रम नव्हता. मनात कोणताही प्रश्न उरलाच नव्हता. आता कसलाही शोक, निराशा त्याला स्पर्श करणार नव्हती.

एका अलौकिक अनुभूतीनं बलराम जणू भारला गेला होता. केवळ श्वासावर उरलेल्या जीवनाची एक अवर्णनीय अनुभूती! देहविहीन! बलरामानं डोळे मिटले, हात जोडले नि मस्तक झुकवलं... कृष्णचरणांवर.

बलरामाचे डोळे कृष्णचरणांवर अश्रूंचा अविरत अभिषेक करत होते....

कृष्ण मिटल्या डोळ्यांनी बलरामाच्या केशकलापावरून हात फिरवत राहिला आणि एक गंभीर ध्वनी चारी दिशांतून घुमू लागला....

'यथाकाशस्थितो नित्यं वायुः सर्वत्रगो महान् ।
तथा सर्वाणि भूतानि मत्स्थानीत्युपधारय।।'

'आकाश स्वतःच्या जागी स्थिर आहे, वायू चंचल असूनही आपलं स्थान सोडत नाही; तसे सर्व जीव अखेरीस माझ्यातच समाविष्ट होतात, हे जाण.'

बलरामाच्या डोळ्यांतून अजूनही अश्रू वाहत होते. यादवांच्या गोंगाटात कृष्णाचा आवाज एखाद्या शांतिमंत्रासारखा गुंजत होता.

बलराम... ज्येष्ठ बंधू... काही क्षणांनंतर जो विदेही होणार होता... बालपणातल्या कित्येक मधुर आठवणी ज्याच्याबरोबर जुळल्या होत्या... हा तोच... बलरामदादा – जो कृष्णाला स्वतःच्या प्राणापेक्षाही प्रिय होता.

"दादा, आता प्रस्थान करा!" शांत स्वरांत कृष्ण उद्‌गारला.

ती यादवी, यादवांचा तो भीषण संहार पाहून विचलित झालेल्या बलरामानं कापऱ्या आवाजात विचारलं... "कान्हा, आणि तू?"

"मी?..." कृष्णाचा चेहरा शांत नि आवाज स्थिर होता. डोळे थोडेसे ओलावले!

"मी..." तो परत उद्‌गारला – "मला इथंच राहावं लागणार आहे, हे सर्व संपेपर्यंत... आणि नंतर..." कृष्णानं वाक्य अपुरंच सोडलं.

"कशासाठी? कशासाठी कान्हा?... हे... हे सगळं तुझ्यासाठी नि तुझ्याच माथ्यावर?" बलराम व्यथित हृदयानं आक्रंदत म्हणाला. कृष्णानं जणू त्याच्याच बोलण्याचा प्रतिसाद देत आहे असं म्हटलं,

"स्वतःसाठीच!"

"अरे, पण का?"

'संशयात्मा विनश्यति' असं सांगणारा आज स्वत:च संशयात गुरफटला होता...

नजरेसमक्ष यादव पशूसारखे एकमेकांत लढत होते. कृष्णाच्या डोळ्यांसमोरचं ते दृश्य आसवांच्या पटलामुळे अस्पष्ट होत गेलं.

"आता प्रयाण करा, दादा!" त्यानं पुन्हा एकदा बलरामाला म्हटलं नि अश्रू ओघळून गालांवर येण्यापूर्वीच पुसून टाकले.

बलरामानं कृष्णाला घट्ट आलिंगन दिलं – जणू कृष्णाचं संपूर्ण शरीर स्वत:च्या शरीरात सामावून घेत असावा, तसं....

आपले विशाल, पुष्ट बाहू कृष्णाभोवती फिरवत काही काल तसाच उभा राहिला बलराम आणि एकदम कृष्णापासून दूर होऊन निघाला जायला... त्रिवेणी संगमाच्या दिशेनं....

दूर सोमनाथ मंदिराच्या मागे सूर्य अस्तास जायच्या तयारीत होता.

संध्याकाळच्या सोनेरी किरणांमुळे जणू सोन्याची मूर्ती असावी, तसं भासणारं बलरामाचं बलदंड शरीर हळूहळू दूर जात होतं. त्याच्या मागे, यादवांनी मरणसमयी फोडलेल्या किंकाळ्या अजूनही ऐकू येत होत्या. बलरामानं चालण्याची गती वाढवली. यादवांच्या किंकाळ्या त्याला जणू परत मागं फिरण्यास सांगत आहेत, अशा अधिकाधिक तीव्र होत गेल्या.

त्या किंकाळ्यांपासून लवकरात लवकर दूर जाण्यासाठी बलरामाची पावलं अधिक वेगानं पडू लागली... जसं काही बलराम स्वत:लाच मनोमन अपराधी मानत होता.

या यादवीचं मूळ कारण होतं... मद्यपान!

बलरामाच्या छत्रछायेखालीच तर यादव मुक्त मद्यपानाचं स्वातंत्र्य उपभोगत आले होते.

हेदेखील कृष्ण जाणतच होता....

याबद्दल तो बलरामाला काहीही सांगण्यास असमर्थ होता आणि त्याचाच फायदा इतर यादवांनी घेतला होता.

संध्याकाळची वेळ होती. समुद्रावर खाऱ्या वाऱ्यांचा संचार होत होता.

दालनाचे पडदे वाऱ्यामुळे हलत होते. अस्ताला जाणाऱ्या सूर्याचा ज्वालेसारखा भासणारा, केशरी प्रकाश साऱ्या महालभर पसरला होता. महालातल्या, दालनातल्या सगळ्या वस्तू केशरी वाटत होत्या. बलरामाच्या गोऱ्यापान शरीरावर,

जणू दुधात केशर मिसळावं, तसा तो केशरी प्रकाश पसरत होता आणि....

"दादा, आत येऊ?" कृष्णानं बलरामाच्या दालनात येण्यासाठी अनुमती मागितली.

"अरे, कान्हा तू?... आणि या वेळी...?"

"का बरं? ही योग्य वेळ नाही?" कृष्णाच्या आवाजात कधी नव्हे तो थोडा कडवटपणा आला होता.

"अरे, नाही नाही, तसं नाही...हं... बोल."

"दादा, मी खरं बोललो, तर तुम्हाला दुःख होईल..." कृष्णानं त्याची नजर सरळ बलरामाच्या चेहऱ्यावर रोखली.

बलरामानं कृष्णाच्या डोळ्यांना डोळे भिडवून म्हटलं, "माहीत आहे... माहीत आहे... तू बोलशील त्यानं मला दुःखच होणार आहे, हे मी जाणतो नि माझ्याबद्दल जे काही तू ऐकलंस, त्यानं तुला दुःख झालेलं आहे, हे पण मी जाणतो... आत्ता तू जे बोलशील त्यामुळंही मला..." नजर फिरवून अस्ताला जाणाऱ्या सूर्याकडे बलराम पाहत राहिला.

"कान्हा, अरे, मर्यादेच्या बाहेर असतात अनेक गोष्टी...."

"हा नुसता खोटा बहाणा आहे, ज्येष्ठ बंधो! स्वतःचं दुबळेपण न स्वीकारणं यासारखा मोठा दुबळेपणा कोणता, सांगा...."

"कान्हा, तू जर मला सल्ला-उपदेश द्यायला आला असलास, तर असाच परत जा. जर मला सोबत द्यायला आला असशील, तर तुझं इथं मनापासून स्वागत आहे." बोलत-बोलत चांदीचे सुंदर प्याले बलरामानं बाहेर काढले आणि ते तो समोरच्या लहानशा नक्षीदार चौपाईवर मांडू लागला.

"यादवकुलाचं उत्थान आणि त्याचं रक्षण दोन्हींचा भार तुमच्यावर आहे, दादा! आणि आता तुम्हीच जर उठून...."

"रक्षण! भार!..." बलरामाच्या आवाजात एक तऱ्हेचं विचित्र शून्यपण होतं, विचित्र वेदना होती. अनेक वर्षं एकटा जगणाऱ्या माणसाला स्वतःच्याच आवाजात जे भयानक रिकामेपण जाणवतं, तसं काही तरी होतं बलरामाच्या आवाजात.... "कान्हा, अरे द्वारकेचा राजा तू आहेस! या नगरीचं सर्जन, निर्माण, पालन, रक्षण सगळं काही तूच तर करतोयस. मग असे शब्द वापरून का मला जास्त उद्विग्न करतोस?" मद्याच्या सुरईतून मद्य काढून बलरामानं प्याल्यात ओतलं नि एक घुटका घेतला!

"ज्येष्ठ बंधो ऽऽ!" एक भयानक आघात कृष्णाच्या आवाजात आणि डोळ्यांत उमटून गेला. स्वतःच्या डोळ्यांनी जे पाहिलं, त्यावर त्याचा विश्वासच बसत नव्हता... "हे... हे... काय करताय, दादा?"

"दाऽऽदा! मोठा भाऊऽऽ!'' कृष्णानं आणखी काही बोलायच्या आधीच बलरामानं त्याला मोठ्या आवाजात मध्येच थोपवलं.

"आहे, तुझा मोठा भाऊ मी आहे. तरीही या द्वारकेत सगळं तू सांगतोस तसंच होत असतं... होत आहे.''

"मी काय करू दादा? होकार-नकाराची काही संधी आहे मला?'' एका पराभूत, थकलेल्या सेनापतीची पीडा होती कृष्णाच्या आवाजात....

"बलरामदादा, अहो, संध्याकाळचं माझं भोजन कुठं घ्यायचं ते मी नक्की करावं, याचंही स्वातंत्र्य नाही मला. मी तर काळाच्या कारागृहात अडकलेली अशी एक व्यक्ती आहे, जिला काही व्यक्त करायचंही स्वातंत्र्य नाही.''

"अस्सं का?'' बलरामाच्या बोलण्यात काहीसा तिरकसपणा होता. "वा कान्हा, वा! माझ्याबरोबरही तुझा हा शब्दांचा खेळ, अं!... वा!''

"दादा, कधी तुम्हाला मी दुखवलंय? माझं काही चुकलंय का?''

"चूक आणि तुझी?'' अजूनही बलरामाच्या आवाजात वेदनामय उपहास होता. "तुझी चूक होईलच कशी, कान्हा? तू तर युगपुरुष आहेस. तुझ्यापुढं मस्तक नमवतात भले-भले...'' कृष्णानं बलरामाकडे रोखून पाहिलं... सर्व काही लुटलं गेलेल्या राजाधिराजाची वेदना त्याच्या डोळ्यांत होती.

"तुम्हाला चांगलं माहीत आहे. ते सगळे नमतात ते माझ्यासमोर नाही, माझ्या अफाट शक्तीपुढं, दादा! माझी शक्ती, माझं बळ तुम्ही आहात, बलरामदादा!''

"वा! हे, हे सगळं आजच उमगलं वाटतं?''

"कित्येक घटना समजून-उमजूनही आपण नाही स्वीकारू शकत. तुमच्या बोलण्यातला कडवटपणा, तुमची वेदना समजते... पण....?''

"कुरुक्षेत्रावर युद्धसमयी गीतोपदेश सांगणारा, अतिज्ञानी, विचक्षण, पांडवांचा साथी, अर्जुनाचा सारथी हे बोलतोय? आश्चर्य आहे!''

बलरामाच्या आवाजात आता मद्यपानाच्या धुंदीचा परिणाम होऊ लागलेला दिसत होता. मोठ्या स्वरांत संवाद बोलत असावं, तशा नाटकी-रीतीनं तो बोलायला लागला....

'यतो यतो निश्चलति मनश्चयलमस्थिरम्।
ततस्त तो नियम्यैतदात्मन्येव वशं नयेत्।।'

मन जिथं चंचल होतं, तिथून परत आणून आत्म्यात केंद्रित....

"ते खरं नाही का?'' कृष्णानं मध्येच विचारलं.

"ते तुला माहीत. तू सर्वज्ञानी आहेस! आम्ही सगळे क्षुद्र, पामर जीव... कुरुक्षेत्राच्या भीषण संहारातून वाचलेले, तुझ्या कृपेमुळे.''

"ज्येष्ठ बंधो! मी दास आहे तुमचा. तुम्ही सांगाल तसं करेन. पण ही निराशा,

ही वेदना, हा विषाद माझ्याच्यानं नाही सहन होत...''

''अहाहा... द्वारकेच्या राजाला वेदना सहन होत नाही...''

''दादा, लहान भाऊ आहे मी तुमचा.''

''लहान! तरीदेखील राजा तू आहेस. धनाढ्य, सुसंपन्न यादवांचा अधिपती... द्वारकेचा सर्वसत्ताधीश, या आर्यावर्ताचा विधाता... या युगातला लोकप्रिय पुरुष आणि... कुरुक्षेत्राचा सूत्रधार...''

कृष्ण उभा राहिला, बलरामाच्या मंचकापाशी येऊन खाली बसला आणि दोन्ही हातांनी त्याचे चरण घट्ट धरले. ''इतकी वेदना? इतका विषाद, इतकं दु:ख? दादा, इतकं सगळं तुम्ही तुमच्या मनात दाबून ठेवलंत नि मला साधं जाणवू पण दिलं नाहीत?'' कृष्णाच्या स्वरांत विलक्षण वेदना होती... बलरामाचे डोळे अश्रूंनी ओथंबून गेले.

कृष्णाच्या माथ्यावर हात ठेवत, डोळे मिटत तो उद्गारला, ''कान्हा, अरे, ही तक्रार नाही, तुझ्याबद्दलचा द्वेष पण नाही हं....''

''मी समजू शकतो...'' कृष्णानं डोळे मिटून घेतले.

दोघे भाऊ थोडा वेळ तसेच, नि:शब्द बसून राहिले. बालपणातल्या क्रीडा, रुसवे-फुगवे, प्रेम-विषाद, विश्वास नि शत्रुत्व यांची यमुनाच खळखळ करत दोघांच्या डोळ्यांतून वाहत राहिली.

किती वेळ गेला, कुणास ठाऊक? पण अनेक शतकं ओलांडली गेलीत, असं बलरामाला वाटलं.

खूप हलकेच, कुठं काही दुखावलं जाऊ नये, बिघडू नये, अशा रीतीनं कृष्ण सावकाश उभा राहिला.

''जायची आज्ञा आहे, दादा?''

बलराम विमनस्क होऊन अबोल बसला होता.

''मला... मला क्षमा कर रे, कान्हा!''

''दादा, असं बोलून मला पापात नका लोटू...'' बलरामाच्या 'कान्ह्यानं' बलरामाचे ते जुळलेले हात त्याच्या हातात धरले. अजूनही बलरामाच्या डोळ्यांतून अश्रूंच्या धारा वाहत होत्या.

आणि कृष्णानं मनोमन निश्चय केला– येणाऱ्या भविष्याच्या आरंभापासूनच, बलरामदादाला त्याच्या मद्यपानापासून रोखायचं नाही, विरोधाचा एक शब्दही उच्चारायचा नाही, चुकूनही त्याला परावृत्त करायचं नाही.

शेकडो वेळा यशोदामातेच्या रागाच्या सपाट्यातून ज्यानं कृष्णाला वाचवलं होतं, तोच हा बलरामदादा होता. विटी-दांडूच्या क्रीडेत किंवा गोपींना सतावण्यातदेखील दोघे भाऊ बरोबरच असत.

यमुनेचा विशाल प्रवाह कोण आधी तरून जातो याची दोघे स्पर्धा लावत आणि मग त्यात हरून कान्हा रडायला लागू नये म्हणून बलराम काही वेळा मुद्दामच त्याच्या मागं राहायचा.

मथुरेच्या वाटेवर जाणाऱ्या गोपस्त्रियांकडून लोण्याच्या रूपानं कर वसूल करण्यात किंवा यमुनातटीच्या झाडांवर बसून गोपींची मडकी फोडण्यात दोघे भाऊ एकमेकांना संगत करायचे.

बलरामाला तर कान्हा त्याच्या जिवापेक्षाही अधिक प्रिय होता. लहानग्या कान्ह्याच्या डोळ्यांतली आसवं बलराम पाहूच शकत नव्हता. कान्ह्यावर त्याचं प्रेम इतकं अपार होतं की, दुसऱ्या कोणी गोपबालकानं त्याला सतावलं, तर त्या बालकाला शिक्षा म्हणून झाडाला बांधून ठेवायचा नि स्वत: झाडावर चढून सगळं झाड गदागदा हलवायचा. बिचारा बालगोप भीतीनं किंकाळ्या फोडायचा आणि जोवर तो कान्ह्याची क्षमा मागत नाही, तोवर बलराम त्याला किंचाळत ठेवायचा. दांडगाईचा त्याला वेगळाच आनंद मिळायचा.

पण रोहिणीमाता जेव्हा कृष्णाचीच बाजू घ्यायची, तेव्हा मात्र बलराम गोंधळून जायचा.

लहानगा, भोळा-भाबडा वाटणारा पण लबाड कान्हा रोहिणीमातेला फार आवडायचा आणि नेमकं हेच बलरामाला उमजायचं नाही.

यशोदामातेची पण बलरामावर माया नव्हती असं नव्हतं. पण दोन गोष्टींत मात्र कोणी भागीदार झालेलं त्याला जराही सहन होत नव्हतं... एक त्याची गदा नि दुसरी त्याची रोहिणीमाता.

आज बलराम केव्हाचा कान्ह्याला शोधत होता. कुठं लपून बसला होता, कुणास ठाऊक... दुपार होत आली होती, तरीही कान्ह्याचा कुठंच पत्ता लागत नव्हता.

यमुनेचा काठ, कदंब वृक्षाच्या फांद्या, मथुरेचा रस्ता, पिंपळाच्या झाडाखाली, गाई चारण्याच्या कुरणात आणि राधेच्या घरामागे... प्रत्येक जागी बलरामानं शोध घेतला होता. त्याच्या लपण्याच्या रोजच्या जागांपैकी एकाही ठिकाणी कान्हा नव्हता.

"कान्हाऽऽ ए कान्हा... कान्हाऽऽऽऽ' बलराम हाका मारू लागला.

"शुक्! शुक्" एक आवाज आला. बलरामानं इकडं-तिकडं पाहिलं. कान्ह्या–शिवाय दुसरं कोण असणार!... तोच होता.

लहानगा कान्हा लपून घराच्या भिंतीपाशी उभा होता... अधून-मधून गवाक्षातून घरात नजर टाकत होता. तो वाट पाहत होता गवाक्षातून बाहेर येणाऱ्या एका

हाताची... तो हात त्याला भोजन देणार होता.

'हं! म्हणजे आज पुन्हा यशोदामातेनं शिक्षा केली दिसतेय!' बलरामानं ओळखलं.

कोकिलेच्या घरात घुसून कान्ह्यानं आणि त्याच्या सोबत्यांनी लोणी खाल्लं होतं... शिंकाळी फोडून, तोडून टाकली होती... सारं घर अस्ताव्यस्त करून टाकलं होतं....

तक्रार घेऊन कोकिला यशोदामातेपाशी आली, तेव्हा कोणत्या तरी कारणानं यशोदामाता आधीच रागात होती. कोकिलेची तक्रार ऐकली नि झालं... रागाचा पारा एकदम चढला.

"बलरामा, ए बलरामा...."

बलराम त्या दोघींमधला संवाद ऐकतच होता. आता आई आपल्याला हाक मारणार याची तो जणू वाटच बघत होता... गदा बाजूला ठेवून तो पळतच यशोदामातेसमोर उभा राहिला....

"काय, थोरली आई?" आता काय घडणार, हे बलरामाला माहीत होतं.

"जा... असाच जा नि त्या कान्ह्याला पकडून आण."

"पण... माते..."

"मी सांगितलं नां, त्याला पकडून आण म्हणून? आज हिची तक्रार आली. दररोजच्या तक्रारी ऐकून-ऐकून कंटाळलेय मी. आज आता चांगलाच धडा शिकवते त्याला... जा, घेऊन ये त्याला...."

गाईंच्या गोठ्याकडून गोवऱ्या घेऊन येणाऱ्या रोहिणीमातेनं हे ऐकलं. ती तशीच यशोदेजवळ येऊन उभी राहिली नि म्हणाली....

"जाऊ द्या नं ताई, काय फरक पडणार आहे? अहो, लहान आहे. दंगा-मस्ती तर करणारच ना?"

"रोहिणी, तू यात मध्ये येऊ नकोस." यशोदेचं बोलणं ऐकून हसू फुटलं बलरामाच्या चेहऱ्यावर....

"पण... पण ताई..." रोहिणीनं कान्ह्याच्या बचावासाठी आणखी एक असफल प्रयत्न केला.

एरवी गोकुळ स्त्रियांसमोर कृष्णाची बाजू घेऊन त्याचा बचाव करणारी यशोदा आज मात्र कुणाचं, काहीही ऐकायला तयार नव्हती.

"जा, बलरामा, त्याला पकडून आण. आज त्याला मोठ्या डेऱ्याला बांधूनच ठेवते. संध्याकाळपर्यंत खायलाच देणार नाही."

बलरामाच्या चेहऱ्यावर हसू फुटलं, 'आता कान्ह्याचं काही खरं नाही!'

एरवी कान्ह्याला बलरामानं वाचवलं असतं, वेळ आली तर खोटंही बोलला असता; पण रोहिणीमातेनं सगळा घोटाळा केला मधेच येऊन.

यमुनातीरावर, कदंबाच्या वृक्षराजीत, मथुरेच्या मार्गावर, पिंपळाच्या खाली, राधेच्या घरामागे.... रोजच्या लपण्याच्या जागी... कुठं म्हणजे कुठंच नव्हता कान्हा.

असणार तरी कसा? तो तर त्याच्याच घराच्या मागच्या बाजूला लपून बसला होता!

त्याला रोहिणीमातेनं बघितलं होतं.

तिला का कुणास ठाऊक, या लहानग्या खट्याळ बाळाची खूप कणव यायची.

यशोदामातेनं त्याला जेवायला दिलं नाही की तिच्या काळजात तुटायचं.

तिनंच हातानं खूण करून कान्ह्याला बोलावलं नि उभं राहायला सांगितलं....

आणि खायचं आणायला रोहिणीमाता घरात गेली.

"शुक्... शुक्...."

कृष्णाला पाहून बलराम त्याच्याजवळ आला.

"शूऽऽऽ..." कान्ह्यानं ओठांवर बोट ठेवून इशारा केला. त्याच्या मोठ्या टपोऱ्या डोळ्यांत, तो काही रहस्य सांगतोय असा भाव होता. "मी इथं लपलोय. त्या कोकिलेनं सगळं सांगितलं नं यशोदामातेला!"

"असं?" बलरामानं त्याला काही ठाऊकच नाही असा भाव आणला.

"आणि माता मला शोधतेय... आज नक्की मार बसणार किंवा डेऱ्याला बांधून ठेवणार, नाहीतर गोठ्यात ठेवणार..." खिन्न चेहऱ्यानं कान्हा म्हणाला, "सकाळपासून काही खाल्लं पण नाहीयं."

"का बरं? शिंकाळं तोडून लोणी तर खाल्लंस."

"मी एकट्यानं थोडंच खाल्लं? ...अन् ते तर पचूनही गेलं. आता मला कडाडून भूक लागलीय रे दादा."

"हो? ...मग आता रे?"

"रोहिणीमाता घरात गेलीय. खिडकीतून ती मला काहीतरी खायला देईल. ते घेऊन सरळ पळून जाईन. पार सूर्य बुडाल्यानंतर घरी येईन. आणि हो, तोपर्यंत नंदबाबा पण घरी येतील. मग काही भीती नाही." कान्ह्यानं त्याची अप्रतिम योजना समजावली.

"हं..." बलरामानं डोकं हलवलं नि उभा राहिला.

"कुठं निघालास?" कान्ह्यानं विचारलं.

"पाहतो, रोहिणीमाता काय करतेय. इतका का वेळ लागला तिला?"

बलराम घरात जाऊ लागला.

आतुर नजरेनं कृष्ण पाहू लागला.

काही वेळानं खिडकीमधून एक हात बाहेर आला.

त्या हातात गरम-गरम भाकरी नि त्यावर लोण्याचा मोठ्ठा गोळा! कान्ह्याच्या

तोंडाला पाणी सुटलं. त्यानं हात पुढं केला अन् भाकरी घेणार तेवढ्यात दुसरा हात खिडकीतून बाहेर आला नि कान्ह्याचा हात गच्च पकडला गेला.

त्याचे दोन्ही हात खिडकीला घट्ट बांधले गेले.

'माता रोहिणी...?' कान्ह्याचा विश्वास बसेना. रोहिणीमाता असं करेल? कसं शक्य आहे?

पण काही लक्षात यायच्या आधीच यशोदा काठी घेऊन घराच्या मागच्या बाजूला आली. बाप रे! आज तिचं रूप बघण्यासारखं होतं. रागानं डोळे लाल झाले होते.

"माते॰... माते॰..." कान्हा शक्य तेवढ्या काकुळतीनं बोलला नि आईचं मन करुण स्वरानं बदलायचा प्रयत्न केला...

"चूप! एक शब्द ऐकायचा नाही मला. आता इथंच बांधलेलं राहायचं दिवसभर... समजलं?"

मातेच्या मागं कोण उभं होतं? अरे! बलरामदादा?

...'माझा दादा? दादानं असं केलं? चहाडी केली यशोदामातेजवळ॰?'

कान्ह्याचा त्याच्या डोळ्यांवर विश्वासच बसेना.

'माझा बंधू, माझा बलरामदादा असं वागेल?' कृष्णाच्या मनातही तसं येत नव्हतं.

'माझा बंधू, माझा बलरामदादा असं वागेल?' कृष्णाच्या मनातही तसं येत नव्हतं...

वेदनेमुळे कृष्णानं डोळे मिटून घेतले...

...समोर उद्धव उभा होता.

"प्रभो, तुम्हाला त्रास व्हावा, असा हेतू नाही; पण द्वारकेत घडणाऱ्या प्रत्येक घटनेची माहिती तुम्हाला देणं माझं कर्तव्य आहे.", उद्धव म्हणाला.

"संशय तर मलाही येत होता, पण ज्येष्ठ बंधूच असं काही करेल, असं स्वप्नातही वाटलं नव्हतं." कृष्णाच्या हृदयात भावनांचा पूर उसळला.

"आता ज्येष्ठ बंधूच जर द्वारकेत मद्यपान करू लागले, तर इतर यादवांना कसं अडवणार? कसं समजावणार?"

"एवढंच नाही प्रभो, ज्येष्ठ बंधू मुक्त मद्यपान करायला इतरांनाही प्रोत्साहन देत आहेत. एकदा तर दुर्योधन भेटायला इथं आला होता, त्या वेळी त्यानं आणि बलरामदादांनी सागरकिनाऱ्यावर सर्वांसमक्ष मद्यपान केलं."

उद्धव सांगत होता नि वेदनेनं कृष्णाचे नेत्र मिटले गेले.

"यादव त्यांचं अनुकरण करतील आणि मग त्यांना अडवणं फार कठीण होईल, प्रभो... अशी ही यादवांची नवी, तरुण पिढी तारुण्याच्या मस्तीत धुंद होतेय. सत्ता, वैभव आणि बळाच्या नशेत बुडालेले यादव आता जर मद्यपानही करू लागले तर काहीच उरणार नाही, प्रभो...'' कृष्णानं उद्धवाकडे पाहिलं नि दुःखानं डोळे पुन्हा मिटले.

"उद्धवा, नियतीच्या घटनांना कोण रोखू शकणार आहे? मी स्वत: अनेक प्रयत्न करूनही कालगतीला, वेगाला नियंत्रित करू शकलेलो नाही... कालानं जे लिहून ठेवलंय उद्धवा, ते घडणारच. मला ते पूर्ण लक्षात आलंय...''

"काय लिहिलंय? ...काय ...काय घडणार आहे, प्रभो?''

एका विलक्षण गूढ वेदनेनं भरलेलं हास्य कसंबसं कृष्णाच्या मुखावर उमटलं. 'ते भविष्य आहे, उद्धवा! आणि कालाच्या उदरात भविष्यानं गर्भ धारण केला आहे... वाट पाहायची ती फक्त अवतरणाची. एका भयानक भविष्याच्या अवतरणाची!''

"प्रभो!...'' कृष्णाच्या शब्दांनी उद्धव थरारला. सगळं जरी त्याला कळलं नव्हतं, तरी यादवकुलावर भीषण आपत्ती घिरट्या घालू लागली आहे, हे तो उमजून चुकला.

प्रभासक्षेत्रावर जाण्याचा निर्णय कृष्णानं घेतला. तो सर्वप्रथम बलरामालाच सांगावा, हेही त्याला फार आवश्यक वाटलं.

...बालपणापासूनच जो कृष्णासोबत होता, असा संपूर्ण द्वारकेत फक्त बलरामच तर होता.

का कुणास ठाऊक, पण ज्येष्ठ बंधूला भेटून आपली सर्व व्यथा, वेदना, अपसमज धुवून टाकावेत, असं तीव्रतेनं कृष्णाला वाटलं.

त्यानं खडावा घातल्या नि बलरामाच्या महालाकडे तो जायला लागला.

त्याच्या झरझर चालण्यात एक अस्वस्थता जाणवत होती.

उद्धवही कृष्णाबरोबर चालू लागला, पण कृष्णाच्या चालण्याच्या गतीपुढे तो काहीसा मागे पडू लागला. एरवी दुसऱ्याबरोबर चालताना कृष्ण त्याच्या बरोबर चालायचा.

पण आज उद्धव मागे राहतोय याचा विचारही न करता कृष्ण झपाझपा निघून गेला.

उद्धव थांबला आहे, त्याकडेही कृष्णाचं लक्ष नव्हतं.

कृष्णाच्या चालीतली अस्वस्थता, गोंधळ आणि वेदना समजल्यासारख्या वाटून, त्याला काहीही विचारल्याशिवाय, शब्दही न बोलता उद्धव परत मागे फिरला.

आणि कृष्ण....

तो बलरामाच्या महालाच्या पायऱ्या चढू लागला तेव्हा उद्धव सोबत नसल्याचं त्याच्या लक्षात आलं.

"दादा, येऊ का?" कृष्णानं बलरामाची अनुमती विचारली.

बलरामाची मद्यपानाची सवय खूप जुनी होती. बलराम शक्यतो सायंकाळी कृष्णासमोर जायचं टाळायचा. वयानं तो मोठा होता, तरीही लहान वयाच्या कृष्णाच्या आधिपत्याखाली होता. मद्यपानामुळे आपलं स्वत:चं नुकसान होतंय, हे त्याला कळत नव्हतं, असं नव्हतं. तरीही त्यातून तो सुटका करून घेऊ शकत नव्हता.

बलरामाला कृष्ण अनेक वेळा समजवायचा. त्याबद्दल काही चर्चा करण्यापेक्षा, संध्याकाळी कृष्णाच्या समोर जावंच लागू नये, असा प्रयत्न बलराम करत राहायचा. राज्याचं काही काम असो किंवा महत्त्वाची चर्चा-विचारणा असो; संध्याकाळच्या आधी सगळं संपवून टाकावं, असाच प्रयत्न बलराम करायचा.

बलरामाची मद्यपानाबद्दलची दुर्बलता कृष्ण ओळखून होता आणि म्हणूनच, सूर्योदयापूर्वी बलरामाच्या दालनात जाणं कृष्ण शक्यतो टाळायचा, तसा प्रयत्न करायचा.

"दादा, येऊ का?" कृष्णानं बलरामाला विचारलं.

बलराम नुकताच झोपेतून जागा झाला होता. सूर्याची कोवळी सोनेरी किरणं दालनात पसरली होती. बलरामाच्या अंगावरचं रेशमी पांघरूण चुरगळून गेलं होतं. डोळ्यांत मद्यपानाची धुंदी अजूनही तरळत होती.

नित्य मद्यपानामुळे बलरामाच्या मुळातल्या तेजस्वी, सुंदर मुखावर आता चरबीचा थर जमू लागला होता. सकाळी-सकाळी त्याच्या चेहऱ्यावर सूज असल्यासारखं वाटायचं. डोळे बारीक नि लालसर व्हायचे. उशिरा उगवलेली त्याची सकाळ आळसात, अस्वस्थतेत बुडालेली असायची.

त्याच्या महालात प्रवेश करून कृष्णानं आसनावर बैठक घेतली. अचानक आलेल्या कृष्णाला पाहून बलराम जरासा गडबडला. नित्यकर्मं तर अजून उरकायची बाकी होती नि कृष्ण समोरच येऊन ठाकला.

"कृष्णा, आज इतक्या सकाळी?"

"सकाळी...? दादा, अहो दिवसाचा तिसरा प्रहर सुरू झालाय. घरांच्या कौलांवर सोनेरी किरणं पसरलीदेखील...."

"द्वारकेतील महालांची कौलं अशीही सोनेरीच आहेत, कृष्णा – त्यासाठी सूर्याच्या तेजाची आवश्यकताच नाहीये आणि इथं तर सूर्य अन् समय आपल्या सांगण्याप्रमाणे चालतात."

''ज्येष्ठ बंधो! समय कुणाच्या सांगण्याप्रमाणं चालत नसतो.''

''कान्हा, हे तू बोलतोयस? ...सुवर्णनगरीचा राजा, छप्पन कोटींचा पालनकर्ता... ज्या पृथ्वीवर दुःख, जरा, मृत्यू, रोग नाही अशा पृथ्वीचा सर्जक.... कृष्णा, काळ तुझ्या सांगण्याप्रमाणे चालतो... दिशा, तारे तुझ्या आज्ञेनुसार उगवतात नि मावळतात... ऋतूदेखील तुझ्या सांगण्याप्रमाणे रंग बदलतात...!'' बलरामाच्या डोळ्यांतून मद्यपानाच्या धुंदीबरोबर गर्वाची धुंदीही ओसंडत होती.

''बलरामदादा, भ्रमात राहू नका. भगवान महाकालाची लीला अतर्क्य, अकल्प्य आहे. सगळं आपल्या सांगण्याप्रमाणे होत असतं, असं जेव्हा वाटायला लागतं ना, तेव्हाच एका भीषण काळाचा आरंभ होऊन चुकलेला असतो, हे ध्यानात घ्यावं लागतं.''

''सकाळच्या प्रहरी तू या गोष्टी सांगायला आला आहेस?'' बलरामानं कडवट स्वरांत विचारलं.

सहज हसून कृष्ण म्हणाला, ''नाही रे बाबा! अशा गोष्टी तर संध्याकाळी बोलायच्या; खरं ना?''

''कृष्णा, माझ्या दुर्बलतेची चर्चा आपण केली नाही तर...'' बलराम जरा तिरकसपणे म्हणाला.

''ज्येष्ठ बंधो! यात आता चर्चा करण्यासारखं काही उरलंय...?'' कृष्णानं विचारलं.

''हे बघ कृष्णा, तुझ्या शब्दांच्या मायाजालात फसवू नकोस मला. सगळी कामं बाजूला ठेवून राजसभेत जायच्या वेळेला तू माझ्याकडं आलायस, तेव्हा तुझं काही काम आहे, हे नक्की....''

''चतुर आहात दादा! मला अचूक ओळखता....'' भुवनमोहिनी स्मित करत कृष्ण उद्गारला.

बलराम मंचकावर उठून बसला... उघडं बलदंड शरीर, भरदार खांदे, रुंद छाती नि तीवर रुळणाऱ्या रत्न-मोत्यांच्या माळा, विखुरलेले काळे केस, धुंद डोळे... कृष्ण त्याच्या दादाकडे बघत राहिला काही क्षण. अतिशय आदरानं, तितक्याच करुण नजरेनं.

''यादवांना घेऊन प्रभास तीर्थक्षेत्रावर जावं, अशी इच्छा आहे.''

दालनाच्या गवाक्षापाशी जाऊन उभा राहिलेला बलराम चमकला... सागराच्या वर-खाली होणाऱ्या लाटांवर सूर्यकिरणे जणू नाचत होती. सागराचं सोनेरी जल संथ गुंजारव करत किनाऱ्याच्या रेतीपर्यंत येऊन विखरून जात होतं. अजून भरती सुरू व्हायला अवकाश होता. माध्यान्हीच्या भरतीला एक प्रहर बाकी होता. तरीही भरतीच्या लाटांचा ध्वनी बलरामाच्या महालाच्या गवाक्षात स्पष्ट ऐकू येत होता.

कृष्णाच्या बोलण्यानं चमकलेला बलराम मागे वळला... कृष्णाच्या डोळ्यांत... काही शोधण्याचा प्रयत्न करत असावा असा, पापण्याही न हलवता एकटक पाहत राहिला.

कृष्णानं डोळे मिटून घेतले... जणू तो काहीतरी लपवू बघत होता बलरामापासून.

काही क्षण सागरलहरींच्या मर्मर ध्वनीशिवाय दालनात दुसरा आवाजच नव्हता.

"प्रभासक्षेत्री? ...का? कशासाठी कान्हा...?'' बलरामाच्या आवाजात भीतियुक्त थरथर नि भविष्यात येणाऱ्या घटनेचा कंप होता. कृष्णानं नेत्र उघडले... बलरामाकडे पाहिलं... निरुत्तर पाहत राहिला.

"म्हणजे... आता वेळ आलीय, असं सांगायचंय कृष्णा तुला....?''

"दादा, मी काय आता सांगणार? सांगितलं गेलं होतं, तेच आता सत्यात घडण्याची वेळ आलीय, दादा....''

"कान्हा, तो समय, ती वेळ टाळता नाही का येणार?'' बलरामाच्या आवाजात काकुळती होती. जणू लहानग्या कान्ह्याला यशोदामातेच्या रागापासून वाचवताना करायचा, तसं आर्जव होतं त्या स्वरांत....

"समय? वेळ?'' एक गूढ स्मित कृष्णाच्या मुखावर उमटलं. डोळ्यांची उघडझाप करत, बलरामाकडे बघत म्हणाला, "दादा, समय कोण टाळू शकणार...?''

"प्रभास!...'' बलरामाचा आवाज क्षीण वाटत होता. त्यात एक वेदना उमटली होती. क्षणभरानं तो उद्गारला, "ठीक आहे कान्हा... कधी निघायचंय?''

"शुभस्य शीघ्रम्.'' ते गूढ स्मित अजूनही कृष्णाच्या चेहऱ्यावर होतं. त्यानं बलरामाच्या डोळ्यांत पाहिलं... अश्रूंनी बलरामाचे डोळे डबडबले होते. त्यानं हातानं कृष्णाला नजीक बोलावलं नि बाहू पसरले.

कृष्ण उभा राहिला. बलरामाजवळ आला नि बलरामानं त्याला घट्ट मिठीत घेतलं. दोघांचेही डोळे मिटलेले होते आणि कालप्रवाह त्यांच्या मिटल्या डोळ्यांसमोरून खळखळत वाहत होता. यमुनेच्या प्रवाहासारखाच तो खळखळाट सागरतीरावरच्या त्या महालाच्या विशाल दालनात प्रतिध्वनित होत होता आणि त्या कालप्रवाहात तरंगणारी, बुडणारी ती दोन मनं सर्व जाणत होती... उद्याच्या प्रातःकालाबद्दल नि घडणाऱ्या त्या घटनांबद्दल!

एक मन शंकित, आतंकित होऊन फडफडत होतं नि दुसरं मुक्तीच्या मार्गावर प्रस्थान करण्यासाठी तत्पर, आतुर होतं....

द्वारकेतील सुवर्णमहालांवरचे कळस दिवसाच्या तिसऱ्या प्रहरीच्या सूर्यकिरणांनी झगमगत होते. जणू कोणता तरी उत्सव असावा, अशा थाटामाटात सारी

नगरी रस्त्यांवर उसळली होती. यादवांचे सुवर्णरथ; त्यांना जोडलेले उंच, रुबाबदार, खिंकाळणारे घोडे; रथांवर आरूढ झालेले सारथी... सगळं मिळून एका अत्यंत वैभवी, सुखी, संपन्न नगरीचं चित्र डोळ्यांसमोर उभं राहत होतं.

आज कृष्णानं यादवांना प्रभासतीर्थावर वनभोजनासाठी, मनोरंजनासाठी जाण्याचं निमंत्रण दिलं होतं.

संपूर्ण यादवकुल एकत्र होऊन प्रभासक्षेत्री जाण्यासाठी उतावीळ होऊन जणू नाचत होतं.

सदैव कोणत्या ना कोणत्या तरी उत्सवात मग्न राहणारी द्वारका, कुरुक्षेत्रावरच्या भीषण संहारनाट्यानंतर जणू मृत्यूची चादर पांघरून अवकळा आल्यासारखी झाली होती. प्रत्येक घरातलं कोणी ना कोणी त्या भयानक संग्रामात मृत्यूचा घास झालं होतं. मृत्यूचं तांडव द्वारकेच्या प्रांगणात पण घडून गेलं होतं.

त्यानंतर कृष्ण स्वत: शांत, पण काहीसा वैराग्यधारी झाला होता!

खरं तर कृष्णाचं संपूर्ण जीवन म्हणजे अस्तित्वाचा उत्सवच होता. स्वत: फुलून इतरांचंही जीवन फुलवणारं, उमलवणारं अस्तित्व! पण अशी व्यक्ती जेव्हा संकोचते, फक्त आत्मविचारात मग्न राहते; तेव्हा त्याचा प्रतिध्वनी इतरत्र पडणं साहजिकच आहे.

मृत्यूच्या भयानक सावलीखाली जगणारे यादव कित्येक दिवसांपासून, वर्षांपासून... उत्सव, मनोरंजन जणू पार विसरले होते!

धूमधडाक्यात साजरी होणारी जन्माष्टमी द्वारकेनं गेल्या अनेक वर्षांत पाहिली नव्हती.

आज मात्र घराघरांत जाऊन स्वत: श्रीकृष्णानं उत्सवयात्रेचं निमंत्रण दिलं होतं. यादवकुलातल्या प्रत्येक पुरुषाला – तरुण असो, प्रौढ असो की वृद्ध असो... उत्सवासाठी प्रभासतीर्थावर येण्याचं आमंत्रण होतं.

यादव तर पार वेडेच झाले होते.

यादवस्त्रियांनी त्यांच्यापाशी असलेली सर्व आभूषणं अंगावर चढवली होती.

यादवबालकं आनंदानं नाचत होती, पुरुषदेखील अनेक वर्षांनंतर आलेल्या या संधीचा पुरेपूर लाभ घेण्यासाठी विलक्षण आतुरले होते.

आपल्या महालाच्या गवाक्षात उभं राहून हे सर्व कृष्णानं पाहिलं. एक खोल उसासा त्याच्या मुखातून बाहेर पडला.

'मी करतोय ते योग्य आहे का?' ...कृष्णाच्या मनात प्रश्न उभा राहिला.

निखळ सत्यासह आयुष्य व्यतीत केलेल्या त्या महामानवाच्या हृदयात आज पहिल्यांदाच स्वत:च्या वर्तनाबद्दल, घेतलेल्या निर्णयाबद्दल शंका उत्पन्न झाली...

एक विशाल यादवसमाज आज कृष्णाबरोबर जायला निघाला होता – केवळ त्याच्यावरच्या, त्याच्या शब्दांवरच्या अतीव विश्वासानं... त्यांच्यापैकी एकही जण परत येणार नव्हता!

काय दिलं होतं त्या कुरुक्षेत्रानं?

कुरुक्षेत्रावरचा विजय, खरोखरच विजय होता का?

त्या विजयाचं सुख कुणाला तरी मिळालं होतं का?

धर्माचा खरोखरच विजय झाला होता का?

यशस्वी झालेल्या पांडवांनी काय मिळवलं होतं? पुत्रांचं मरण? सतत मृत्यूच्या छायेतच श्वास घेणारी शरीरं....?

आता हे आणखी एक कुरुक्षेत्र नव्हतं का? त्यामुळे खरोखरच अधर्माचा विनाश होणार होता का....?

या दुसऱ्या एका भीषण संहारात शिरणारं कृष्णाचं मन असंख्य प्रश्नांनी, शंका-कुशंकांनी झाकोळून गेलं. त्याविषयी त्यानं किती वेळ तरी सखोल मनोमंथन केलं होतं. आजचा क्षण नजरेपुढं आला नव्हता तोवर त्यातली प्रचंड भीषणता त्याला जाणवली नव्हती. आता मात्र तो क्षण डोळ्यांपुढे उभा – स्पष्ट होऊन ठाकला होता. नजरेला नजर भिडवून सत्य-असत्य, योग्य-अयोग्य याबद्दल कृष्णाला प्रश्न विचारत होता... तेव्हा मात्र अर्जुनाचा तो सारथी क्षणभर का होईना, अंतर्बाह्य थरारला होता...!

"चला हं, मी तयारच आहे." सत्यभामेचा आवाज होता तो. दालनातून बाहेर येता-येता तिनंच कृष्णाला साद घातली होती.

काचेच्या एखाद्या सुंदर, नाजूक मूर्तीसारखी काहीशी श्याम-गव्हाळ कांतीची सत्या – सत्यभामा. अतिशय देखणी नि शृंगाररसिक सत्यभामा....!

क्षणभर कृष्ण तिला निरखतच राहिला. लांब केस बांधून गुंफलेला अंबाडा, त्यात माळलेली सुगंधी श्वेतपुष्पं, आकर्षक कर्णफुलं आणि कर्णफुलंच गुंफून तयार केला असावा, असा माणिक-मोत्यांचा हार... हाराच्या खाली, लोण्यात थोडंसं काजळ घोटून मिसळून गेलेलं असावं तशी श्यामवर्णी, नितळ त्वचा....

वक्षस्थळांचा उभार, रेशमी श्वेत कंचुकी... श्वेत उत्तरीय... श्वेत वस्त्र परिधानात सत्यभामा अद्भुत वाटत होती. नील यमुनेत उगवलेलं, फुललेलं जणू श्वेतकमल!

कृष्णाच्या डोळ्यांत स्निग्धता दाटून आली.

हसतमुख सत्यभामेच्या दंतपंक्ती, गळ्यातल्या मोत्यांच्या लांब सरीसारख्या एकसमान नि चमकदार होत्या.

'हे हास्य पुन्हा कधीच पाहायला मिळणार नाही का?' क्षणभर कृष्णाला मोह झाला.

त्यानं भामेला जवळ ओढलं.

''इश्श! हे काय करताय स्वामी?'' सत्यभामा जरा लज्जित झाली, पण कृष्णाच्या आलिंगनात बद्ध झाली – विरोध न करताच!

आपल्याबद्दलची कृष्णाची ही आसक्ती, हा मोह सत्यभामेला आवडायचा. कृष्ण आपल्यातच मग्न राहावा, दुसऱ्या कुणाचा विचारही त्याच्या मनात येऊ नये, असाच प्रयत्न भामा सतत करायची.

आणि उदात्त स्वभावाची रुक्मिणी भामेच्या बालिश वागण्याला हसायची. कृष्णाच्या इतर सर्व पत्नी सत्यभामेच्या नावडत्या होत्या. कृष्णाला जाणत असल्यामुळे तोंडावर सत्यभामा तसं काही बोलायची नाही; पण ज्या रात्री कृष्ण तिच्या महालात येणार नसायचा, ती रात्र भामा संपूर्ण जागून घालवायची. मऊ, उबदार मंचकावर पडल्या-पडल्या कल्पनाचित्र रंगवायची. काही वेळा गोंधळून जायची. नंतरच्या काळात कोणत्या ना कोणत्या कारणानं कृष्णावर रुसून बसायची. कृष्णानं मनधरणी, आर्जवं केली... लाड, कोडकौतुक केलं की रुसवा विसरून जायची.

अनेक वर्षांचा हा परिपाठ कृष्णाच्या अंगवळणी पडला होता आणि तशीही भामा वयानं लहानच होती इतरांपेक्षा... तिला सर्व जण बालिकाच समजायचे.

''भामे... तू...?'' कृष्णानं तयार झालेल्या सत्यभामेला विचारलं.

''म्हणजे काय? तुमचं माझ्याशिवाय कसं सगळं व्यवस्थित होईल? एवढ्या उत्सवात मी तुमच्याबरोबर नसले, तर उत्सव रुक्ष नाही का होणार, स्वामी?'' सत्यानं हसत म्हटलं. तिचे शुभ्र दात परत चमकले.

तिच्या डोळ्यांत बालसुलभ आश्चर्य, कुतूहल आणि खूप उत्साह होता.

कृष्णानं परत तिला बाहुपाशात खेचलं. लटका विरोध दाखवत सत्या खेचली गेली. एक हात तिनं कृष्णाच्या छातीवर ठेवला नि दुसऱ्यानं त्याच्या बाजूबंदाशी ती खेळू लागली... तिचे डोळे कृष्णाला निरखत होते... तिच्यापेक्षा काही वीत उंच असलेल्या कृष्णाच्या छातीवर भामेचं मस्तक अचूक विसावलं होतं.

कृष्ण भामेच्या पाठीवरून हलका हात फिरवू लागला. गुलाबाच्या पाकळीसारखी

सुंदर, लालसर-श्यामल रंगाची तिची पाठ आज कृष्णस्पर्शात निराळीच भावना अनुभवत होती.

पण तो स्पर्श कुणा प्रियकराचा नव्हता... एका प्रगल्भ पुरुषाचा, पित्यासमान स्पर्श होता तो.

कृष्णानं तिचं मस्तक हुंगलं.

अंबाड्यात माळलेल्या मोगऱ्याचा नि केसातील चंदन-धुपाचा सुगंध थेट कृष्णाच्या मनोमस्तकापर्यंत भिडला. कृष्णानं खोलवर श्वास घेतला आणि एक शब्दही बोलल्याशिवाय त्यानं सत्यभामेला दूर केलं.

आश्चर्यचकित डोळ्यांनी भामा पाहतच राहिली.

'काय होतं या स्पर्शात? वेदना...? वैराग्य की काही पीडा...?' भामेचा मनोमन खूप गोंधळ उडू लागला. ज्याला आनंदित करण्यासाठी इतका सगळा शृंगार सजवला, त्या तिच्या स्वामीनं त्या शृंगाराकडे दृष्टिक्षेपही टाकला नव्हता.

कुरुक्षेत्राच्या समरानंतर कृष्णाच्या मनाची अवस्था सतत बदलती राहिली. कधी तो ग्लानीत गर्क राहायचा नि संपूर्ण एकान्ताची इच्छा करायचा, कधी एकलेपण वाटू नये म्हणून सत्याला जागं करायचा, तर कधी सबंध रात्रच्या रात्र शब्दही न बोलता छताकडे पाहत तसाच पडून राहायचा, कधी महालाच्या गवाक्षात उभा राहून सागराकडे एकटक बघत राहायचा... सारी रात्र!

कधी त्याचे डोळे विनाकारण भरून यायचे, तर केव्हा केव्हा त्याचं अकल्प्य मौन दिवस-दिवस चालायचं.

हे सगळं भामेनं पाहिलं-अनुभवलं नव्हतं, असं नव्हतं. ती पण कृष्णाला यातून बाहेर काढायचा प्रयत्नही करायची... कधी शरीरानं... तर कधी सहसंवेदनांनी.

कृष्णाच्या मनोव्यापारात होत असलेले हे बदल सत्यभामेसाठी फार अवघड होते... समजणं आणि स्वीकारणं – दोन्ही दृष्टींनी.

एक प्रियकर म्हणूनच सतत पाहिलं होतं भामेनं कृष्णाकडे. एक अलौकिक प्रियकर! सदैव तिच्याच सुखाचा विचार करणारा, तिला आनंदी ठेवणारा. भामेच्या मनात इच्छा निर्माण होण्याआधीच ती पूर्ण करणं कृष्णासाठी फार सहज होतं!

कृष्णाच्या प्रेमात सत्यभामा गळ्यापर्यंत बुडून निमग्न झाली होती. अशा भामेसाठी कृष्णाचं हे नवं रूप अगदीच अपरिचित होतं.

आणि अशा वेळी सत्यभामा अगदी बालिशपणे वागायची. कृष्ण जसजसा गांभीर्यात खोल जात राहायचा; भामा त्याला बाहेर काढायचा नेटानं प्रयत्न करायची. कधी ही परिस्थिती टाळण्यासाठी कृष्ण मग रुक्मिणीच्या महाली जायचा. प्रगल्भ बुद्धीची ती प्रौढा, कृष्णाची मन:स्थिती ओळखून, शक्य होईल तोपर्यंत कृष्णाचं मौन, त्याच्या एकांताचा भंग करायची नाही.

हीच परिस्थिती अनुकूल वाटल्यानं वेळेनुसार, कृष्ण जास्तीत जास्त रात्री रुक्मिणीच्या महालात व्यतीत करू लागला. ही गोष्ट तर सत्यभामेसाठी अगदीच असह्य, अस्वीकार्य होती. यापूर्वी रुसलेल्या, रागावलेल्या भामेची कृष्ण तासन्तास मनधरणी करायचा. आर्जवं करायचा, अनुनय करायचा.... पण आता मात्र तसं होत नव्हतं. रात्र रुक्मिणीच्या महालात घालवून आलेल्या कृष्णावर भामा चिडायची, रुसायची नि नंतरची सारी रात्र मंचकावर तोंड खाली घालून पडून राहायची आणि कृष्ण...? कृष्ण तिच्या महालाच्या गवाक्षात सारी रात्र घालवायचा. पहाट होताच तो समुद्रतटाकडे निघून जायचा... असंच अनेकवार घडत होतं. कृष्णाकडून होणारी उपेक्षा सत्यभामेला मृत्यूहून असह्य वाटायची.

''महाराणी, प्रभासतीर्थावर उत्सवयात्रा आहे.'' मनोरमेनं ही वार्ता आणली होती.

मनोरमा ही सत्यभामेच्या मर्जीतली दासी होती. रुक्मिणीच्या महालातल्या, राजसभेतल्या घटना – प्रत्यक्ष पाहिलेल्या – बारीक-सारीक तपशिलांसह ती घेऊन यायची. तिनं आणलेल्या वार्ता आजपर्यंत विश्वसनीय ठरलेल्या होत्या. पण आज तिनं आणलेल्या वार्तेवर भामेचा विश्वास नाही बसला.

''खरं सांगतेस तू?'' भामेनं परत एकदा विचारलं.

''तुमच्या चरणांची शपथ, महाराणी! महाराज श्रीकृष्णांनी स्वतः घरोघर जाऊन निमंत्रणं दिली आहेत. उद्या सकाळी दिवसाच्या तिसऱ्या प्रहरी सर्व नगरजन तिकडं जायला निघणार आहेत... इथून, महालाच्या प्रांगणातूनच...'' मनोरमेनं सगळी माहिती दिली.

सत्यभामेनं तिचे खांदे धरून तिला गोल-गोल फिरवायला सुरुवात केली.

मनोरमेनं आणलेल्या वार्तेनं आपला महाल जणू चमकू लागला आहे, असंच सत्यभामेला वाटलं. तिचा रोमन्‌रोम उत्साहानं नाचू लागला.

''मनू... मनू... मी तुला ओंजळ भरून मोती देईन, रेशमी ओढणी देईन... माझं सुवर्णकंकण तुला देऊन टाकीन.... तू किती छान वार्ता आणलीस याची तुला कल्पना नाही. मने, मला वाटतं – आता परत द्वारकेला चांगले दिवस येऊ घातले आहेत. माझे प्रभू, माझे प्राण, माझे जीवनाधार, माझ्या प्रिय व्यक्तीचं मन त्यांना वेढा घालून बसलेल्या शोकातनं मुक्त होतंय. आता ते परत येतील, मनू.... आता नक्की परत येतील....''

आनंदानं वेड्या झालेल्या भामेनं संपूर्ण वार्ता ऐकलीच नाही. मनोरमा पुढं

सांगणार होती – की, उत्सवयात्रा केवळ यादव पुरुषांसाठीच आहे. पण हर्षाच्या अतिरेकात सत्यभामेनं तिला पुरतं बोलूच दिलं नव्हतं. मनोरमेलादेखील तिच्या महाराणीचा तो आनंद पाहून या वेळी गप्प बसणंच योग्य वाटलं.

त्रिवेणी संगमाच्या किनाऱ्यावर....

कृष्ण चुपचाप उभा होता.

त्याचे नेत्र अद्यापही मिटलेले होते.

त्या मिटल्या डोळ्यांसमोर उपहासानं बघणारे, अनेक तक्रारींनी युक्त, वेदनेची चमक घेऊन बघणारे सत्यभामेचे डोळे तरळू लागले.

जेव्हा कृष्णानं तिला समजावलं की, ही उत्सवयात्रा केवळ यादव पुरुषांसाठीच आहे, तेव्हा भामेला ते मान्य तर झालं नाहीच, उलट अतिशय असह्य वाटलं.

फक्त प्रेयसीच होऊन जगण्यासाठी जन्मलेल्या भामेनं कधी सत्य परिस्थितीच्या जमिनीवर पाय टेकवलेच नाहीत. सदैव स्वप्नांत आणि नवनव्या मनोरथांत रमणारी सत्यभामा कोणत्याही स्थितीत कृष्णाची ही गोष्ट मानू शकत नव्हती. आपल्याशिवाय कृष्ण सुखी होऊ शकतो – हेच सत्यभामेला असत्य, असह्य वाटे.

तिची सुखाची व्याख्याच मुळी श्रीकृष्णापासून सुरू होऊन श्रीकृष्णापाशीच संपायची! आपल्या मनोव्यापारांचं प्रतिबिंब दुसऱ्याचा मनोव्यापारांत पाहणं – यालाच प्रेम म्हणत असतील... कदाचित!

समोरची व्यक्ती आरसा मानून बघणं, हाच तर प्रेमाचा स्वभाव आहे... समोरची व्यक्ती काहीही म्हणत असली, तरी प्रेमी मन त्याला जे हवंय, जे समजतं, अपेक्षित आहे; तेच ऐकत असतं.

'हे अंतिम प्रयाण आहे, अखेरचा प्रवास आहे', असं चुकून जरी कृष्णानं सत्यभामेला सांगितलं असतं, तरी तिचे प्राण तिथंच तिला सोडून गेले असते. कृष्णमय होऊन जगणारी भामा कृष्णाशिवायच्या जीवनाच्या केवळ कल्पनेनंही मरण पावू शकेल, इतकी हळवी होती.

पण, कृष्णाकरिता मात्र कर्म हेच अंतिम सत्य होतं... सत्यभामेच्या नशिबात विधात्यानं मुक्ती लिहिली नव्हती... अद्याप.

तिची कर्मं तिला अजूनही द्वारकेशी बांधून ठेवत होती. ती पूर्ण झाल्याखेरीज सत्यभामेला मुक्ती नव्हती, मोक्ष नव्हता.

कृष्णानं तिला जवळ ओढलं नि तिचं मस्तक हुंगलं....

"प्रिये, चारुशीले, उत्सवयात्रेला आम्ही फक्त पुरुषच जाणार आहोत."

"का? आम्ही बायकांनी काय अपराध केलाय?"

"...अपराध केलेला नाही... म्हणूनच तर उत्सवयात्रेला स्त्रिया येऊ शकणार नाहीत."

"म्हणजे? मी समजले नाही स्वामी?"

"प्रिये, माझ्याबरोबर नसूनसुद्धा तू माझ्यासोबतच आहेस... तुला मी माझ्या सोबतच घेऊन जाणार आहे."

"स्वामी...!"

"तू माझी पत्नी आहेस, तेव्हा तुझा अंश माझ्या आत्म्यातच सामावलेला आहे की नाही? खरं नां....?"

"पुरे-पुरे! नुसते शब्द! शब्दांचं मायाजाल....!"

"चारुशीले, मला शक्य असतं, तर मी तुला निश्चित नेलं असतं."

"मग कुणी अडवलंय तुम्हाला?"

"मला...? मला कोण अडवणार? पण अद्याप योग्य वेळ आलेली नाही."

"योग्य वेळ...?" भामेच्या काही लक्षात आलं नाही. "कसली वेळ? कशाची वेळ...?"

"योग्य वेळ. प्रिये, प्रत्येक गोष्टीची एक विशिष्ट, योग्य वेळ असते. आजची वेळ माझ्याबरोबर येण्याची नाही... तुला अजून काही काळ इथंच थांबावं लागेल."

का कुणास ठाऊक, पण आज भामेनं हट्ट केला नाही, आग्रह धरला नाही. केव्हातरी कृष्णानंच सांगितलेलं तिला आठवलं....

'यो मां पश्यति सर्वत्र सर्वं च मयि पश्यति।
तस्याहं न प्रणश्यामि स च मे न प्रणश्यति।।'

जो मला सर्वत्र पाहतो आणि सर्व काही माझ्यात पाहतो, त्याला मी कधीही दुरावत नाही, तोही मला कधीच दुरावत नाही!

"देवी! तू सदैव माझ्यासोबतच आहेस." कृष्णाच्या डोळ्यांत अतीव करुणा होती... आणि कदाचित या अद्भुत स्त्रीपासून दूर जाण्याचं, वियोगाचं दुःखही!

कृष्णाच्या मनात अचानक एक कळ उठली... 'सत्यभामेला त्या अंतिम क्षणी पण मी सत्य सांगू शकलो नाही.'

सांगितलं असतं, तर कदाचित भामा मुक्तीच्या दिशेनं, मुक्तिमार्गावर अधिक स्वस्थपणे पावलं टाकू शकली असती.

आता तर कृष्णावरचे आक्षेप नि वेदना तिला स्वस्थ बसूच देणार नाहीत!

कुरुक्षेत्रावर अर्जुनाला, 'निमित्तमात्र आहेस', असं म्हणून मृत्यूचं गूढ समजावणारा आज स्वत:च एका अकल्प्य भ्रमात, वेदनाग्रस्त होऊन मिटल्या डोळ्यांनी बसला होता.

सत्यभामेचे डोळे कृष्णाकडे पाहत होते.... उपहासानं!

भामेच्या महालात घालवलेल्या त्या शृंगारभारित रात्री.... तिच्या श्यामल, तप्त अंगाचा स्पर्श... कोण जाणे, पण खूप शांती देणारा होता.

कृष्णाला भामा संपूर्ण समर्पित होती – तन-मनासह!

तरीदेखील आपण स्वत: मात्र फसवणूक केली तिची....

'यं यं वापि स्मरन्भावं त्यज्यन्ते कलेवरम् ।
तं तमेवैति कौन्तेय सदा तद्भावभाविता ।।'

मरणसमयी मनुष्य ज्या ज्या भावाचे स्मरण करतो, नि:संशय त्या त्या भावाचीच प्राप्ती तो करत असतो.

मीच हे सांगितलेलं होतं.... आणि आज मी...?

कृष्ण संभ्रमात पडला होता.

कोण सांगेल भामेला की तिची मनधरणी करणारा, कोड-कौतुक करणारा, तिचा प्रियकर... आता....

का म्हणून सांगायचं भामेला? तिचा आत्मा खरोखरच जर आपल्या आत्म्याशी एकरूप असेल तर, ती स्वत:हून सर्व जाणेलच.

आपल्याशिवाय सत्यभामा जगू शकेल?

कृष्णाच्या मुखावर या विचारानं हलकंसं स्मित आलं....

नाही जगणार कदाचित, तळमळेल... क्षणोक्षणी मरणाचा अनुभव घेईल. तरीही आपण परत येणार होतो?

तर मग काय अर्थ होता या विचारांचा?

हा मोह नव्हता?

का अंत:करणात खोल कुठंतरी अशी इच्छा होती – की, आपण हे जग सोडून गेल्यावर कुणी... विशेषत: आपल्या आयुष्यात आलेल्या स्त्रियांनी आपल्या नसण्याच्या दु:खाचा अनुभव घ्यावा...?

एखाद्या सामान्य पुरुषासारखाच आपणही विचार करत होतो?

कृष्ण चमकला!

प्रस्थानाच्या वेळी आलेले हे विचार काय सुचवत होते?

मानवसहज भाव-भावनांचे बंध इतके कणखर असतात, की दैव पण त्यापासून मुक्त होऊ शकत नाही. आणि आज ही गोष्ट अश्वत्थाच्या छायेत पहुडलेला कृष्ण प्रत्यक्ष अनुभवत होता.

यापुढचे हे बारा महिने द्रौपदीला अर्जुनाच्या सहवासात घालवायचे होते...

समय रात्रीचा होता. सगळं इंद्रप्रस्थ गाढ झोपेत होतं. महालातले लहान-लहान दिवे हवेच्या बारीकशा झोतासरशी थरथरत होते.

अर्जुनाला अचानक जाग आली. महालाच्या गवाक्षात द्रौपदी उभी असल्याचं त्याला दिसलं. तिचे लांबसडक, काळेभोर, मऊ केस अंधुक प्रकाशातही चमकत होते. प्रौढ वयात आल्यानंतरही तिचा डौलदार, एकसमान सुंदर शरीरबांधा नि श्यामवर्ण अर्जुनाला तितकाच आकर्षक वाटत होता, जितका द्रुपदानं मांडलेल्या तिच्या स्वयंवरात तिला पहिल्यांदा पाहून वाटला होता.

अर्जुन मंचकावरून उठून द्रौपदीजवळ गवाक्षापाशी येऊन उभा राहिला. त्याच्या पावलांच्या आवाजानं तिनं चमकून मागं पाहिलं... द्रौपदीच्या तेजस्वी डोळ्यांत आज एक वेगळाच ओलावा होता. पावसाळ्यात भरून आलेल्या मेघांच्या ओलाव्यासारखा...

"निद्रा येत नाहीय का, याज्ञसेने?"

"...निद्रा? किती तरी वर्षांपासून उडून गेलीय माझी निद्रा! आता वाट पाहतेय केवळ चिरनिद्रेची....!"

"आपण सगळेच तिची वाट पाहतो..." दीर्घ उसासा टाकत अर्जुन म्हणाला.

"पार्था! माझं हृदय धडधडतंय... का कोण जाणे, पण कुठल्या तरी आशंकेनं माझे हात-पाय गळून गेलेत, जीभ खेचली जातेय, मी न्हाऊन निघतेय घामानं...."

द्रौपदीनं विलक्षण भयाकुल नजरेनं अर्जुनाकडे पाहिलं....

अर्जुनानं तिला अतीव प्रेमानं जवळ घेतलं.

"कुरुक्षेत्राचा तो भीषण संहार संपून गेल्यावरही असं अनेकदा होतं आहे... सूर्योदयाचं भय वाटतं... भय वाटतं शंख-दुंदुभींच्या ध्वनींचं... भय वाटतं, आरोळ्या ठोकत अंगावर चालून येणाऱ्या त्या झुंडींचं... भय वाटतं, खाद्याच्या आशेनं भोवती फिरत राहणाऱ्या गिधाडांचं... भय वाटतं, त्या काळरात्री लाळ गाळणाऱ्या कोल्ह्या-लांडग्यांचं! पांचाली, मला माझीदेखील भीती वाटतेय... वाटतं, सूर्योदय होईल नि पुन्हा गांडीव हाती घ्यावं लागेल, परत-परत माझ्या

स्वजनांचा संहार करावा लागेल, मरणाच्या आकांतानं स्वजनांनी मारलेल्या किंकाळ्या परत ऐकून माझं हृदय द्रवतं... तेच दिवस पुन:पुन्हा नजरेपुढं येऊन उभे ठाकतात... माझं हृदय निर्बल होईल, या कल्पनेनंच भीती वाटते. द्रौपदी... केवळ कल्पनेनं!''

''माझी भीती तशी भीती नाहीय, पार्था!''

''मग काय प्रकार आहे याज्ञसेनी?''

''पार्थ...'' काहीशी अडखळली द्रौपदी. काही क्षणांनंतर काही निश्चय केल्यासारखी अर्जुनाकडे पाहत राहिली... एकटक.

''पार्थ, मला सख्याकडे जायचंय... आत्ता, या क्षणी....''

अर्जुन बघत राहिला तिच्या डोळ्यांत. यज्ञकुंडातल्या तेजशिखेत न्हाऊन निघणारे तिचे डोळे आज उदास, निस्तेज दिसत होते... कोणत्या तरी भयानं, आतंकानं किंवा येणाऱ्या क्षणाच्या अशा पूर्वसूचनेनं... जी केवळ द्रौपदीच्या मनालाच मिळाली होती.

द्रौपदीच्या मस्तकावर हलकेच हात ठेवत अर्जुनानं विचारलं, ''का, प्रिये? असं अचानक का...?''

''नाही माहीत... नाही माहीत का ते... पण आत्ता, या क्षणी सख्याकडे गेलंच पाहिजे, असं तीव्रतेनं वाटतंय. माझं मन अतिशय अस्थिर होतंय, येणाऱ्या कोणत्या तरी भयानक क्षणाच्या कल्पनेनं माझं हृदय कंप पावतंय. फाल्गुनी, माझा सखा मला हाक मारतोय, असं मला केव्हाचं वाटतंय... या दालनात त्याचा आवाज घुमतोय... घुमून-घुमून या भिंतीवर आदळतोय, आपटतोय....''

द्रौपदीनं मूठ वळवली, हवेत काही तरी पकडावं तशी. ''बघ, बघ, पार्था....'' तिनं अर्जुनासमोर मूठ उघडली....

हातात काहीच नव्हतं. अर्जुनानं द्रौपदीच्या डोळ्यांत पाहिलं... एक अजब वेड, अजब भ्रमावस्थेची लक्षणं तिच्या डोळ्यांत होती.

''हा बघ, हा बघ सख्याचा आवाज... माझ्या मुठीत. सकाळपासून पकडायचा प्रयत्न करतेय, पण पकडलाच जात नाहीय. समजत नाही, काय सांगू पाहतोय सखा. पण माझी त्याला जरूर आहे पार्था. तो बोलावतोय मला... पार्था, रथ तयार कर... मला द्वारकेला आत्ताच्या आत्ता जायचंय.''

''पण प्रिये, आत्ता कृष्ण द्वारकेतच असेल, का कुठं दुसरीकडे...?'' त्याचं बोलणं मध्येच तोडलं द्रौपदीनं –

''तो द्वारकेतच आहे. त्याच्या महालाच्या गवाक्षात अश्रुभरल्या डोळ्यांनी उभा असलेला दिसतोय मला. मला द्वारकेला घेऊन चल, पार्था... घेऊन चल. विलंब

होण्याआधीच मला घेऊन चल... पार्था, पार्था!....''

''पांचाली, तुझी वेदना उमजत नाही, पण जाणवतेय खरी. आपण सूर्योदय होताच....''

''सूर्योदय होताच...? छे! छे! तोपर्यंत तर....''

''अशुभाची कल्पना उगीच का करतेस, पांचाली? अगं, तो तर स्वत: ईश्वर आहे... सर्व प्राणिमात्रांचा, या सृष्टीचा आधार! त्याला काय होणार आहे?''

''ईश्वर...? मी त्याला कधी ईश्वर स्वरुपात पाहिलेलंच नाही. माझ्यासाठी तर तो मानव आहे... आपणा सर्वांपेक्षा एक वीत उंच; पण मानवच! पार्था, श्वास घेणाऱ्या माणसाच्या डोळ्यांत जे-जे काही दिसू शकेल, ते-ते सर्व मी सख्याच्या डोळ्यांत पाहिलंय... धनंजया, त्याच्या आसपास जगणाऱ्या खुज्या, खुरट्या लोकांनी त्याला ईश्वरत्व दिलं आहे. नाहीतर तो....''

अर्जुनानं द्रौपदीच्या डोळ्यांत पाहिलं, अविश्वासानं. ''याज्ञसेने, हेऽऽ तू ऽऽ तू म्हणतेयस? जिनं कृष्णाचे सर्वांत जास्त चमत्कार अनुभवलेत, ती? त्याची अलौकिकता जिनं सर्वाधिक पाहिलीय... इतरांपेक्षा त्याच्या सर्वांत नजीक राहून त्याच्या संवेदना अनुभवल्यात ती... द्रौपदी हे बोलतेय....?''

''हो, पार्था, मीच हे बोलतेय. हे माझ्याहून अधिक कोण बोलू शकेल? ज्याला तू चमत्कार म्हणतोस, माझ्या दृष्टीने ती एक शक्ती आहे... समोरच्या व्यक्तीच्या थेट अंतरंगांत पोचण्याची एक अदम्य इच्छा, अद्‌भुत ताकद आहे, एक अपूर्व ताकद – जी सामान्याला असामान्य बनवते.''

''आणि... नऊशे नव्याण्णव वस्त्रं ज्यानं पुरवली....''

''ते सख्याचं प्रेम होतं पार्था.'' द्रौपदीच्या डोळ्यांत एक साधेपणा, एक सखोलता होती. त्या सखोलतेतही तरल होतं काही तरी... अतिशय निखालसपणे द्रौपदी जे सांगत होती, ती निखालसता पाहून तिचं म्हणणं मान्य करावंसं पार्थाला वाटलं. द्रौपदी पुढं म्हणाली, ''विचार कर पार्था – कृष्ण जर ईश्वर असता, चमत्कार करू शकत असता, तर मला अंत:पुरातून राजसभेपर्यंत त्यानं येऊ दिलं असतं? या शरीराला दुष्ट दु:शासनाचा स्पर्श होऊ दिला असता? अरे, माझ्या वस्त्राला हात घालण्याआधीच त्याचा हात जळून भस्म नसता का झाला? जर सखा खरोखरच चमत्कार करणारा असता तर... तिथपर्यंत जायचीही जरुरी नाही... तुम्हाला द्यूतात हरू दिलं असतं त्यानं?''

द्रौपदी अविश्रांत बोलत होती. तिच्या वाग्प्रवाहात तरणारा अर्जुन मुग्ध भावानं ऐकत होता. ''त्याच्या जवळ अतिशय तरल, निखळ, पारदर्शक मन आहे – आपणा सर्वांपेक्षा स्वच्छ! मानस सरोवराच्या नितळ जलासारखं! आकाशाचं प्रतिबिंब जलात पडतं नि जल नीलरंगी भासतं... तुम्हाला जे चमत्कार वाटतात;

ती त्याच्या निखळ मनाची, स्फटिकासारखी निर्मळता आहे पार्था....''

''याज्ञसेने! परिस्थितीला आणि माणसांना खरंच तू किती आरपार, स्पष्ट पाहू शकतेस! तितक्याच स्पष्टपणे वर्णन पण करू शकतेस!''

''तोही सख्याचाच परिणाम आहे, धनंजया. मी जे काही सांगते, ते केवळ त्याच्याकडून मिळवलेल्या प्रेमामुळेच आहे....''

''मात्र...?'' जरासा रूक्ष झाला अर्जुनाचा आवाज, ''केवळ त्याच्याकडून मिळवलेलं प्रेम? मग आम्ही सर्व? आम्ही सर्व कोण आहोत, याज्ञसेने? जे राजसभेत तुझं रक्षण नाही करू शकलो, असे पती... ज्यांनी तुला बारा वर्षं वनवास भोगायला लावला...'' अर्जुनानं दृष्टी खाली वळवली!

''इंद्रप्रस्थ पण तुम्हीच दिलंत ना मला?'' एक विलक्षण कोमलपणा आला होता द्रौपदीच्या आवाजात. मार्दव होतं. द्रौपदीनं अतीव मायेनं अर्जुनाच्या खांद्यावर हात ठेवले, त्याच्या डोळ्यांत खोल पाहिलं नि....

''सख्याबद्दल असूया वाटते, पार्था....?''

खूप कोमलतेनं, मायेनं, मार्दवानं विचारला असूनही द्रौपदीचा प्रश्न कुठंतरी आत घुसला. खूप सहजपणे, दुखावलं जाणार नाही अशा रीतीनं विचारला असूनही त्या प्रश्नामुळे अर्जुनाच्या चेहऱ्यावरचे रंग पालटले.

''मला...? मला कृष्णाबद्दल असूया वाटते? काय बोलतेस हे तू पांचाली? तो तर माझा प्राण आहे. तो आहे म्हणून मी श्वास घेऊ शकतो, भोजनाचा आस्वाद घेऊ शकतो... तो आहे म्हणून तर माझं जीवन टिकून आहे. त्याच्याहून वेगळा नाहीय मी. त्याचंच प्रतिबिंब आहे मी, अंश आहे...'' द्रौपदीनं अर्जुनाच्या डोळ्यांत पाहिलं... सत्यच बोलत होते ते डोळे!

''तुला माहीत आहे की, आपल्या सर्वांचं जीवन एका सख्यामुळे आहे!''

''मी जाणतो प्रिये, पांचाली... आपल्या सर्वांचं जीवन श्रीकृष्णामुळेच संभवलं आहे. कुरुक्षेत्रावर तो आपल्या पक्षाला नसता, तर कदाचित... मी जाणतो हे याज्ञसेनी! मी तुला ओळखतो आणि सख्याला पण! पण तुझी त्याच्याबद्दलची आसक्ती बघून कधी कधी मन विचलित होतं... अशीही तुझी माझ्यासह इतर चारही बंधूंत वाटणी झालीच आहे... त्यानंतर.....''

''आसक्ती? पार्था, आसक्ती आणि भक्तीतला फरक तुला नाही समजणार तर कोणाला समजणार? तुला उद्देशून गीता सांगितली होती. गीतेचा पहिला श्रोता जर आसक्ती आणि भक्ती वेगळी समजू शकला नाही, तर कोण समजणार? आणि धनंजया, आता आसक्ती तर कशातच उरली नाहीय. हे शरीर, हा शृंगार, हे भोग, वैभव-विलास... तुला काय वाटतं? हे सर्व खरंच जगतेय? नाही पार्था, नाही! ही गोष्ट तर सख्यानंच शिकवलेली आहे. परम स्वीकार... सख्यानं

सांगितलेला धर्म म्हणजे सर्वत्रांत सर्वत्रांच्या स्वीकाराचा धर्म आहे. मनुष्यत्वाच्या स्वीकाराचा धर्म. संबंधात संगे राहूनही असंग राहू शकता येतं, या सगळ्या वैभवात जगूनही संन्यस्त वृत्तीचा स्वीकार शक्य आहे. रागाचा, प्रेमाचा, भोगाचा, त्यागाचा, ध्यानाच्या सर्व दिशांच्या संपूर्ण स्वीकार आणि त्यातच सम्यकृतेचं दर्शन. सख्यानं आपल्याला सम्यकृतेचं अध्यात्म नाही शिकवलं?

'त्येन त्यक्तेन भुंजिथा:'... हाच तर सख्याचा श्रेष्ठ मंत्र आहे आणि मी पण सर्व त्यागूनच भोगते आहे...'', द्रौपदी हसली, ''अथवा भोगून, त्याग करण्याचा प्रयत्न करते आहे.''

''कृष्णे... जणू स्वत: कृष्णच हे सगळं बोलतोय, इतकं सार्थ वाटतंय....''

''ते खरंय पार्था. अरे, तोच तर बोलतो आहे! तुला सांगते पार्था, सख्याचा नि माझा संबंध... मातेच्या उदरात नाळेनं जोडल्या गेलेल्या अर्भकासारखा आहे. मातेच्या हृदयाचं स्पंदन, तिच्या शरीरातली बारीक-सारीक हालचाल किंवा तिच्या मनात उठणारे सर्व विचारतरंग त्या अर्भकाचे स्वत:चे नसतात; तरीपण ते विचार, ती हालचाल, ते स्पंदन अर्भकापर्यंत पोचतंच ना? त्या अर्भकाची सर्व हालचाल, प्रवृत्ती, विचार मातेच्या मन-शरीरावरच अवलंबून असतात... पार्था, माझंही तसंच आहे.''

बोलता-बोलता भरून आले द्रौपदीचे डोळे. ''मला सख्याकडे घेऊन चल पार्था... उशीर होण्याआधी मला सख्याजवळ ने... पार्थाऽ''

अर्जुनानं द्रौपदीचा हात धरला. आश्वासन देतोय, इतक्या मायेनं थोडासा कुरवाळला... नि.... तो झटकन दालनाबाहेर निघून गेला.

अर्जुनाची घाई आणि अस्वस्थता द्रौपदी समजून चुकली....

दिवसाचा पहिला प्रहर जवळजवळ पूर्ण व्हायला आला होता. सूर्यनारायण आपली किरणं हळूहळू सरळ दिशेनं फेकू लागला होता. हिरण्य-कपिलांच्या पटावरची रेती सहज उष्ण होऊ लागली होती. पिंपळाला रेलून कृष्ण शांत मनानं संथ श्वासोच्छ्वास करत होता... बदलत्या वेळेची ती आकर्षक क्रीडा तो निरखत होता. त्याच्या चेहऱ्यावरचं, वेदनेची डूब घेतलेलं ते स्मित तसंच होतं. नेत्र उघडे नि करुणेनं ओथंबलेले होते. भगवान महाकालाची ती लीला पाहता-पाहता जीवनाच्या निरंतर चालणाऱ्या प्रवासाचा विचार करतानाच एक विचार कृष्णाच्या मनात डोकावला.

'दोरीवर चालून दाखवणाऱ्या डोंबाऱ्यासारखं हे जीवन आहे. या बाजूकडून त्या

बाजूला, तर कधी त्या बाजूकडून या बाजूला. खरं तर तो डोंबारी प्रवास करतच नसतो, तरी चालत असतो. दोरीवर चालताना त्याला सतत लक्षात ठेवावं लागतं – इतकं की, लक्ष कुठं इतरत्र जाऊच नये. इतके परिश्रम, एवढं कौशल्य असून ती चालणारी व्यक्ती कुठंच पोचत नाही, हे केवढं आश्चर्य!'

कृष्णाच्या चेहऱ्यावर आणखी स्मित उमटलं....

त्याच्या चरणाजवळ जरा गुडघे टेकून बसला होता. त्यानं हात जोडले. ''प्रभो, वेदना होत असतील बसून, तर शरीर जरा लांबवा. बुंध्याला इतका वेळ टेकून बसून पाठ दुखेल....''

कृष्णाच्या चेहऱ्यावरचं स्मित आणखी विकसलं.

''जरा बंधो, माझा इतका विचार करू नकोस. भुकेला आहेस कालपासून. आज बाण लागला, तोही हरणाला न लागता मला लागला... तुझ्या भोजनाचा विचार कर.''

''प्रभो, तुम्हाला अशा अवस्थेत बघून माझी तहान-भूक पार मरून गेलीय. तुम्हाला सुख वाटत नाही तोवर दुसरा कसलाच विचार मला करता येणार नाही.''

''जरा, माझ्यावर एवढी श्रद्धा आहे तुझी?'' कृष्णानं जराकडे पाहिलं नि डोळे मिटले. काही क्षण तसेच मिटलेले राहिले. जराला काही न समजल्यानं तो कृष्णाकडे बघत राहिला....

अचानक नदीप्रवाहात कसला तरी आवाज झालेला जरानं ऐकला... त्यानं वळून पाहिलं, तर एक हरीण तीरावर उभं राहून पाणी पीत होतं. जरानं पाहिलं नि नजर परत वळवली. पोटभर पाणी पिऊन हरीण संथ चालीनं दूर जात दृष्टिआड झालं....

कृष्णानं डोळे उघडले. दूर जाणारं हरीण त्यानं पाहिलं होतं.

''जरा, तू ते हरीण पाहिलं नाहीस?''

''पाहिलं नं प्रभो, अगदी जवळ होतं.''

''मग....?''

''मग काय, प्रभो?'' जराच्या तोंडावर निष्पाप बालकाचा भोळाभाबडा भाव होता.

''जरा, अरे, तू कालपासून उपाशी आहेस....''

''प्रभोऽऽ!'' कृष्णाकडे जरानं पाहिलं. त्याचं तोंड विलक्षण भावविव्हल झालं होतं.

''बंधो! अरे, माझी चिंता सोडून दे. मी तर आता प्रस्थान करणार आहे. तुला अजून जगायचंय आणि भूक ही मानवदेहाची फार मोठी आवश्यकता आहे... तुझा विचार कर रे, जरा!''

"करीन प्रभो, अवश्य करीन, पण आधी अपुरं असलेलं काम पुरं झाल्यावर! शिकार करणं माझं कामच आहे, प्रभो. खाऊ काय, शिकार केली नाही तर? पण हे प्रभो, या घडीला तुमच्या सुखाशिवाय मला इतर कशाचीही काळजी नाही. माझी नाही, माझ्या भुकेची नाही, माझ्या शिकारीची पण नाही...."

कृष्णानं नेत्र पुन्हा मिटून घेतले. अर्जुनाला तोच तर म्हणाला होता...

'संशयरहित, मोहाच्या पाशातून मुक्त, माझ्या ठायी चित्त स्थिर करणारा, दुसऱ्याच्या केवळ हितासाठीच कर्म करणारा मनुष्य अखेरीस मुक्ती मिळवतो... ईश्वराला अर्पण केलेल्या कर्माद्वारे ज्यानं सर्व कर्मांचा त्याग केला आहे आणि प्रेमानं ज्याचा संशयभेद झाला आहे... तो भले ज्ञानी नसेल, पण योगी असतो.'

जितक्या त्वरेनं अर्जुन महालाबाहेर गेला होता, त्याच्या दुप्पट त्वरेनं महालात परतला....

"याज्ञसेने, रथ तयार आहे. तुला किती वेळ लागेल?"

द्रौपदीनं आकाशाच्या दिशेनं पाहिलं. अजून सूर्यनारायण प्रगटला नव्हता, पण आकाश तांबूस होऊ लागलं होतं. रात्रीचा शेवटचा प्रहर संपत आला होता. ब्राह्ममुहूर्ताची ती वेळ होती... द्रौपदी तांबूस होणाऱ्या आकाशाकडे क्षणभर बघत राहिली नि तिनं जणू आकाशालाच विचारलं....

"अजून किती वेळ लागेल...?"

स्वतः जो काळाचा आधार होता, त्रिकालाला ताब्यात ठेवू शकणारा; काळाच्या या अगाध लीलेत स्वतःलाच पाहत होता....

रक्तानं माखलेला पाय पाहून सूर्यनारायण पण उदास मुखानं जणू प्रभूच्या प्रस्थानाचीच वाट पाहतोय, असा ढगांमागे लपत होता.

सूर्याचे तीव्र किरण सहन न झाल्यामुळे कृष्णाच्या मिटलेल्या डोळ्यांसमोर, पावित्र्याची मूर्ती अशा गांधारीमातेचे डोळे तरळू लागले. त्या डोळ्यांवर आज पट्टी बांधलेली नव्हती आणि ते डोळ्यांमधून अश्रूंचा महापूर वाहात होता.

"हे काय? गांधारीमातेच्या डोळ्यांत अश्रू?"

जणू गांधारी कृष्णाला विचारत होती, 'पुत्रा, खूप वेदना होतायत का रे....?' आपल्या मस्तकावर कृष्ण तिच्या हाताचा स्पर्श अनुभवत होता.

''माते! हात तर मातेचा आशीर्वाद आहे... आशीर्वाद मुक्तीचा, आपल्या मार्गानं प्रयाण करण्याचा....''

''कृष्णा, कशासाठी स्वीकारलास हा शाप तू...?''

''माते, हा शाप आहे, असं कोणी सांगितलं? हा तर आशीर्वाद आहे! तुझ्याशिवाय माझ्या मुक्तीची इच्छा कोण करणार माते? एका पुत्राला एका मातेनं मनापासून दिलेला असा हा आशीर्वाद आहे. माते, माझं कर्म आता पूर्ण झालंय, असं मलाही वाटतंय. जायची वेळ तर केव्हाच होऊन गेलीय. फक्त प्रस्थानाची अनुमती हवी होती, ती माते, आज तू मला दिलीस! मुलाच्या हृदयातली व्यथा आईशिवाय इतक्या सरळपणे कोण समजू शकणार?''

''कृष्णा...!'' कृष्णाकडे पाहणारे गांधारीचे डोळे आसवांची संततधार ओतत होते. ''कृष्णा, अरे, पाप लागेल मला....''

''माते, कृष्णाला तूच स्वत: मुक्ती दिली आहेस आणि मुक्तिदाता हा पापाचा नाही, पुण्याचा अधिकारी असतो!''

''थांब कृष्णा, थांब. जाऊ नकोस. अरे, तुझ्याविना आम्ही सगळे कसं जगू शकणार?''

हा आवाज गांधारीचा होता...? की यमुनातीरी आक्रोश करणाऱ्या यशोदेचा?

''पुत्रा! कुठं तरी माझं मनच मलिन झालं असावं... नाहीतर तुला शाप देणार नाही मी. ती दुर्योधनाची मुक्ती होती, हे काय मला माहिती नव्हतं? जन्म-मृत्यूच्या चक्रातून माझ्या मुलाला मुक्त करणाऱ्यालाच शाप दिला रे मी...''

''माते, का इतकी उद्विग्न होतेस? मला तर तुझी सर्वच वचनं सहजस्वीकार्य होती ना....?''

''अरे, त्याचंच तर दु:ख आहे, पुत्रा! तो शाप तू जर स्वीकारला नसतास, तर आजचा दिवस पाहण्याचं माझ्या नशिबी नसतं आलं! काय उत्तर देऊ मी देवकीला, यशोदेला... कुंतीला...?''

''माते, तुझं उत्तरदायित्व कोणत्याही गोष्टीत नाही, हे निश्चित समज. तू तर प्रात:स्मरणीय, वंदनीय सती आहेस. तू कौरवकुलाचा साक्षात गौरव आहेस माते!''

''कृष्णा, हे एका आईचं दुसऱ्या आईसाठीचं उत्तरदायित्व आहे. कौरव-कुल...? जे कुल सर्वनाशाच्या वाटेनं गेलं... ज्या कुलात दुर्योधन-दु:शासनासारखे पुत्र जन्मले, त्या कुलाचा गौरव असून पण... काय?... कृष्णा, शक्य असेल तर मला...'' गांधारीची नजर खाली झुकली.

''दुर्योधन-दु:शासनांबरोबर विदुर-संजय हे पण कौरवकुलातच जन्मले ना माते? जे पाणी चिखल निर्माण करतं, तेच पाणी पाय स्वच्छ धुवायलाही वापरता येतं... म्हणूनच मनाला 'जल' म्हटलंय, माते....''

"पुत्रा! काही मागू?"

"काय देऊ शकणार मी माते? तुला अपेक्षित आहे, असं काय आहे माझ्यापाशी?"

"खरंय, कृष्णा... जे काही तुझ्यापाशी होतं, ते सर्व तू जगाला देऊन टाकलं आहेस. जगाची सर्व मलिनता स्वीकारून... जगाला सर्व शुद्ध, पवित्र, सात्त्विक – सर्व दिलंस रे. पुत्रा, माझी इच्छा आहे की...."

"सांग माते, सांग. भाग्यवान मनुष्यालाच तुझ्या सेवेची संधी मिळते...."

"देशील? मी मागेन ते?"

"माते, वचन कसं देणार? काहीही नाही आता माझ्यापाशी... श्वास पण स्वतःचा उरला नाहीय... तरी..." कृष्णानं एक खोल श्वास घेतला.

गांधारीचे डोळे एका अशारीर तेजानं झळकले, 'कृष्णा, येत्या जन्मात माझा पुत्र म्हणून माझ्या उदरी जन्म घे.'

"पुन्हा जन्म घेण्याच्या बंधनात बांधतेस माते? मुक्ती नाही देणार?"

कृष्णाला गांधारीच्या डोळ्यांत देवकी-यशोदामातेची प्रतिबिंबं दिसली.

"तथास्तु!" गांधारीनं तिचा हात उंच केला. कृष्णाची दृष्टी हाताच्या पंजावर स्थिर झाली. जीवनरेषा पंजातून थेट वरच्या कोनातून निघून मनगटापर्यंत जाऊन पोहोचली होती! गांधारीला अजून खूप जगायचंय....

हस्तिनापुराच्या महालात, वरच्या घुमटात गांधारीच्या धाय मोकलून रडण्याचे प्रतिध्वनी घुमत होते.

तिच्या पाठीवरून हात फिरवत कुंतीमाता तिला शांत करत होती. पण काही केल्या गांधारीचं रडणं थांबत नव्हतं.

"माझ्याकडून महाभयंकर पाप घडलंय ग, कुंती. दैवही पण मला क्षमा करणार नाही..."

"गांधारी, कशाबद्दल बोलते आहेस तू...?"

"कृष्णा... कृष्णा..." हुंदक्यांमुळे गांधारी बोलू शकत नव्हती. संततधारेसारखं तिचं रडणं सुरू होतं.

"कृष्णाचं काय, गांधारी....?"

"मला राहून-राहून पीडा होतेय – कुंती. माझा आत्मा मला सारखा दंश करतोय... माझ्या शापाचे प्रतिध्वनी मलाच चहूबाजूंनी ऐकू येतायत... कुंती, अगं मी त्या युगपुरुषालाच शाप देण्याचा उद्धटपणा केला आहे."

"त्यानं तुझा शाप स्वीकारला नं!" अजूनही कुंती गांधारीच्या पाठीवरून हात फिरवत होती... "अगदी सहजपणे, आदराने!"

गांधारीच्या डोळ्यांतली आसवं थांबायचं काही चिन्ह नव्हतं. डोळ्यांवर बांधलेली पट्टी पार ओली चिंब झाली होती... "तेच त्याचं श्रेष्ठत्व आहे! अशा महान आत्म्याला, गीतेच्या उपदेशकाला मी... कुत्र्याच्या मरणानं मरण्याचा शाप दिला, कुंती! माझी कर्मे मला कधीच क्षमा करणार नाहीत... शंभर पुत्रांचा मृत्यू पाहिल्यावर, आता काय पाहायचं बाकी उरलंय कुंती? कोणकोणती कर्मं मला बांधून ठेवतायत... या हस्तिनापुराच्या वैराण भूमीबरोबर?"

हसू आलं कुंतीच्या चेहऱ्यावर... वेदनेनं भरलेलं हसू....

"काय पाहायचं उरलंय? गांधारी, अजून तू कुठं काय बघितलंयस? डोळ्यांवर पट्टी बांधून तर जगलीस तू...."

"डोळ्यांवर पट्टी बांधली म्हणजे पाहण्यापासून मुक्ती मिळते, असं नाही कुंती. उलट, ते तर अधिक पीडादायक आहे. उघड्या डोळ्यांनी पाहिलेल्या दृश्यांपेक्षा बंद डोळ्यांसमोर कल्पनेनं उभी केलेली दृश्यं अधिक भयंकर, फार त्रासदायक असतात कुंती. वेदनेपासून मुक्ती नाही मिळत डोळ्यांवरच्या पट्टीमुळे! ती पट्टी अधिक पीडा देते ग...."

"असू दे, गांधारी. जे घडून गेलं, त्याबद्दल नको करू पश्चात्ताप आणि मुखातून शब्द बाहेर पडल्यावर आता पश्चात्ताप करण्याला अर्थच उरत नाही. शाप उच्चारला गेलाय... धनुष्यातून सुटलेल्या बाणासारखा लागलायदेखील... मर्मस्थानावर! आपलाच आवाज ब्रह्मांडात घुमून आपल्याचपाशी परत येतो गांधारी! त्याचा स्वीकार अपरिहार्य आहे."

"कदाचित यालाच 'कर्मफळ' म्हटलं असावं! मला मुक्त करू शकला असता कृष्ण, त्याची इच्छा असती तर... शाप न स्वीकारता."

"बाई ग, कृष्णाचा धर्मच मुळी स्वीकाराचा आहे. कशाचाही अस्वीकार तो करतच नाही."

"आणि याचंच मला कमालीचं दुःख होतंय..." गांधारी मोठमोठ्यानं रडू लागली. "कृष्णा, कृष्णा, क्षमा कर मला... मुक्त कर मला. आता मला या भूतलावर अधिक श्वास घ्यायचाच नाही... पट्टी बांधलेल्या डोळ्यांनी भीषण कल्पना करत नाही जगायचं आता मला. मला मुक्ती दे... प्रभो, मला मुक्त कर आता."

मातीच्या मडक्यातून आणलेलं पाणी जरानं हळूहळू कृष्णाच्या उघड्या तोंडात ओतलं. घोटाघोटानं ते त्याच्या गळ्याखाली उतरलं... शोष जरासा कमी झाला. एक संतोष, तृप्ती कृष्णाच्या मुखावर पुन्हा उमटली.

"जेव्हा तहान लागते, तेव्हाच जलाचं मूल्य समजतं... त्याशिवाय जलाला सन्मान मिळतच नाही."

स्वत:चेच शब्द कृष्णाला आठवले....

त्याच्या चेहऱ्यावरचं स्मित पाहून जरानं विचारलं,

"शांती मिळाली, प्रभू....?"

"हो, जरा! तुझ्या हातचं पाणी पिऊन मला खूप शांती मिळाली... पार्थाला संदेश पोहोचताच तो पण क्षणही दवडल्याशिवाय इथं येऊन पोहोचेल...."

"प्रभू, अर्जुन तुमचा परम सखा आहे ना?"

"हो जरा. तो माझ्या हृदयाच्या खूप जवळ आहे."

"प्रभो. अर्जुनाला इथं पोचायला उशीर झाला तर...?"

"तर...?"

"तर तुम्ही...."

"तर मग मी कदाचित वाट नाही बघणार त्याची." कृष्णाच्या मुखावर तेच स्मित होतं... "समय आणि परिस्थिती कुणाचीही वाट पाहत नसतात, जरा. माझी ती घटकाही मला नाही म्हणतेय... वेळेपेक्षा अधिक वाट पाहायला...."

"प्रभो!..." जरा कृष्णाकडे एकटक पाहत राहिला. 'हा काय माणूस आहे! स्वत:च्या मृत्यूची गोष्ट किती सहजपणे, शांत चित्तानं, किती स्वाभाविकपणे करतोय! नजरेसमोर मृत्यूला पाहूनदेखील हा महामानव यत्किंचितही विचलित झाला नव्हता... साक्षात ईश्वर, स्वत: प्रभू!'

जराचे हात कृष्णासमोर जोडले गेले.

विलक्षण तीव्र वेगानं अर्जुनाचा रथ धावत होता.

एरवी अर्जुन एखाद्या सारथ्याला सोबत घेतो; पण आज पांचालीची कामना पूर्ण करण्यासाठी सारथ्याची वाट न पाहता तोच सारथ्य करत होता. त्याच्या हृदयापर्यंत पोहोचलेली पांचालीची वेदनाच त्याला द्वारकेकडे नेत होती.

अर्जुनाच्या मनात रथाच्या दुप्पट-तिप्पट गतीनं विचारांचा ओघ वाहत होता....

'पांचालीच्या मनात विलक्षण खळबळ माजवणारं असं काय होतं? तिला भास झाला होता, की खरोखरच कृष्णानं तिची आठवण केली होती? त्याची साद

पांचालीलाच का, कशी ऐकू आली? मला का नाही?

'माझ्यापेक्षा ती कृष्णाला अधिक नजीक आहे का? ज्या स्थानावर द्रौपदी आज विराजली होती, त्या स्थानावर आपण का नाही पोहोचू शकलो?'

अर्जुनाला श्रीकृष्णानं कायम स्वत:चा परमप्रिय सखा, शिष्य म्हणून स्वीकारलं होतं. अर्जुनाबद्दल अपार प्रेम होतं त्याच्या अंत:करणात... पक्षपात वाटावा, इतकं प्रेम! पण तो तर शिष्य होता... कुरुक्षेत्रावर उभय सेनांच्या मध्यावर गांडीव बाजूला टाकून निराश झालेला, भंगलेल्या मनाचा, भयानं थरथर कापणारा मनुष्य....

उलट, द्रौपदी अग्निकन्या होती. भीमानं दु:शासनाचा तो हात मुळापासून उखडून टाकून, त्या रक्तानं माखलेल्या स्वत:च्या हातनं द्रौपदीचे केस पुन्हा गुंफण्यासाठी तिला आमंत्रित केलं, त्या प्रसंगी ती जराही विचलित झाली नव्हती. भळभळ वाहणाऱ्या रक्तानं ओंजळी भरभरून तिनं वेणी बांधली होती! दु:शासनाचं ते रक्त केसांतून कपाळावर, गालांवर, चेहऱ्यावर, ओठांपर्यंत... अगदी छातीपर्यंत वाहत आलं होतं. तिचं उत्तरीय, तिची कंचुकी पार रक्तलांच्छित झाली होती. मस्तकावर तेलाचा अभिषेक करावा, तसा भीम ओंजळी-ओंजळीनं दु:शासनाच्या रक्ताचा अभिषेक करत होता तिच्या मस्तकावर....!

भीमानं दुर्योधनाची मांडी गदेच्या भयानक प्रहारानं फोडली त्या वेळी तिथं उभी राहून ती गडगडाट करून हसली होती. विक्षिप्त माणसाच्या डोळ्यांत दिसतं, तसं एक वेडेपण पांचालीच्या डोळ्यांत होतं. चेहऱ्यावर गंभीर नि:स्पृहता होती... सुडाची तृप्ती तिच्या अंगांगांतून ओसंडत होती.

केवढं भीषण दृश्य होतं ते!

जी स्त्री सदैव सुंदर नि आकर्षक दिसायची, त्या स्त्रीच्या चेहऱ्यावर रक्ताच्या धारांनी बीभत्स... भीषण दृश्य उभं केलं होतं! केव्हा केव्हा पांचालीचा चेहरा आपल्या ओंजळीत घेऊन जवळून न्याहाळणाऱ्या अर्जुनाला अचानक ते दृश्य आठवायचं!

कृष्णाला सांगितलं होतं ते अर्जुनानं.

त्या वेळी कृष्णाच्या चेहऱ्यावर स्मित उमटलं होतं... विलक्षण गूढ.

विचलित झालेल्या अर्जुनानं प्रश्न विचारला होता... "सदैव क्षमा करणाऱ्या, स्वीकाराला धर्म मानणाऱ्या माधवा – तूच सांग, हा धर्म होता? नीती होती?"

"नीती वेगळी आणि धर्म वेगळा पार्थ..." तेच गूढ स्मित कृष्णाच्या चेहऱ्यावर होतं.

"आंधळ्याचे पुत्र आंधळेच, असं म्हणण्याऐवजी 'डोळसाचे पुत्र डोळसच' असं द्रौपदी म्हणली असती, तरी काय फरक होणार होता? अर्थ तोच राहिला

असता ना! पण कृष्णा, कोणतीही गोष्ट स्पष्ट स्वरूपात बोलते, सत्यच बोलते...
केवळ आवडणारं, प्रिय असं ती नाही बोलू शकत. आणि सगळंच सत्य हे प्रिय
असतं, असं नाही पार्था....''

अजूनही अर्जुन त्याच्याच म्हणण्यावर अडून होता... ''मी प्रिय-अप्रिय,
सत्य-असत्य यांची गोष्टच करत नाहीय; मी गोष्ट करतोय धर्म आणि नीतीची.
दुर्योधनाला, दु:शासनाला त्यांच्या वर्तनाबद्दल द्रौपदीनं दोषी मानलं नि त्यांना
मृत्युदंड दिला... त्या वर्तनाबद्दल, दोषाबद्दल आमचं उत्तरदायित्वही तितकंच होतं
ना? काय फरक राहिला मग धृतराष्ट्रात आणि पांचालीत? धृतराष्ट्र 'मामका:'आणि
'पाण्डवा:' यांतील भेद पाहतो नि द्रौपदी पण! मधुसूदना, यात कोणता धर्म
आहे? कोणती नीती आहे?''

''एक गोष्ट तू विसरतोस पार्था! धृतराष्ट्र जसं दुर्योधनावर करतो, तसंच प्रेम
पांचाली तुमच्यावर करते. तिला तुमचे दोष दिसायलाच हवेत, हे आवश्यक
नाही. आपण कितीदा तरी डोळेझाक करतो आपल्या प्रियजनांच्या दोषांकडे! या
सर्व घटनेत जर कोणी व्यक्ती, वस्तू अथवा विचाराला दोषी ठरवायचंच असेल,
तर दोषी मी होतो – आणि पांचाली हे जाणते. ते सर्व मी थांबवू शकतो,
कोणत्याही क्षणी, हे तिला माहीत आहे... आणि तरीही...'' कृष्णानं दीर्घ उसासा
टाकला.

किती तरी वेळ त्या उभयतांत एक विलक्षण मौन, अस्वस्थ शांती निर्माण
झाली....

थोड्या वेळानं कृष्णानं अर्जुनाच्या खांद्यावर हात ठेवला.

''पार्था, स्त्री आणि पुरुष निसर्गत:च वेगळे आहेत. त्यांची नीती, त्यांचा
धर्म, विचार करण्याची रीत – सगळंच भिन्न आहे. एक हृदयापासून विचार
करते, दुसरा मस्तकापासून. प्रेम करण्यात पुरुषापेक्षा स्त्री अधिक शक्तिशाली
आहे. प्रेम हे स्त्रीसाठी एक समर्पण आहे. तिच्यासाठी प्रेम म्हणजे सेवा, प्रेम
म्हणजे सहचर्य; तर पुरुषासाठी प्रेम कमी-जास्त प्रमाणात शारीरिक आवश्यकता
आहे. स्त्रीचं प्रेम हा एक महान, उन्नत, आत्मिक-आध्यात्मिक अनुभव आहे; तर
पुरुषासाठी प्रेम एका क्षणभराच्या आवेगाचं नाव आहे. एकाच पुरुषाला आयुष्यभर
समर्पित होऊन जगणं, ही स्त्रीची नीती. पण पुरुष अनेक विवाह करून सगळ्यांकडून
प्रेमाची अपेक्षा ठेवतो. स्त्रीच क्षमा करू शकते, पुरुषाच्या गंभीर गुन्ह्याबद्दल; पण
पुरुष धर्म नि सुडाची भाषा बोलतो.''

''मग पांचाली का वेगळी वागते, माधवा? इतर स्त्रियांसारखी का नाही वागू
शकत ती? दुर्योधनाला क्षमा करू शकली असती ना? दुष्टाबरोबर दुष्टपणानं
वागलं, तर आपण 'सज्जन' कसे म्हणवणार?''

अर्जुनाकडे कृष्णानं पाहिलं. निर्मळ, भाबड्या माणसाला समजवावं तशा नरम आवाजात म्हणाला, ''पार्था, पांचाली पुरुषासारखी आहे मनानं. बहुविवाही आहे. क्षमा, दया तिच्या नीतिकारणात नाही. कदाचित वैराग्नीत सापडलेल्या त्या अग्निकन्येकडून क्षमेची अपेक्षा राखणं, हे आपल्या दृष्टीनंही चूकच आहे. सुडाची परितृप्ती हाच तिचा धर्म... तिच्याकडं स्त्री म्हणून पाहणं, तिच्या संवेदनांना स्त्री-दृष्टीनं तोलणं आपली चूक आहे.''

''पण मधुसूदना, स्त्रीसाठी शास्त्रांनी काही धर्म, नीती निश्चित ठरवली आहे. त्यानुसार....''

अर्जुनाचं बोलणं मध्येच थांबवत कृष्ण उद्गारला – ''आणि मी तुला सांगतोय की पुरुषाहून स्त्री अधिक आदिम आहे. निसर्गाबरोबर, अस्तित्वाबरोबर तिचा संबंध खूप जवळचा आहे, पार्था. स्वत:च्या अस्तित्वाबरोबर संलग्न असं काहीही स्त्रीसाठी फार संवेदनशील तत्त्व होऊ शकतं. दोन अंतिम तत्त्वांमध्ये जगणारी द्रौपदी जितकी आदिम आहे, तितकीच सुसंस्कृत आणि संवेदनशील आहे, हे जाणून घे धनंजया!''

मुग्ध होऊन अर्जुन ते सर्व ऐकत होता. द्रौपदीविषयी कृष्ण जे काही सांगत होता, ते खरंच किती सत्य होतं! खऱ्या अर्थानं ती मुक्त होऊ शकली होती. दुर्योधन-दु:शासनाच्या रक्तानं केस बांधल्यावर, काही वेळानंतर पांचाली धाय मोकलून, हृदय पिळवटून जाईल अशी रडली होती!

''स्त्रीसाठी रक्त ही भयजनक गोष्टच नाही! पार्था, प्रत्येक महिन्यात स्वत:चं वाहतं रक्त पाहणाऱ्या स्त्रीला रक्ताची भीती नसते.''

अर्जुनाला आठवलं... कुरुक्षेत्रावर संहारानंतर दुर्योधनाला-दु:शासनाला ती जणू विसरूनच गेली होती. नंतरही तिनं कधी ती गोष्ट उच्चारली नव्हती. ही नावं जणू काही तिच्या जीवनात अस्तित्वात नव्हतीच. विलक्षण सहजतेनं तिनं ही गोष्ट मनातून पार पुसून टाकली होती.

सर्व प्रसंगच ती विसरून गेली होती... आणि वर पुन्हा भानुमतीचं, वृषालीचं केवढं सांत्वन केलं होतं तिनं! मोठ्या बहिणीसारखं! त्यांना आश्रय देऊन सांभाळलं होतं... हस्तिनापूरच्या महाराणीला साजेलसं.

'कृष्णा...' किती सार्थ नाव होतं हे!

द्रौपदीही कृष्णासारखंच स्व-धर्माला मानत असे, कर्म मानत असे. कोणत्याही प्रकारच्या अपराधीपणाची जाणीव न ठेवता परिस्थितीचा सहज स्वीकार करत असे....

स्वत:च्या पुत्रांच्या भीषण हत्येनंतर ही ती संतुलित राहू शकली होती! स्वत:च्या कुशीतून जन्म दिलेल्या पाच-पाच, ओठांवर लवही न फुटलेल्या, कोवळ्या पांडवपुत्रांना अश्वत्थाम्यानं जेव्हा अग्नीचं भक्ष्य बनवलं; तेव्हाही द्रौपदीच्या

डोळ्यांत अश्रूंचं सरोवर जमा झालं होतं – हृदयात विलाप होता; पण चेहऱ्यावर एक सहज स्वीकार होता. कुरुक्षेत्रावरच्या भीषण संहारात प्रत्येक घरातल्या वीर योद्ध्याचा बळी गेला होता, त्या वेळी स्वत:च्या पुत्रांच्या मृत्यूचा शोक न करून एक अपूर्व दृष्टान्त हस्तिनापुराच्या स्त्रियांसमोर ठेवला होता याज्ञसेनीनं....!

आणि तीच द्रौपदी आज विचलित होऊन, विव्हळ बनून कृष्णभेटीसाठी जिवाच्या आकांतानं धावत होती! ...हा विचार रथ हाकणाऱ्या अर्जुनाला छळत होता.

याज्ञसेनीची भीती खरी होती? तिचा सखा, तिचा गुरू, तिच्या जीवनरथाचा सारथी खरंचंच एखाद्या संकटात सापडला होता का? त्यानं खरोखरच स्मरण केलं होतं याज्ञसेनीचं?

अतिशय वेगानं धावणाऱ्या रथात उभ्या याज्ञसेनीचे डोळे आसवांनी वारंवार ओथंबून येत होते. वाराही तशाच गतीनं वाहत होता. सूर्यनारायणाचा प्रवेश आता उगवतीच्या बाजूला व्हायला लागला होता. एक केशरी गोलक हळूहळू आकाशात वर येऊ लागला होता....

'कसं आहे नाही आकाश? उष:कालचं असो की सायंकालचं – समानच वाटतं. असंच असावं मानवी जीवनाचं पण! उगवती सकाळ अथवा अस्तकालची संध्या सारखीच होत असावी.' याज्ञसेनीचं मन विचारांत हेलकावे घेत होतं.

'कुरुक्षेत्राच्या युद्धात आपल्या पक्षात राहून, पतींना अभय देणारा, शस्त्र न घेणारा तो महायोद्धा कुठं असेल आज?... का बरं माझं मन आज इतकं विचलित, असंतुलित झालं आहे? माझं मन वारंवार क्षुब्ध व्हावं, अशा कोणत्या पीडेत आहे सखा?

'दुसऱ्याची वेदना जाणण्याचं आणि ती स्वीकारण्याचं एक अद्भुत कौशल्य त्याच्यापाशी होतं.

'इतरांची वेदना स्वीकारून ती स्वत:चीच बनवायचा तो –

'मी त्याच्यावर निरतिशय प्रेम करते, हे तो पूर्ण जाणत होता. तरीदेखील माझा विवाह त्यानं त्याच्या सख्याशी –अर्जुनाशी करवला. वेगवेगळ्या स्वभावधर्मांच्या पाच बंधूंना एका सूत्रात बांधून ठेवण्यासाठी त्यानं माझी चक्क वाटणी केली त्यांच्यांत....

'मला जेव्हा तो भेटायला आला – द्यूतसभेच्या आधी, तेव्हा त्याच्या डोळ्यांत केवढी वेदना दिसत होती!

'तो नि:शब्द संकेत मीदेखील वाचू शकले नव्हते... आणि संपूर्ण योजना त्यानं

तर आखून टाकली होती. राजसभेत अखेर मी त्याचंच स्मरण करीन, हेसुद्धा तो जाणतच असेल ना?

'कार्तिकी पौर्णिमेच्या दिवशी संधीचा संदेश घेऊन, उपप्लाव्याहून हस्तिनापूरला गेला, त्याच वेळी या संधी प्रस्तावाला काही अर्थ नाही, हे तो समजून होता.'

'कौरव सभेत आपला अपमान होईल, हे जाणूनही तो पांडवांचा संदेश घेऊन हस्तिनापुराला गेला होता.

'जेव्हा दुर्योधन भर सभेत म्हणाला, पाच गावंच काय, सुईच्या अग्रावर राहील इतकीही जमीन पांडवांना द्यायला मी तयार नाही... त्यानंतर ज्येष्ठ पांडवाला भेटण्यासाठी पण तोच गेला होता नं!

'कुंतीमातेच्या म्हणण्याप्रमाणे कर्णाचा स्पष्ट नकार आहे, हे माहीत असूनही तो गेलाच होता ना त्यांच्यापर्यंत....

'म्हणूनच तर कर्णानं कुरुक्षेत्राच्या युद्धात, आत्मसंतोषानं अंतिम प्रयाण केलं होतं... कदाचित....

'भगवान परशुरामांचा शाप कर्णाला निर्णायक क्षणी सर्व मंत्रांचं विस्मरण घडवील, हे सगळे जाणत होते. सूतपुत्र म्हणून वाढलेल्या या ज्येष्ठ पांडवानं कुणाकुणाकडून म्हणून अपमान सहन केले नव्हते!

'भगवान परशुराम, गुरू द्रोणाचार्य आणि... आणि... मी पण!

'मीदेखील कर्णाला सोडलं नव्हतं....

'कवच-कुंडलं धारण केलेला, तांबूस कांती असलेला, सिंहासारखा चालत मत्स्यवेधासाठी जात होता त्या वेळी, 'मी सूतपुत्राला वरमाला घालणार नाही', असं जे म्हटलं होतं, त्यात कर्णाच्या अपमानाचा हेतू मुळीच नव्हता. मी मनोमन इच्छा करत होते, की कुणाही राजपुरुषाला मत्स्यवेध करताच येऊ नये नि अखेरीस द्रुपदकुलाच्या प्रतिष्ठेचा मान राखण्यासाठी श्रीकृष्णाकडूनच धनुष्य उचललं जावं....

'कर्ण लक्ष्य साधून मत्स्यभेद केल्याशिवाय राहणार नाही, हे मी मनात ओळखून होते.

'तो सर्वश्रेष्ठ धनुर्धर होता. सर्वश्रेष्ठच! कारण लाक्षागृहाच्या अग्नीत इतर पांडवांसह अर्जुनही मृत्यू पावल्याचा संदेश आर्यावर्तातल्या सर्व राजसभांत पोहोचला होता.

'कसंही करून का होईना, पण मला कर्णाला स्वयंवरातून टाळायचा होता... आणि कसं कुणास ठाऊक, मी त्याला 'सूतपुत्र' म्हणून धिक्कारलं, भर स्वयंवर मंडपात!.....

'त्याचं दु:ख, पीडा शेवटच्या श्वासापर्यंत हृदयात काट्यासारखी टोचत राहिली.'

'कुरुक्षेत्राचं युद्ध सुरू होण्यापूर्वी, दुर्योधनाच्या बाजूनं न लढण्यासाठी सखा

त्याला समजवायला गेला होता, त्या वेळी पण दोघांच्यात या घटनेचा उल्लेख तर आलाच होता.

'दोघांच्यात – एक ज्याच्याबद्दल मी आयुष्यभर आदर बाळगला, खूप प्रेम केलं... नि दुसरा – ज्यानं आयुष्यभर माझी अपेक्षा ठेवली.

'त्या दोघांत काय बोलणं झालं असेल? कसं झालं असेल?

'मला सख्यानं सांगितलं नाही कधीच, पण कर्णाला भेटून परतला तेव्हा अत्यंत वेदनेत, दुःखात गर्क झाला होता....

'मी खूप खोदून-खोदून विचारल्यावर एवढंच म्हणाला – सखी, सगळ्यांकडून अन्याय-अपमान, केवळ अन्याय नि अपमानच स्वीकारणाऱ्या कर्णाला आता अन्यायातच आनंद वाटू लागला आहे. त्यानं एक संदेश सांगितला आहे... तुझ्यासाठी!

'थोडसं थांबून कृष्णानं आवंढा गिळला होता. नंतर एकटक मला न्याहाळत राहिला... का कोण जाणे, त्या वेळी सख्याच्या चेहऱ्यावर मला कर्णाचे डोळे दिसले!

'कृष्णानं काहीशा आर्द्र, चमकत्या डोळ्यांसह तो संदेश ऐकवला – हे वासुदेवा, त्या अत्यंत सौंदर्यशाली, आकर्षक, विशालाक्षी, श्यामा, तन्वी, मोहिनी स्त्रीला सांग – कर्णानं तुला क्षमा केलीय! आणि तिला हे पण सांग की ज्येष्ठ पांडव म्हणून जर मी मत्स्यवेध केला असता आणि तुला प्राप्त करून घेतली असती तर, काहीही झालं असतं तरी मी तुझी माझ्या अन्य भावंडांत वाटणी नसती केली... तिला सांग –राजसभेत उच्चारलेले शब्द शक्य असल्यास विसरून जा. मला तिची निष्ठा, पतिव्रताधर्म, तिचं सत्य नि तिची तेजस्विता समजली आहे... मान्य आहे, जरा विलंब झाला आहे....'

आजही या प्रसंगाची आठवण येताच याज्ञसेनीच्या डोळ्यांत अश्रू आले होते.

कर्णाच्या बाबतीत बोलण्याच्या वेळी जणू त्याची पीडा, वेदना स्वतः अनुभवत आहोत, इतका व्यथित आणि विचलित झाला होता सखा!

किती उच्च दर्जाची त्याची संवेदनशीलता होती! इतरांची पीडा, वेदना सदैव नि सहजपणे आपली समजून जगला तो....

आज द्रौपदीचं मन सतत विचारांच्या फेऱ्यांतच सापडलं होतं. प्रत्येक वेदनेत, पीडेत सहभागी होणारा हा असा एक मित्र होता, ज्यानं स्वतःची वेदनादेखील तितक्याच तीव्रतेनं अनुभवली होती, तितक्याच खोलपणे सोसली होती.

सुभद्रेचं इंद्रप्रस्थात आगमन झालं, तो दिवस द्रौपदीला आठवला. किती रागावली होती, चिडली होती, विचलित झाली होती ती!

'सखा? स्वत: सखा असं करू शकतो?' अजूनही द्रौपदी ते स्वीकारायला तयार नव्हती. अर्जुनाबद्दल वाटणारं प्रत्येक आकर्षण सख्याला माहीत होतं... माझा मोह, स्वाभिमान, वेदना – सर्व काही. मग का केलं असावं असं? कोणत्याही बाबतीत द्रौपदीचं मन त्या दिवशी थाऱ्यावर नव्हतं. तिला कृष्णाला कडवट शब्द ऐकवायचे होते. जे-जे तिला त्रासदायक होतं, पीडादायक होतं; ते सर्व सांगायचं होतं. संतापजनक होतं तेही. आणि तशातच सगळं नगर उत्सव साजरा करत होतं.

द्रौपदीला कल्पनाच नव्हती, की कृष्ण स्वत:च्याच भगिनीचं अपहरण, तेही अर्जुनाकडून करवून आपल्या डोक्यावर तिला आणून बसवेल... शिवाय अर्जुनाला सुभद्रेबद्दल वाटणारं आकर्षण पाहून द्रौपदीचा स्वमान बराच दुखावला होता. खाली राजसभेत गुलाल उडत होता, ढोल-नगारे वाजत होते, सनईचे मंगल-मंजुळ सूर वातावरणात पसरत होते आणि द्रौपदीच्या महालात मात्र अंधार, भयानक शांती!

"सखे... सखे, कुठंयस तू?" तो आवाज ऐकून द्रौपदीला वाटलं, महालातल्या वस्तू फेकून द्यावात... आरडाओरड करावी, डोकं आपटून घ्यावं... स्वत:च्या इतक्या जवळ असणाऱ्या कृष्णानं आपला असा अपमान केला, या गोष्टीनंच तिचा क्रोध आकाशाला भिडला होता.

"सखेऽऽ सखे, अगं, ओ तर दे, कुठं आहेस तू?" अंधाऱ्या दालनात चारही बाजूंना कृष्णाचा आवाज घुमत होता.

जवळ असलेला एक लहानसा दिवा त्यानं लावला. दालनात थोडा प्रकाश पसरला.

"खूप क्रोध आलाय वाटतं?" कृष्णाच्या मुखावर तेच स्मित.

"आणि आपण आज खूप आनंदात आहात!" प्रयत्न करूनही द्रौपदीच्या बोलण्यातला कडवटपणा लपला नव्हता.

"सखे, रुसलीयस?"

"छे! छे! उत्सव साजरा करतेय!" काळे – लांब – मोकळे केस, अलंकारविहीन शरीर, मुखावर रागाचा लालिमा नि दु:खाची छाया.

"पाहतोय... नि अनुभवतोय पण... तुझा हा उत्सव!" असं म्हणत कृष्णानं बाजूची बैठक ओढली नि त्यावर बसला.

"सख्या! का... का... असं केलंस तू? सुरुवातीपासून फाल्गुनी माझा नव्हताच. आता तर माझ्यापासून पार दूर केलंस त्याला... का केलंस हे, काऽऽ?

मी सदैव तुझ्या सन्मानाची, सुखाची इच्छा करत आले. सुभद्रेला अशा रीतीनं तू..."
द्रौपदी पुढं बोलू शकली नाही. तिचा गळा भरून आला, डोळे अश्रूंनी डबडबले. हुंदका गिळून तिनं अश्रू पुसले.

"खूपदा रडणं शांती देतं. रडणं थांबवून आपण आपलाच श्वास अडकवतो...."

"खरं आहे, सख्या. मी रडले, तडफडले, पीडा झाली म्हणजेच तुला माझं असणं जाणवतं; नाही? म्हणून तर तू माझ्या इतका जवळ आहेस... खरं ना?"

कृष्ण हसला – मुक्तपणे हसला. नंतर लहान बालकाला समजवावं तशा कोमल, निर्मळ आवाजात म्हणाला, "खरं पाहिलं तर, लहान-लहान गोष्टींना स्वमानाचा मुद्दा बनविण्याची आवश्यकताच नाही. या सर्व घटनेचा संबंध तू स्वमानाशी का म्हणून जोडतेस, सखे....?"

"का नको जोडू? एका स्त्रीच्या घरात तिची सवत येते – अशा स्त्रीच्या घरात, जिच्या इच्छा-आकांक्षा विचारल्याशिवाय वस्तू समजून तिची वाटणी झालीय आणि तरीही तिनं त्याचा स्वीकार केलाय. अशी एक स्त्री – जिनं आयुष्यभर रात्रं-दिवस, सुख-दुःख, कशाचाही विचार न करता फक्त पाच पतींच्या विजयाची, न्यायाचीच इच्छा केली. जिनं बारा-बारा वर्षे पतींसह वनवास भोगला – त्या स्त्रीच्या घरात सवत येते, पतींच्या प्रतिष्ठेसाठी जी त्यांची दासी होऊन राहिली, अशी स्त्री... तिच्या स्वमानाकडे दुर्लक्ष करून तिच्या घरात एक सवत आणली जाते... अशी सवत – जी त्याच्या प्रिय मित्राचीच बहीण आहे. त्या स्त्रीच्या होकाराशिवाय, तिच्या नकळत असं कारस्थान रचलं जातं... त्याच्या मित्राकडूनच! सख्या, तुझं हे मायाजाल मला समजत नाही रे. यात स्वार्थ आहे का? अन् का? काही श्रेय असेलच, तर ते कोणाचं आहे?"

"सखे, मनात जेव्हा शंका उद्भवते, तेव्हा श्रद्धा संपून जाते."

"मला पोकळ शब्द नकोयत सख्या, निखळ सत्य हवंय...."

"सत्य? एवढंच सत्य आहे सखे, की सुभद्रा सवत नाहीच तुझी. मला सांग – कोणता भाऊ बहिणीसाठी उत्तम पतीची निवड करणार नाही? संपूर्ण आर्यावर्तात श्रेष्ठ अशा पार्थाशिवाय दुसरा श्रेष्ठ पुरुष मी कुठून आणू माझ्या बहिणीसाठी?"

"सुभद्रेसाठी श्रेष्ठ पुरुष निवडण्यासाठी माझा विरोध नाही... पण दुर्दैवानं तो पुरुष माझा पती आहे, सख्या! उलुपी, चित्रांगदा आणि अन्य स्त्रियांमुळे नाही विचलित झाले मी; पण सुभद्रेचं सौंदर्य पाहून मात्र माझ्यातल्या ईर्ष्येनं फणा काढला आहे. पार्थ मला विसरून जाईल नि...."

"सखे! तुझं ज्ञान, विद्वत्ता, तुझी विचक्षण बुद्धी, कुशाग्रता – सगळं कुठं गेलं? अगं, सुभद्रा तर बालिका आहे... तिच्याबरोबर तू स्पर्धा करशील...?"

"ती तरुण आहे, सौंदर्यवती आहे. आणखी काय हवंय पुरुषाला?"

"याशिवाय बरंच काही हवं असतं पुरुषाला. मीही पुरुषच आहे ना, जाणतो सगळं मी... सत्यभामा, जांबुवती आणि इतर अनेक पत्नी असूनही माझ्या जीवनात रुक्मिणीचं स्थान अढळ आहे. माझ्या संपूर्ण अस्तित्वाचा ती एक अपरिहार्य अंश आहे सखे! आणि तरीही माझ्या मनातून राधा एक क्षणभरही दूर होत नाही. मी रुक्मिणीवर अन्याय करतोय का? राधेच्या स्मरणासह काही कपट करतोय का....?"

"ते तुझं तुलाच माहीत, सख्या. पण माझा पुरुष जेव्हा दुसऱ्या स्त्रीच्या मोहात अडकतो, तेव्हा त्यामागं सौंदर्य किंवा शारीरिक आकर्षण याशिवाय दुसरं काहीही नसतं, असंच मला वाटतं. माझा पराभव झाला, हेच जाणवतं मला. स्त्रीमध्ये शरीराखेरीज पुरुष दुसरं पाहतोच काय?"

"सखे, शरीराशिवाय स्त्रीकडून पुरुषाला बरंच काही अपेक्षित असतं. एक प्रेयसी, एक पत्नी, एक मित्र, एक मंत्री आणि कधी कधी एक चतुर असा शत्रू पण! यापैकी काहीही बनू शकणार नाही सुभद्रा. ती केवळ सेवा करेल. ती समर्पित असेल. पण तू स्वयं एक शक्ती आहेस."

"याचा अर्थ, एका स्त्रीनं समर्पितच होऊन जगायचं – खरं ना? अबला, अवलंबित, समर्पित नि पतीचं प्रेम मिळवण्यासाठी चरणदासी होऊन राहणारी स्त्रीच स्वीकार्य आहे, असंच म्हणायचंय तुला? 'स्व'त्वासाठी झुंजणारी, स्वमान, प्रतिष्ठा, स्वतंत्र व्यक्तित्वासाठी उभी ठाकणारी, प्रश्न विचारणारी स्त्री प्रेमाला योग्य नाही; असंच नं?"

"सखे, तू सांगितलीस अशी स्त्रीच सहधर्मचारिणी आहे, तीच सिंहासनावर बसण्यास योग्य आहे. अशी स्त्रीच 'महाराणी' संबोधनासाठी निर्माण होते... आणि सखी, तूच अशी स्त्री आहेस. तुझ्या निसर्गदत्त प्रतिष्ठेपुढं आणि भव्यतेपुढं दुसरी कोणतीही स्त्री उभीच कशी राहू शकेल?"

"म्हणून मग माझ्या पतींनी हिडिम्बा, चित्रांगदा, उलुपी, सुभद्रा यांना घेऊन यावं; हो ना?"

"सखे, मी पुरुष आहे आणि तू स्त्री आहेस. निसर्गतःच आपण भिन्न आहोत. काही गोष्टी तुला सांगणं मला आवश्यक वाटतं – कदाचित तू समजू शकणार नाहीस, तरीही. असं बघ – एका स्त्रीच्या भव्यतेच्या आकर्षणात बुडून जाणं एखाद्या पुरुषासाठी सोपं आहे, पण त्यातून तरून बाहेर येणं अवघड! सखे, प्रकृतीनंच पुरुष अहंकारी आहे. त्याला त्याच्यावर अवलंबून असणारी, त्याच्याशी समर्पित राहणारी आणि त्याला सहज उच्च मानणारी स्त्री अधिक प्रिय वाटते. तुझ्यासारखी स्त्री दहा हजारांत एखादीच. यासाठीच तुझ्यासारख्या स्त्रीच्या प्रखर तेजाला, प्रतापी स्वभावाला झेलण्यासाठी एकाहून अधिक पुरुषांची आवश्यकता

असते. तू जिला इच्छेविरुद्ध स्वीकारावी लागलेली परिस्थिती समजतेस नां सखे, तिच्यापेक्षा जास्त श्रेयस्कर असं दुसरं काहीच असू शकणार नाही तुझ्यासाठी!... एकेक वर्ष एकेका पतीच्या सहवासात घालवण्याची ही योजना हा तुझ्या प्रखर तेजाला जिरवू शकणाऱ्या पुरुषांच्या अभावाचा परिणाम आहे, सखे. सूर्य जर फक्त प्रखर तेजासह तापून उगवत राहिला, तर पृथ्वीवरचे यच्चयावत् प्राणिमात्र 'त्राहिमाम्'चाच आक्रोश करतील. त्याच्या तेजाला प्रात:काली आणि सायंकाली थोड्या-थोड्या अंतरानं न्याहाळण्याची अन् रात्रीसमयी त्याच्या प्रखरतेशिवायची शीतलता अनुभवायची जर काही व्यवस्था नसती, तर जीवनच असंभव झालं असतं या पृथ्वीतलावर...."

"असं असं! म्हणजे सूर्याचा तेजस्वीपणा हा अवगुणच झाला म्हणायचा; गुण तर नाहीच!"

"सखे, हे बघ, जर असा वादविवादच करत बसायचं असेल, तर तो कधीच संपणार नाही! कोणत्याही प्रश्नाचा अंतहीन वाद त्या प्रश्नाची उकल कधीच करणार नाही. पण इथं खऱ्या अर्थानं प्रश्न, समस्या नाहीत. पार्थाच्या जीवनात तू सूर्यासारखी तळपते आहेस... सखे, पांचालीविना पार्थाचं जीवन अशक्य आहे. पार्थाचंच कशाला, तुझ्या इतर पतींच्या जीवनाचीही तुझ्याशिवाय कल्पनाही करता येत नाही. या सगळ्यांना एका सूत्रात ठेवणारी तूच आहेस सखे! या घराची, पांडव परिवाराच्या हृदयापर्यंत रक्त घेऊन जाणारी मुख्य शीर... सखे, तूच आहेस...."

किती तरी वेळापासून थोपवलेले अश्रू द्रौपदीच्या डोळ्यांतून सरसर वाहू लागले.

"मीच माझ्या तेजानं होरपळतेय, सख्या! कुणाजवळ मागू मी शीतलता? संध्याकाळची कोवळी किरणं...? सांग ना."

"सखे, भाग्यवान आहेस!"

"भाग्य! हुंऽऽ! दुर्भाग्य म्हण सख्या, दुर्भाग्य! सूर्य होणं हे दुर्भाग्य आहे... सतत जळण्याचाच शाप घेऊन जन्म घेतलेली मी अग्निकन्या आहे... पण मी एक स्त्री आहे, हे मात्र सगळे विसरतात."

"तसं नाही सखे, तुझं स्त्रीत्व तुझ्या प्रखर तेजामुळे फिक्कं पडतं आहे."

"माझा अपराध तरी काय सख्या? माझं स्त्रीत्व? माझं तेज....?"

"विशिष्ट व्यक्ती असणं, हा अपराध आहे. सखे, आपल्या काळाच्या आधी जन्म घेणं, हा अपराध आहे. काळाच्या पुढं जाऊन पाहणं आणि जाणणं, हादेखील अपराधच. काही मिळवण्यासाठी काहीतरी द्यावंच लागतं ना सखे! जगन्नियंत्यानं सगळ्यांच्या पारड्यांत सारखं माप घातलंय, पारडी समसमान तोललीत."

"सख्या, कधी कधी तू एकटा पडत नाहीस का रे? तुला नाही तुझं तेज चटके देत?"

"मी चंद्रासारखा आहे, कृष्णे... परप्रकाशी! माझं तेज माझं स्वत:चं नाही; माझ्या आसपास पडणाऱ्या तेजानं मी प्रकाशित होतो. म्हणूनच माझं तेज माझा दाह करत नाही. पण तू... तू स्वयंप्रकाशित आहेस. जळणं हेच तुझं नशीब आहे, पांचाली...."

"माधवा, तुझ्यासारखं तेज देऊन, तुझ्या शीतलतेनं माझ्यातला भडकलेला अग्नी शांत करण्याचा प्रयत्न पण केला नाहीस तू? का?...का, सख्या...?"

"कारण त्या तेजाची मला आवश्यकता भासते... त्या अग्निज्वालांतच अधर्माला भस्म करायचंय मला... सुभद्रा त्यातली एक समिधा आहे सखे. तुझ्या अंतरातल्या प्रखर अग्नीला अजून काही काळ धगधगत ठेवण्यासाठी."

"मी तुला कधीही समजू शकत नाही, मधुसूदना!"

"मी तरी कुठं मला समजू शकलोय....?"

द्रौपदीला कृष्णाचे डोळे, त्यांतल्या आसवांमुळे फिकट अंधारातही चमकल्यासारखे भासले. तिथंच तिनं बोलणं थांबवलं होतं... कृष्णाच्या डोळ्यांत आसू येतील, अशी कोणतीही गोष्ट द्रौपदीला मान्य नव्हती. स्वीकार्य नव्हती. तिनं मनोमन निश्चय करून एक निर्णय घेतला... सुभद्रेला स्वीकारण्याचा! दासीला हाक मारून, महालातले सर्व दिवे अत्तरानं प्रज्वलित करून महाल उजळून टाकण्याची आज्ञा दिली....

'**स्त्रि**या एकमेकींपेक्षा वेगळ्या का बरं नसतात...?'

अश्वत्थाखाली बसलेल्या कृष्णाच्या मनात द्रौपदीच्या महालात घडलेल्या घटना डोळ्यांसमोर येऊन अनेक विचार येत होते....

'कोणत्याही युगातली, कोणत्याही वयाची स्त्री का बरं एकसारखाच विचार करते? एकसारखाच अनुभव घेते? समान बाबतीत वेदना अनुभवते? का बरं एकसारख्या गोष्टीत रागावते? राग व्यक्त करण्याची रीत पण का बरं एकसारखीच असते?'... प्रश्न आले आणि त्यावर तो स्वत:च हसलाही. या प्रश्नांना आता काही अर्थ होता का? आयुष्य जगून झालं होतं.

'आपल्या जीवनात आलेल्या महत्त्वाच्या तीनही स्त्रिया आपल्याबद्दल का बरं एकसारख्याच संवेदना अनुभवत होत्या? का बरं एकाच पद्धतीनं दु:खी होत होत्या? आणि का एकसारख्याच तीव्रतेनं आपल्यावर प्रेम करत होत्या?'...खरं

तर असा विचार करण्याची वेळही आता निघून गेली होती. शिवाय आता होतं ते केवळ स्मरण...! प्रत्यक्ष दृष्टीसमोर त्या स्त्रिया नव्हत्याच. तरीही त्या तिघींचे डोळे त्याच्याकडे लागलेले होते. अपेक्षेनं... आशेनं, उपहासानं... आणि निखळ प्रेमानंही!

तीन नद्यांचा प्रवाह मिळून त्याच्या दृष्टीसमोरून सागराकडे जात होता... लाटांवर खाली-वर नाचणारे प्रकाशकिरण जणू अस्पष्ट रेषांद्वारे त्या तिन्ही स्त्रियांचे चेहरे चितारीत होते.

तिघी जणी... प्रेयसी... पत्नी... आणि... सखी... खळाळणाऱ्या प्रवाहाबरोबर वाहत जणू म्हणत होत्या... 'तुझ्यात विलीन होण्यातच आमच्या जीवनाचं सार्थक आहे. तुझा खारटपणा स्वीकार्य आहे. कारण तूच आम्हाला विशालता दिली आहेस, अमर्याद पसरण्याचा तो अस्तित्वबोधही तूच दिलायस... आमचं प्रखर तेज सामावून घेऊन आम्हाला शीतलता दिलीस तू... आमचं स्त्रीत्व सत्कारून अखंड प्रेम दिलंस तू....'

तिन्ही स्त्रियांचे ते डोळे कृष्णाच्या मिटलेल्या नेत्रांतून थेट हृदयात जाऊन पोचले अन् वेदनेची तीव्र रेखा त्याच्या सगळ्या शरीरातून सरसरत गेली... आणि द्वारकेतली ती रात्र कृष्णाच्या स्मरणपटलावर झळकली... सत्यभामेनं जेव्हा वरदक्षिणा म्हणून स्यमंतक मण्यासह द्वारकेची राजलक्ष्मी म्हणून द्वारकेच्या महालात आणि कृष्णजीवनात प्रवेश केला... ती रात्र!

सहस्त्रावधी दिव्यांनी द्वारकेचे महाल झळाळून उठले होते. मार्गावर रांगोळ्यांची नक्षी होती. प्रत्येक महालाच्या प्रवेशद्वारावर सुंदर तोरणं झुलत होती. गुलाबजलाच्या सिंचनानं द्वारकेचे रस्ते सुगंधाने घमघमत होते... महालांची गवाक्षं नखशिखान्त सुवर्णालंकार ल्यायलेल्या स्त्री-पुरुषांनी जणू चमचमत होती. आरतीचं तबक हाती घेऊन देवकीमाता नववधूचं स्वागत करायला राजप्रासाद संकुलाच्या मुख्य प्रवेशद्वारावर प्रतीक्षा करत होती.

सुवर्णनगरी द्वारकेच्या रस्त्यांवर आनंद-उल्हासाच्या आरोळ्या उठत होत्या. शेकडो स्त्री-पुरुष उत्सवमग्न होऊन अबीर-गुलाल उधळत, आपल्या राजासमवेत येणाऱ्या नववधूच्या दर्शनासाठी आतुर होऊन रस्तोरस्ती तिष्ठत होते... पण....

राजप्रसादाच्या संकुलातलं, एक भव्य दालन मात्र अंधारातच होतं. फक्त एकच दीपक थोडासा प्रकाश पसरवत जणू उदास चेहऱ्यानं जळत होता.

दिव्याजवळच रडून-रडून थकलेली, डोळे लाल झालेली, केस विस्कटलेली

एक सौंदर्यवती दिव्याकडे एकटक नजर लावून बसली होती. तिचे अलंकार साऱ्या दालनात विखुरलेले होते. सुवर्ण धागे, हिरे-मोती जडवलेली भरजरी वस्त्रं खाली धुळीत लोळत होती.

'आपलं जीवन आता व्यर्थ आहे', असं तिला वाटत होतं... सुवर्णनगरी द्वारकेत आता आपलं कोणी नाही... ज्या प्रियकराच्या श्रद्धेच्या बळावर, स्वत:चं घरदार-माहेर सोडून ती इथं निघून आली होती, तोच आज कुण्या दुसरीचा झाला होता.

ग्लानीत, दु:खात बुडालेल्या त्या सौंदर्यवतीला रागही येत होता – स्वत:च्या दुर्भाग्याचा... नियतीनं कपाळी लिहिलेल्या विधिलेखाचा!

स्वागतासाठी जमलेल्या असंख्य लोकांत नेहमीचा एक चेहरा न दिसल्यानं कृष्णाला आश्चर्य वाटलं. नंतर सुभद्रेच्या बाबतीत द्रौपदीबरोबर झालेला संवाद त्याच्या आठवणीत ताजा झाला.

सत्यभामेसाठी तयार केलेल्या विशेष महालात स्वागत यात्रा पोहोचून पूर्ण होताच कृष्ण काही वेळासाठी दालनाबाहेर जायला निघाला... ''या वेळी कुठं चाललात...?'' भामेनं कृष्णाचा हात धरत विचारलं.

''रुक्मिणीला जरा भेटून येतो.'' असं म्हणून कृष्णानं हात सोडवून घ्यायचा थोडासा प्रयत्न केला. भामेनं हात तर सोडला नाहीच, पण जवळ येऊन कृष्णाच्या विशाल छातीवर हलकेच मस्तक टेकलं, दुसरा हात त्याच्या पाठीवर ठेवत म्हटलं, ''आत्ताच जायला हवं का? आज नाही गेलात, तर चालणार नाही.''

''तसं कधीच गेलो नाही तरी चालेल... पण, मला जायला हवं, असं माझं मन मला सांगतंय. स्वागतयात्रेत रुक्मिणी दिसली नाही... नक्कीच व्यथित झाली असेल...'' हलकेच भामेला दूर करत कृष्ण म्हणाला.

''तुम्ही आता त्यांची मनधरणी करणार....''

''नाही. ती समजूतदार, पंडिता आणि प्रगल्भ स्त्री आहे. तिला मनधरणीची आवश्यकताच नाही. पण अनेक गोष्टी स्पष्ट करून सांगाव्या लागतील नि तिला समजेल...''

''पण त्या उद्या सांगा, आत्ताच का म्हणून...?''

''नाही भामे, आजची वेदना आजच नष्ट केली पाहिजे. उद्या कदाचित ती समस्येचं रूप धारण करेल.''

''हे तर घडणारच होतं, माझ्या इथं येण्यामुळे! तुम्ही जाणत होता ना...?''

''खरं बोलायचं तर... जाणत नव्हतो. रुक्मिणीसारखी स्त्री असं वागू शकते,

याची कल्पनाही नव्हती मला....''

"स्त्री असंच वागते, स्वामी! एवढं तर मलाही कळतं. त्यांच्या जागी मी असते नं, तर अशीच वागले असते मी पण. तुम्ही इतके प्रिय आहात की, तुमची वाटणी करणं इतकं साधं-सरळ नाहीय. सगळ्यांना पूर्ण प्रेम हवंय तुमचं, तुमचा संपूर्ण वेळ... सर्वांनाच तुमचं हे संपूर्ण रूप नि संपूर्ण प्रेम हवं आहे.''

"पण भामे, मी तर पूर्णच देतो सर्वांना! केव्हाही कमी-अधिक असं मी देतच नाही. पण तसं वाटणं, हा दृष्टीचा खेळ आहे. कुणीही, केव्हाही प्रेम करण्यात उणेपणा ठेवत नसतं! प्रिये, आपलंच मन अधिकाची मागणी करत असतं. इच्छा-आकांक्षांच्या वाळूत पडलेलं प्रेम शोषलंच जातं... वाळू तर तहानलेलीच राहते!''

"म्हणजे रेतीनं अपेक्षाच ठेवू नये का कधी जलधारांची? वाळवंटानं फक्त वाळवंट बनूनच विस्तारावं का?''

"जलवर्षावाची अपेक्षा असेल, तर जमिनीनं फलद्रूप व्हायला हवं. मेघदेखील वृक्षराजींनी घेरलेल्या वनांतच जास्त बरसतात.''

"नाथ, मी तर तुमची एकमेव पत्नी होऊ इच्छिते. तुमच्या प्रेमाची एकमात्र, संपूर्ण अधिकारी मीच व्हावं, हे मला आवडेल.''

"पण भामे, पावसाचे इतके सगळे मेघ धरतीच्या एकाच भागावर कसे वर्षाव करतील? मग ती अतिवृष्टी होईल! आणि अति झालेली गोष्ट कधीच श्रेयस्कर नाही. धान्यासाठी योग्य प्रमाणातच पर्जन्य हवा. प्रेमसुद्धा योग्य प्रमाणातच मिळायला हवं, प्रिये! अतिप्रेमामुळे कधी कधी विनाश ओढवू शकतो.'' असं म्हणून कृष्ण भामेच्या महालाबाहेर निघून गेला. क्षणभर सत्यभामेला वाटलं... त्या अलौकिक पुरुषाच्या बुद्धिमत्तेवरून नि गूढतेवरून जीव ओवाळून टाकावा. अशा अलौकिक पुरुषाची आपण पत्नी आहोत, या विचारानं भामा अभिमानानं फुलून गेली.

इतकं सगळं ऐकल्यानंतरही कृष्णाच्या प्रेमात दुसरी कोणी वाटेकरी तिला नको होती, हे तिच्या लक्षात आलं होतं. ती धावत गवाक्षापाशी गेली नि खाली पाहिलं. मुख्य महालाकडे घाईघाईनं जाणाऱ्या कृष्णाचं उत्तरीय वाऱ्यानं फरफरत होतं. त्याची सिंहकटी आणि संगमरवराची असावी अशी खांद्यापासून सुरू झालेली रुंद पाठ पाहून त्याला बाहुपाशात घेण्यासाठी नि त्याच्या आलिंगनात बद्ध होण्यासाठी भामेचं मन तळमळू लागलं.

'कुणास ठाऊक, आता स्वामी केव्हा परततील!' भामेच्या मनात थोडासा राग प्रगट झाला – 'तिची मनधरणी करायला अगदी आजचीच रात्र मिळाली यांना! नसते गेले आज, तर चाललं नसतं?'

उतावळेपणानं जाणाऱ्या कृष्णाच्या चालीत त्याची अस्वस्थता स्पष्ट दिसत होती.

रुक्मिणीसाठी इतकं अस्वस्थ होऊन जात असलेल्या पतीला पाहून भामेनं मनात एक गोष्ट नक्की केली, 'रुक्मिणीला भले पट्टराणी म्हणत असोत; पण कृष्णाची प्रिय, अत्यंत निकटची आणि हृदयस्वामिनी तर मीच होणार! नसेन मी तिच्यासारखी विदुषी... राजनीतीची किंवा शास्त्रांची चर्चा नाही करू शकणार मी नाथांबरोबर; पण पतिस्वरूपात शरीरात, मनात नि या महालात त्यांना बांधून ठेवीन मीच!'

गवाक्षात उभ्या असलेल्या सत्यभामेच्या खांद्याला कुणाचा तरी स्पर्श झाला... भामेनं वळून पाहिलं. मनोरमा होती, तिची प्रिय दासी.

भामेच्या माहेराहून पाठराखीण म्हणून मनोरमा आली होती. तिची ही बालसखी तिला अचूक ओळखत होती. भामेच्या आवडी-निवडी पूर्ण जाणून होती. तो सर्व प्रसंग मनोरमेनं कान देऊन ऐकला होता. अशीही, बातम्या काढणं-देणं, अनेक गोष्टींची जाण ठेवणं, ही तिची आवडती सवय होती.

"असं निराश होऊन चालणार नाही, महाराणी! इथं तुमच्या हक्कासाठी युद्ध करावं लागेल, युद्ध!"

"युद्ध कसलं गं? ती पण पत्नीच आहे त्यांची. तिच्या जागी मी असते, तर कदाचित तशीच वागले असते...."

"हा तर तुमचा चांगुलपणा आहे... बाकी... तुमचं सौंदर्य नि कृष्णप्रेम यापुढं दुसरं कोण टिकाव धरू शकणार?"

"मनू, ते गेले त्याचं दु:ख नाही; पण आजची रात्र नसते गेले, तर नसतं का चाललं?"

"तेच तर! मीसुद्धा तेच म्हणतेय, महाराणी. आजची रात्र ही फक्त तुमची होती! आज कसे जाऊ शकतात?"

"तरीही आज नाही रुसणार मी. पण हा प्रसंग मात्र नीट ध्यानात ठेवीन. माझी ही रात्र चोरल्याबद्दल पट्टराणीला मूल्य चुकवावेच लागेल."

"महाराणी, इथं तुम्ही एकट्याच नाहीत, सोळा हजार राण्या आहेत इथं."

"सोळा हजार नाही मनू, सोळा हजार एकशे सात. तरीही मला घेऊन आलेच ना? मी त्यांना आवडते, बसं! एवढं पुरेसं आहे, इतर मला आवडतंच." बोलता-बोलता भामेनं, लोण्यात काजळ खलून घोटलं असावं तशा स्वत:च्या तजेलदार, श्यामल शरीराकडे पाहिलं....

"सावध राहा बरं, महाराणी. दुसरं काय सांगणार?" मनोरमा म्हणाली.

"मनू, तू ना... तू फक्त मला माहिती देत राहा. बाकीचं मी सांभाळीन."

रुक्मिणीच्या महालाच्या पायर्‍या चढून कृष्ण मुख्य दालनात आला. महाल अंधारात बुडालेला पाहून त्याला जराही आश्चर्य वाटलं नाही. रुक्मिणी अशी वागू शकते, याचंच त्याला आश्चर्य वाटलं होतं. दुसर्‍या कोणाला समजेल किंवा नाही, पण रुक्मिणी ही गोष्ट समजून घेईल यावर कृष्णाची दृढ श्रद्धा होती. स्यमंतक मण्यापायी झालेलं युद्ध आणि सात्यकीबरोबर झालेली संधी या सगळ्याची रुक्मिणीला माहिती होती.

तिनंच तर सात्यकीबरोबर संधी करण्याचा सल्ला दिला आणि आता तीच स्वत: असं....

'काय सांगू तिला! इतक्या बुद्धिशाली स्त्रीची समजूत कशी घालू? माझ्या प्रत्येक मुद्द्यावर तिच्याजवळ उत्तर असेलच. समजूत घालून यावी सात्यकीची, असं सांगितलं होतं मी, लग्न कुठल्याही संधीत येत नाही – असं तिनं म्हटलं तर...? जांबुवती आणि अन्य राण्यांबरोबरच्या लग्नप्रसंगीही इतकी विचलित झाली नव्हती पट्टराणी... मग या वेळी का बरं....'

विचार करत-करत मुख्य दालन ओलांडून रुक्मिणीच्या शयनखंडात कृष्ण आला. आसपासच्या अंधाराशी झगडत एक दिवा थोडासा प्रकाश पसरवत होता.

मंचकाच्या पट्टीवर मस्तक टेकवून, शरीर नमवून पाठमोरी बसली होती रुक्मिणी. तिचे मोकळे केस पाठीवरून विखरून जमिनीपर्यंत लोंबत होते. महालात वस्त्रं नि अलंकार इतस्तत: विखरून पडले होते.

"पट्टराणी, प्रिये!" जणू अंधारावर ओरखडा उठू नये इतक्या संथ, मृदू आवाजात कृष्ण बोलला. रुक्मिणीनं मस्तक उचलून वर पाहिलं... रडून-रडून लाल झालेले तिचे डोळे पाहून कृष्णाला गलबलून आलं. सावकाश तो रुक्मिणीच्या शेजारी येऊन बसला. त्यानं तिच्या खांद्यावर हात ठेवला. कृष्णाचा स्पर्श होताच धाय मोकलून रडू लागली रुक्मिणी.

"प्रिये, तुझ्या अश्रूंच्या या पुरात द्वारका वाहून जाईल."

"जाऊ दे वाहून. त्याच्याबरोबर मी पण वाहत जाऊन पूर्णेच्या प्रवाहात मिसळून कुंडिनपुराला परत जाईन."

एक हलकंसं स्मित उमटलं कृष्णाच्या चेहऱ्यावर. "पण राणी, पूर्णा तर कुंडिनपुराकडून द्वारकेकडे वाहते; उलट नाही जात. एकदा का द्वारकेत आलं, की कुंडिनपूरला परतायला काही मार्गच उरत नाही, प्रिये."

"नसेल उरत! मी प्राणत्याग करीन द्वारकेबाहेरच्या उसळत्या सागरात."

"पण तुझे प्राण तर माझ्या प्राणाबरोबर जोडले गेले आहेत. माझ्याशी सल्ला-मसलत केल्याशिवाय आपल्या प्राणांबद्दल तू कसा घेऊ शकशील कोणताही निर्णय?"

“तुम्हाला चेष्टा-मस्करी सुचतेय, नाही?”

“चेष्टा-मस्करी? मग तर मी तुला अगदी विदूषकासारखा वाटत असेन; नाही प्रिये? तिकडं एक नववधू रुसून-फुगून बसलीय नि इकडे दुसरी टोमणे मारतेय... एक मी इथं आलो म्हणून रागावलीय, तर दुसरी मी तिथं जाईन म्हणून चिडतेय...” कृष्ण छानसा हसला.

“जा, जा हं, अगदी सुखानं, आनंदानं नाचत जा! मी रागावलेली नाहीय.”

“ते तर तुझ्या चेहऱ्यावरूनच कळतंय!” कृष्णाच्या मुखावर अजूनही हसू होतं.

“मी रागावले किंवा दुःखी झाले; तुम्हाला काय त्याचं?”

“मला काय त्याचं? वा, वा! अगं, तू माझी अर्धांगिनी आहेस. माझं अर्ध अंग जर रागात, दुःखात असलं, तर दुसरं अर्धांग सुखात कसं असू शकेल... प्रिये? सत्यभामेच्या महालातलं माझं दुसरं अर्धांग पण रागावलंय... ती पण माझी अर्धांगिनीच ना!”

“हो ऽऽ? मग जा, बसा करत तिची मनधरणी!”

“अगं, पण प्रिये, या पहिल्या अर्धांगाची आधी मनधरणी केल्याशिवाय ते कसं शक्य आहे बरं?”

“स्वामी! आज तुमचे शब्द भुरळ पाडू शकणार नाहीत मला; कळलं?” बसल्या-बसल्याच कृष्णानं रुक्मिणीला बाहुपाशात घेतलं.

“ठीक आहे. शब्द नाही, पण स्पर्श तरी...” अजून स्मित तसंच होतं.

“नाथ, आज सगळं निरर्थक आहे. काहीही चालणार नाही. माझं मन फार व्याकूळ झालंय. का कोण जाणे, पण सत्यभामेच्या आगमनानं मन....”

“दोन पुत्र असताना तिसरा येणार नि आपलं प्रेम वाटलं जाणार याची मातेला भीती वाटते?”

“ही स्त्री-पुरुषाची गोष्ट आहे; माता नि पुत्राची नाही.”

“अगं, मी तर या विश्वातल्या त्या अलौकिक नात्याची गोष्ट करतोय. शंभर पुत्र असलेली गांधारीमाता जर सर्वांवर सारखंच प्रेम करते, तर मग माझ्या सर्व पत्नींना एकसारखा मान, एकसारखं प्रेम मी का नाही देऊ शकणार? माझं प्रेम तर अनंत आहे, अथांग आहे. तुम्ही जिथपर्यंत विस्ताराल तिथपर्यंत ते विस्तारू शकतं.”

“अस्सं? मग आजची रात्र इथंच थांबा नं!”

“तसं करून काय मिळणार आहे? विजय? कुणावर? खरा विजय तर स्वतःवर मिळवायचा असतो प्रिये; दुसऱ्यावर मिळवलेला विजय क्षणभंगूर असतो. आजची रात्र इथं राहिलो, तर कदाचित विजय तुझा होईलही. तुझं स्त्रीत्व, महाराणीपद वीतभर उंच ठरेल आजच आलेल्या त्या नववधूसमोर. पण तुझ्या

स्वत:च्या व्यक्तित्वाचं काय, प्रिये? एक व्यक्ती म्हणून, मानव म्हणून तू किती लहान, ठेंगणी, उथळ दिसशील तिच्यापुढं; याचा विचार केलायस का?''

''स्वामी!''

''तू तर पट्टराणी, या नगराची महाराणी. साऱ्या आर्यावर्ताची राजलक्ष्मी, यादव- कुलाची भाग्यलक्ष्मी! तुझे हात देण्यासाठी पुढं व्हायला हवेत; मागण्यासाठी नाही. एक वस्तू या दृष्टीतनं जरी माझा विचार केलास... तरी मला भामेला देऊनच तुझा मान उंचावणार आहे. देणाऱ्याचा हात सदैव वर असतो नि घेणाऱ्याचा खाली. सत्यभामा तर मुलीसारखी आहे. राजनीती नाही समजत, की समजत नाही देण्या-घेण्याची भाषा, की समजत नाही स्यमंतकाच्या युद्धात तिला प्यादं बनवून खेळला गेलेला सारीपाट! पण प्रिये, तू तर जाणतेस, समजतेस सगळं... राजनीती, रणनीती आणि... प्रणयनीतीसुद्धा! तू असं वागायचं?''

साऱ्या महालात प्रकाश लख्ख पडल्यासारखं वाटलं रुक्मिणीला. आपल्या वर्तनाबद्दल तिची तिलाच लज्जा वाटली.

'स्वामी योग्य तेच सांगत होते. मी अशी कशी वागू शकते? इतक्या काळापासून आपण रात्रंदिवस त्यांच्या बरोबर जीवन जगत आलो... कृष्णाची इतकी जवळीकही आपल्या मनाची मलिनता घालवू शकली नाही? सत्यभामेसारख्या कोवळ्या तरुणीबरोबर स्पर्धा करायची नि ती पण कुणासाठी....?'

रुक्मिणीनं कृष्णाच्या विशाल खांद्यावर हलकेच मस्तक टेकवलं नि उद्‌गारली –''प्रभू, प्रभू, मला क्षमा करावी.''

''खरं म्हणजे तुझ्या मनाला इतक्या यातना दिल्याबद्दल क्षमा मीच मागायला हवी तुझी. तू इतकी व्यथित होशील, हे लक्षात आलं असतं, तर स्वागतयात्रा पूर्ण झाल्यावर प्रथम तुझ्या महाली आलो असतो नि तुझी आज्ञा घेऊन मगच सत्यभामेच्या महाली गेलो असतो. प्रिये... मला सर्व जण एकसारखेच आहेत. तुझं स्थान माझ्यासाठी भामेच्या स्थानापेक्षा वेगळं नाही. सगळ्यांवर मी खूप प्रेम करतो, सर्वांना स्वीकारतो. सर्वांना मी माझ्यात समावलेलेच मानतो, आपलं समजून जगतो... हे तू – देखील जाणून आहेस नं....''

''प्रभू! का मी अशी वागले, हेच कळत नाही. खूप क्षुब्ध झाले मी... खरंच माझ्या वागण्याची लज्जा वाटते मला....!''

कृष्ण खळखळून हसत होता. ''विदुषी महाराणी रुक्मिणीदेखील अखेर एक स्त्री आहे. फार आनंद झाला हे उमजून. तुझ्यासह अनेक वेळा मी शास्त्रार्थ केला, आपला प्रणयदेखील विद्वत्तापूर्ण असे. खरं ना? आज एक सामान्य, अतिशय प्रेमळ, भावनेनं रसरसून ओथंबणारी पत्नी लाभल्यानं मी खरोखर धन्य झालो!''

''का माझा उपहास करता, प्रभो? बाकी; उपहास करावा अशीच वागले मी,

त्याच लायकीची आहे मी...'' रुक्मिणीनं हाताच्या तळव्यांत चेहरा झाकला. कृष्णानं हलकेच तिचे हात दूर केले. ''प्रिये, इथं एकच दिवा थोडासा प्रकाश देतोय, तशात तूही चेहरा झाकलास तर महालात किती अंधार पसरेल; कल्पना आहे?''

''स्वामी!'' रुक्मिणी लाजली.

''आता तर मला इथून जावंसंच वाटत नाही!''

''असं नका करू, स्वामी. तुम्हाला जायला हवं. भामा वाट बघत असेल.''

''मनापासून सांगतेस...?''

''अगदी मनापासून! आजची रात्र सत्यभामेची रात्र आहे आणि तिचा अधिकार तुम्ही तिला द्यायलाच हवा.''

''आणि तू? तू काय करणार आहेस? का अशीच, या एवढ्याशा प्रकाशात, अलंकारांशिवाय बसून रात्र काढणार आहेस?''

''नाही, नाही... स्वामी! आत्ताच दासीला बोलावते. मस्तकावर तेल घालून घेईन, सुगंधी तेलाच्या मर्दनानं शरीर सुगंधित करीन... पहाटे स्नान उरकून, साज-शृंगार करून भामेच्या महालात तिचं स्वागत करायला जाईन.'' हलकेच स्मित करीत रुक्मिणी पुढं म्हणाली, ''पण आपण तिथंच असाल नां? म्हणजे प्रात:काळी तुमचं दर्शन पण घेईन नि नववधूसह रात्र व्यतीत केल्यानंतर तुमच्या मुखावर विलसणारं नवं तेजही पाहीन!''

कृष्ण हसत-हसत उभा राहिला.

''नववधूबरोबरची रात्र विसरली जात नाही; खरं ना?''

''तुम्ही विसरता?''

''माझं कर्तव्य आहे.''

''आणि माझा धर्म आहे.''

''रुक्मिणी! तू खरोखरच विदुषी आहेस. शब्दांच्या क्रीडेत तुझ्यावर मात करणं अशक्य आहे.''

''मग का खेळ खेळता शब्दांचा?''

''हरण्यासाठी! तुझ्याकडून हरण्यामध्येदेखील एक अद्भुत आनंद मिळतो, प्रिये. हरणाऱ्यालाच तो उमगेल.''

रुक्मिणीला प्रगाढ आलिंगन देऊन कृष्ण जेव्हा महालाबाहेर पडला, तेव्हा रुक्मिणीचा महाल नि दालनं झगमगायला आरंभ झाला होता.

"काय म्हणतायत पट्टराणी? अजून दु:खातच आहेत का...?"

पांढऱ्या शुभ्र फुलांनी सजवलेल्या सत्यभामेच्या दालनात अत्तराचा दीपक प्रकाशासह महालभर सुगंध पसरवत होता. सागरतीरावरून येणाऱ्या वायुलहरींमुळे महालाच्या गवाक्षांचे मोठमोठे पडदे सरसरत उडत होते. रात्रीच्या सागराला पूर्ण भरती आली होती. समुद्राच्या लाटांची गाज राजमहाल संकुलाच्या शेवटी असलेल्या सत्यभामेच्या प्रासादापर्यंत ऐकू येत होती.

"प्रात:काळी पट्टराणी इथं येईल, तुझ्या स्वागतासाठी! तूही तिचा योग्य सन्मान करशील, असं वाटतं...."

"माझ्या प्रासादात आलेल्या कुणाचंही योग्य स्वागतच होईल. तशात त्या पट्टराणी! गोब्राह्मण प्रतिपालक, महान राजनीतिज्ञ, पांडवांचा सहकारी नि सल्लागार, द्वारकाधीश, युगपुरुष आणि साक्षात ईश्वर मानल्या गेलेल्या श्रीकृष्णाची पट्टराणी–"

"तू कोणाबद्दल बोलते आहेस, प्रिये? मी गोकुळाहून आलोय. नंदबाबांचा पुत्र, यशोदामातेचा कान्हा, सामान्य गोपाल...."

"समस्त आर्यावर्ताला आपल्या बुद्धीच्या काठीनं हाकणारा गोपाल... बरोबर?"

"प्रिये, तसं म्हण हवं तर. हे पाहा, मी आत्ताच विद्वत्तापूर्ण चर्चा करून आलोय. मला वाटतं, आज आपल्या लग्नाची पहिली रात्र आहे. आर्यावर्त नि भारतवर्षाच्या राजनीतीविषयी चर्चा करण्यासाठी पुढं अनेक रात्री आहेतच... आज आत्ता तर...."

"आत्ता...!" भामेच्या नजरेत, आवाजात किणकिणतं हसू फुटलं. तिचं शरीर धनुष्याच्या प्रत्यंचेसारखं खेचलं गेलं अन् ओठ एका आमंत्रणासह मुरडले गेले.

"आता तर या नववधूला माझी पत्नी बनवायचं आहे, तिला तिचे अधिकार द्यायचे आहेत."

"अधिकार?"

"हो. माझ्या प्रेमाचा अधिकार. 'तू मला हवी आहेस' या शब्दाखेरीज पण सांगता येतं, याचा अनुभव तुला द्यायचा नि...."

"स्वामी ऽऽ!"... सलज्ज सत्यभामा धावली आणि बाहू पसरलेल्या कृष्णाच्या बाहुपाशात विरून गेली.

त्या रात्री राजमहालाच्या संकुलात दोन प्रासाद झळकत होते... एक प्रणयातुर, प्रगाढ रतीमध्ये भिजून गेलेला... दुसरा प्रेमाच्या प्रकाशात नि भक्तिमय समर्पणात चिंब!....

एक अक्षरही उच्चारल्याशिवाय कुंती आणि कृष्ण कितीतरी वेळापासून गप्प गप्प बसले होते.

इंद्रप्रस्थातल्या त्या मुख्य प्रासादाच्या गवाक्षातून निळसर आकाश जवळ आल्यासारखं वाटलं होतं. कुंतीच्या चेहऱ्यावर एक विमनस्कता नि वेदनेची रेषा उमटली होती. कृष्ण काहीच न बोलता, दूर अवकाशात नजर लावून बसला होता.

"ठीक आहे, कान्हा!" कुंतीनं एक उष्ण उसासा टाकला. "जशी त्याची इच्छा. देवानं बुद्धी दिली त्याप्रमाणं वागला तो...."

"आत्या, मला वाटतं... तू एकदा त्याला...."

"मी? माझं म्हणणं ऐकेल तो....?"

"माता आहेस तू त्याची. तुझं म्हणणं नाही टाळणार तो – कदाचित...."

"कान्ह्या, आणि त्यानं ऐकलं नाही तर....?"

"तर... तो कौरवांच्या बाजूनं लढेल... एक बंधू दुसऱ्या बंधूचा वध करेल...." भविष्य सांगावं तसा बोलला कृष्ण. दूर अनंतामधून यावा तसा त्याचा आवाज खोल आणि गंभीर होता. बराच काळ थोपवून धरलेले अश्रू कुंतीच्या डोळ्यांतून खळ्कन् बाहेर पडले.

"कृष्णा, अरे मीच... मीच कारण आहे रे, या सगळ्याचं. मी त्याला जन्म दिला नि मीच त्याचा त्यागही केला. जन्मदात्रीच जेव्हा आपल्या जिवाला सोडून देते, तेव्हा...."

"आत्या, मी तुला प्रार्थना करतोय, तू एकदाच... फक्त एकदाच भेटून कर्णाला समजावून तर बघ!..." कुंती कृष्णाकडे एकटक बघत राहिली. डोळ्यांतून अश्रुधारा वाहत होत्या... नि:शब्द राहून कितीतरी वेळ कुंती रडत होती अन् कृष्ण आकाशाकडे बघत बसला होता.

"कृष्णा, मी त्याला समजावलं तर... पांडव पक्षात...."

"तर पांडवांकडे दोन श्रेष्ठ धनुर्धर होतील, आत्या. दुर्योधनाची कंबरच तुटेल...."

"पण, कान्हा...."

"तुझे पाचही पुत्र सुरक्षित राहतील, कुंतीआत्या. मी वचन देतो तुला. कुठल्या तरी भीतीनं अथवा शंकेनं कर्णाला पांडवांच्या पक्षात आणण्याचा आग्रह धरत नाहीय. एका श्रेष्ठ मानवाला, अजिंक्य योद्ध्याला पराभूत होताना बघण्याचं फार मोठं दु:ख होईल मला! शेवटी तोही माझा बंधूच आहे."

"कृष्णा, तू असा विचार करतोस....?"

"का? असा विचार मी करू शकत नाही? आत्या, महासंहार तर निश्चित आहे. पण त्यातून शक्य होईल तेवढ्यांना वाचवण्याचा मला प्रयत्न करायलाच हवा.

इतिहास माझ्या प्रयत्नांची साक्ष देईल. त्यासाठीच तर संधी करायला मी गेलो होतो.''

''ठीक आहे, कृष्णा, मी भेटेन त्याला तू म्हणतोस तर, पण तो काय उत्तर देईल, ते आत्ताही जाणते मी. तो मला....''

''आत्या, माता म्हणून कर्ण तुला स्वीकारील किंवा नाही... पण या महायुद्धात कुरुक्षेत्रावर पाऊल ठेवण्याआधी तू त्याचा स्वीकार करणं अपरिहार्य आहे; तुझ्यासाठी पण आणि त्याच्यासाठी पण. हे स्वीकाराचं युद्ध आहे. अस्तिचं युद्ध आहे, धर्मयुद्ध आहे आणि पुत्राचा स्वीकार करणं, हा मातेचा धर्म आहे. मी जे पाहू शकतो, ते पाहून सांगतो आत्या – कर्णाच्या आत्म्याला मुक्ती मिळावी, मोक्ष मिळावा यासाठी फक्त एकदाच त्याचा स्वीकार करणं अपरिहार्य आहे.''

रुक्मिणीच्या महालाच्या गवाक्षात कृष्ण निराश, चिंतायुक्त चेहऱ्यानं बसला होता. कढवलेलं दूध घेऊन रुक्मिणी त्याच्या जवळ आली....

''कसला विचार करता स्वामी...?''

''तुला माहीत आहे रुक्मिणी, एकंदर परिस्थिती आता अधिक कठीण होत चाललीय.''

''तुम्ही तरी काय करणार त्याला, नाथ? सिंहासनावरच्या अधिकारासाठी भावा-भावांत युद्ध हा काही आजचा प्रकार नाही. राजकारणाचा तो इतिहासच आहे....''

''खरंच प्रिये, पण... दुर्भाग्यानं हे आत्ताचं राजकारण संपूर्ण आर्यावर्ताला सुडाच्या, युद्धाच्या आगीत भस्मसात करेल... हजारो विधवांची पांढरी फटफटीत कपाळं नि हजारो बालकांचं अंधकारमय भविष्य मला डोळ्यांसमोर दिसतंय.''

''स्वामी, तुम्ही कोणाच्या पक्षाकडून उभं राहणार ते तर निश्चित आहे; हो ना? मग ज्या पक्षाकडे तुम्ही असणार, त्या पक्षाचा विजय पण निश्चितच....''

''पण रुक्मिणी, हा विजय केवढं प्रचंड बलिदान घेईल! भीषण संहार, महाभयानक रक्तपात होईल. हा संहार थांबवण्याचा काहीच उपाय दिसत नाहीये.''

''उपाय आहे तुमच्या सखीजवळ.'' रुक्मिणी म्हणाली. कृष्ण चमकला. रुक्मिणीकडे पाहत म्हणाला, ''पांचाली? ती काय करू शकणार आहे?''

''स्वामी, शत्रूला जेव्हा पराजयाचं भय वाटू लागतं ना, तेव्हा तो शरण येतो; असं राजनीती सांगते.''

''दुर्योधन पराजित होणार, हे तोदेखील जाणतो. पण अहंकार आणि सत्तेच्या

नशेत चूर राहणारा तो, कुणाचं काहीच ऐकायला तयार नाही. तुला माहीत आहे, मी संधीचा संदेश घेऊन गेलो होतो. ज्या रीतीनं त्यानं माझा अपमान केला, त्यामुळे पांडव आता शांत बसणार नाहीत आणि त्यांनी तरी का म्हणून शांत बसावं? अन्याय सहन करणं, हादेखील अन्यायच आहे.''

''पांडवांचा अधिकार त्यांना मिळावा, तरीही युद्ध टळावं, रक्तपात टळावा – असंही होऊ शकेल....''

''सांग रुक्मिणी, सांग. माझी बुद्धी तर बधिर झाली आहे. तुझ्याजवळ काही उपाय असेल तर सांग झटकन, मी वाट पाहतोय.'' असं म्हटल्यावरही विश्वात असा कोणताही उपाय नाही, हे कृष्ण पूर्ण जाणून होता.

''कर्ण दुर्योधनाची सर्वांत मोठी, एकमेव शक्ती आहे. कर्णाचं सगळ्यात मोठं दुबळेपण द्रौपदी!'' अर्थपूर्ण स्मित करत रुक्मिणी म्हणाली.

''रुक्मिणी, तू असं तर सांगत नाहीस ना... की....''

''मी तेच सांगतेय, नाथ. आणि ते तुम्हालाच करावं लागेल. तुमचं सांगणं तुमची सखी नाकारणार नाही. तुमचे आणि कुंतीमातेचे प्रयत्न तर निष्फळ गेले, पण द्रौपदी जर कर्णाला समजवायला गेली तर... कदाचित कर्ण पांडवांच्या बाजूनं लढेलही....''

''नाही रुक्मिणी, असं होणार नाही. पांडवांच्या पक्षाकडून कर्ण कधीही लढणार नाही....''

''तुम्हाला आठवतंय, कर्ण तुम्हाला काय म्हणाला होता ते? द्रौपदीच्या बाजूनं तुम्ही वचन द्यावं, हे नाही चालणार....''

''हो, पण....''

''पांडवपक्षाच्या बाजूनं भले तो न लढो, पण तुमच्यासारखाच कुणाच्याही बाजूनं न लढण्याचा निर्णय त्यानं घेतला तर? तरीही दुर्योधनाच्या सेनेची अर्धी शक्ती कमी होईल.''

''तू सुचवलेला उपाय केवळ एक प्रयत्न ठरेल प्रिये. मी द्रौपदीला फार चांगलं ओळखतो, रुक्मिणी. तिच्या मनाला पटलं नाही, तर माझं सांगणं पण ती स्वीकारणार नाही. आणि अर्जुनाला मृत्यू आपल्याच बाणानं यावा, हे तर कर्णाचं मोठं स्वप्न आहे.''

''स्वामी, प्रयत्न करून बघायला काय हरकत आहे? कदाचित पांचालीला ते मान्य होईल. मग कर्णाशिवायची कौरवांची सेना पांडवांशी लढण्याचं धाडसच करणार नाही.''

''प्रिये, तुझ्या ज्ञानावर, बुद्धीवर माझी श्रद्धा आहे... सध्याच्या परिस्थितीत कोणताही, अगदी कोणताही प्रयत्न करायचा मी बाकी ठेवलं नाही.''

"इतिहास तुमच्या प्रयत्नांची निश्चित दखल घेईल... आर्यपुत्र! निश्चित ठरलेलं युद्ध कोणीच टाळू शकत नाही; पण ते टाळण्यासाठी केलेल्या सर्व प्रयत्नांचा मात्र इतिहास खात्रीनं गौरव करतो!''

द्रौपदी रागानं नुसती धुमसत होती. चेहरा लालबुंद झाला होता. डोळ्यांतून जणू अंगार बाहेर पडत होता. सख्याच्या असल्या अव्यवहारी म्हणण्याचं काय उत्तर द्यावं, हेच तिला समजत नव्हतं. कर्ण! कर्ण! आपल्या पतीचा जन्मजात शत्रू... ज्यानं भर सभेत आपल्याला वेश्या संबोधून अपमान केला... त्याची मनधरणी करायला जायचं?... का म्हणून...?

स्वमान बाजूला ठेवून, भयंकर अपमान गिळून त्याला विनंती करायची, की त्यानं पांडवांच्या पक्षात यावं? कशासाठी?

फक्त पांडवांच्या विजयाच्या अपेक्षेनं?

"सख्या! अरे, आमच्या पक्षात तू आहेस, न्याय आहे, धर्म आहे. आमच्याच गळ्यात विजयश्री माळ घालील. मग का म्हणून, स्वमान बाजूला ठेवून दुर्योधनाच्या त्या मित्राला विनंती करायची?''

"तो ज्येष्ठ पांडव आहे, सखे.''

"माझ्यासाठी तो फक्त शत्रूचा मित्र आहे. आणि शत्रूचा मित्र हाही शत्रूच असतो, हे राजनीती सांगते ना? भर कौरवसभेत त्यानं मला उद्देशून उच्चारलेले अपशब्द इतक्यात विसरलास तू...?''

"सखे, भर स्वयंवर मंडपात तूही त्याला सूतपुत्र संबोधलं होतंस.''

"पण त्या वेळी तो होताच सूतपुत्र. तुला माहीत आहे, मला....''

"हो, पण आज धर्मयुद्धाच्या रणमैदानावर पाऊल टाकण्याआधी त्याच्या आत्म्याची तळमळ शांत करणं, त्याचा स्वीकार करणं; तुझा धर्म आहे.''

"माझा धर्म आणि तुझी राजनीती?'' द्रौपदीच्या डोळ्यांत ज्वाळा भडकली.

"तसं समज हवं तर. पण तुझ्या पाचही पतींच्या रक्षणासाठी तुला कर्णाला भेटायला हवं.''

"हे तू म्हणतोस?'' द्रौपदीच्या डोळ्यांतला अंगार कृष्णाला जणू भाजत होता.

"हो... धर्मक्षेत्रावर, कुरुक्षेत्रावर या महासंहाराचा आरंभ होण्याआधी तू हा एक अखेरचा प्रयत्न करावास, असं मी तुला सुचवतो आहे.''

"तुझी इच्छा, सूचना आम्हा सर्वांसाठी आज्ञा आहे, सख्या! तुझी सूचना न स्वीकारण्याचा आमच्याजवळ विकल्प नाही रे....''

"स्वीकारायची नसेल, तर नको स्वीकारूस. मी तर सर्वांच्या हितासाठी...."

"सर्वांचं हित? खरंच सर्वांचं हित आहे या महासंग्रामात? घराघरांतून उठणारा विधवांचा आक्रोश आणि अनाथ, पोरक्या बालकांचं रडणं... हेच कदाचित सर्वांचं हित असेल... स्वधर्म, राजनीती, परित्राण यांसारखे शब्द मला समजत नसावेत. खरं ना?"

"कृष्णे! तुझे प्रखर वाग्बाण मला विंधून टाकतायत. तुला विरोध नाही करत मी, पण प्रत्येक जण बरोबरच असतो; त्याच्या-त्याच्या जागी. स्थान बदललं तरच अंतिम सत्य समजेल, कदाचित! अन्य दिशांकडे बघितलंच नाही, तर त्या दिशेच्या सूर्योदयाचा प्रकाश तुमच्यापर्यंत पोहोचणार कसा?"

"मिटल्या डोळ्यांसमोर दिसणाऱ्या उन्हासारखं असतं सत्य! कृष्णा – अरे, प्रकाश न पोहोचताही त्याच्या तेजाचा अनुभव येऊ शकतो ना? तुझं तेज, तुझ्या कर्तव्याचं तेज आम्हाला प्रकाश देणार की जाळून राख करणार, ते जाणण्याच्या उत्सुकतेत अद्यापही...."

"सखे, तुझी बुद्धी कुशाग्र आहे. तू शास्त्रार्थ करतेस; संवेदना नाही समजू शकत. प्रत्येक गोष्ट आकडेवारीनं नाही समजू शकणार. फुलांचं उमलणं, दंवबिंदूंचं बरसणं नि सूर्योदय झाल्यावर सुकून जाणं – या निसर्गघटना आहेत. तर्काच्या आधारे त्या कशा उकलणार?"

"तर्क!" एक कडवट हास्य उमटलं द्रौपदीच्या चेहऱ्यावर. "तर्कच केला असता, तर पाचांची पत्नी होऊन जगलेच नसते... पित्यानं स्वयंवर मांडलं, मला न विचारताच मत्स्यवेधाचा पण योजला. पांडव ब्राह्मण वेषात स्वयंवरमंडपात आले. तुला सर्व ज्ञात असतानाही मत्स्यवेध करवलास अर्जुनाकडून! हे सर्व कमी होतं म्हणून की काय, कुंतीमाता म्हणाल्या, 'वाटून घ्या पाच जणांत!' काय तर्क होता एका स्त्रीला वस्तू समजून वाटण्यामागं? तर्काची गोष्ट तू करू नकोस, सख्या. एका रजस्वलेला भर सभेत खेचून आणण्यात काय तर्क होता? हरलेल्या पतींनी पत्नीला पणाला लावली, यात कोणता तर्क होता कृष्णा? तरी स्वीकारला नि पण हरले. वृद्ध, विद्वान लोकांच्या त्या राजसभेत एका स्त्रीचा अपमान ओठ शिवून घेऊन पाहिला जातो... कोणता तर्क सख्या? वस्त्रहरण होऊन माझ्या लज्जेचे धिंडवडे निघेपर्यंत तू वाट पाहिलीसच, यात कोणता तर्क होता रे? तू मनात आणलं असतंस, तर मला स्पर्श करण्याआधीच दुःशासनाचा हात निखळून पडला असता. टोकाला जाईपर्यंत कोणता तर्क होता?" ...बोलता-बोलता द्रौपदीचा गळा भरून आला होता. ती त्वेषानं बोलत होती. सगळं शरीर कंप पावत होतं. डोळ्यांतून अश्रू नव्हते येत, अश्रूंचं सरोवर फुटावं तसं शरीर भिजून गेलं होतं.

कृष्णानं बाजूच्या मृत्तिकेच्या घड्यातलं पाणी चांदीच्या पात्रात ओतलं, ते द्रौपदीच्या हातात दिलं. अतिशय कोमलपणे, ऋजुतेनं तिचा चेहरा आपल्या ओंजळीत धरला...''सखे, जी गांधारीमातेच्या पुत्रांना शाप देईल आणि तो खरा ठरेल, अशी कोणती स्त्री या युगात होती; आहे? आणि सखे, तुझ्या जिभेतून कसे अग्निकण बरसतील... अग्निकन्या तापल्याशिवाय!''

''म्हणजे...?'' पाणी पिऊन थोडी शांत झालेली द्रौपदी स्वस्थ होती. उत्तरीयानं तिनं घाम पुसला.

''सखे, माझ्या प्रत्येक गोष्टीत तर्क असतोच. तो तुझ्यापर्यंत पोहोचला नाही, असं कदाचित घडेल; मीच पोहोचू देणार नाही, असंही घडेल. माझा तर्क माझं कर्तव्यच असतं, माझं साध्य असतं.''

''आम्ही केवळ साधनमात्र असंच नं...?'' द्रौपदीच्या आवाजात दुखावलेल्या बालकाची भावना होती.

''नाही. तुम्ही सहकारी, सोबत चालणारे... माझ्या साध्यापर्यंत मला घेऊन जाणारे माझे स्नेहीजन.....''

''कशासाठी? कशासाठी असं केलंस, सख्या? येणाऱ्या हजारो वर्षांपर्यंत इतिहास माझा अपमान आठवणीत ठेवील. येणाऱ्या कित्येक पिढ्या, एक दुबळी, असहाय स्त्री असं माझं चित्र आलेखतील....''

''असहाय...?'' कृष्णाच्या चेहऱ्यावर हसू फुटलं. ''पाच-पाच पतींना साह्य करणारी तू असहाय?'' कृष्ण जणू शब्दांतून पांचालीवर स्नेह वर्षवत होता, ''येणारी हजारो वर्षे तुझं स्मरण करतील – ते तू एक कुशाग्र बुद्धिमत्तेची, तेजस्वी, स्वत्वाचं रक्षण करण्यासाठी झुंजलेली, तेजशिखेप्रमाणे पवित्र स्त्री – म्हणूनच करतील. सखे, संबंधांचा अर्थ केवळ देण्या-घेण्यात पूर्ण होत नाही. एका आत्म्याकडून दुसऱ्या आत्म्याचं संयोजन – हा अर्थ आहे संबंधांचा. यात शब्द आणि सत्य अपूर्ण ठरतात. माझ्या कर्तव्यधर्मात मला साह्य करू शकेल, असं व्यक्तित्व माझ्यापेक्षा विराट हवं, हे तू जाणतेस सखी. गांधारीमातेसारख्या पतिपरायण, सती म्हणून युगानुयुगं पुजल्या जाणाऱ्या स्त्रीच्या पुत्रांना जेव्हा शाप देण्याची वेळ येते; तेव्हा तो देणारी स्त्री, तिचं तेज सूर्यापेक्षाही प्रखर असायला हवं अग्निकन्ये! सुडाची तृप्ती तुझ्या जन्माचं कारण नाही, अशा संभ्रमात राहू नकोस. तुझ्या जन्माचं कारण – या युगात धर्माचा उद्धार करणं, हे आहे. या युगातला काळिमा पुसून तुझ्या तेजानं युगाला लखलखीत करणं, हे आहे.''

''तरीदेखील माधवा, मी कर्णाकडे जाणार नाही. मी कसल्याही राजनीतीचा भाग नाही आणि होणार नाही.'' बोलता-बोलता द्रौपदी झटकन बाहेर निघून जाण्यासाठी दालनाच्या दारापाशी आली. क्षणभर थांबून मागं वळली नि तिनं

कृष्णाकडे अतिशय ममतेनं पाहिलं. हात जोडून कृष्णाच्या नजरेला नजर भिडवून उद्‌गारली – “**त्वदियम् वस्तु गोविन्द तुभ्यमेव समर्प्यते.**” ओठांवर उत्तरीय दाबून धरत, नि:शब्द रडत कृष्णाच्या दालनातून ती बाहेर पडली.

दुर्योधनाच्या महालात आज एक गुप्त बैठक होणार होती. केवळ या बैठकीसाठी बलराम थेट द्वारकेहून आला होता.

“तुम्हाला काय वाटतं मामा, बलराम आपलं ऐकतील?” दुर्योधन द्विधा मन:स्थितीत सापडला होता.

“तू कशाला काळजी करतोस दुर्योधना? बलराम असाही कृष्णाच्या विरुद्ध आहेच. धाकटा सिंहासनावर आरूढ झालाय आणि मोठा मात्र त्या सिंहासनाची सेवा करतोय! नेमकी हीच गोष्ट बलरामाच्या मनाला टोचतेय.”

“तुम्हाला कुणी सांगितलं हे?” दुर्योधन शकुनीच्या सांगण्यावर अविश्वास दाखवत म्हणाला.

“भाच्या, माझं नाव शकुनी आहे. माणसाच्या थेट अंतरंगांत शिरून बाहेर येण्याची कला या तुझ्या मामापाशी आहे. द्वारकेचं राज्य त्याला मिळेल, हेच आपण बलरामाच्या मनात भरवायचं.”

“कठीण आहे, मामा. बलराम असं सहज नाही मानणार. माझे गुरू आहेत ते. फार चांगलं ओळखतो मी त्यांना. कृष्णाबद्दल त्यांच्या मनात कितीही आकस असला तरी त्या गवळ्यानं प्रेमानं ‘दादा’ अशी नुसती हाक जरी मारली, तरी हे दादा मेणासारखे वितळतील!”

“असं पाहा दुर्योधना, बलराम जर तुझ्या पक्षाला मिळाले, तर तुझाच पक्ष बलवान होणार आहे. उत्तम व्यूहरचना करण्यात श्रेष्ठ असे भीष्म पितामह, अर्जुनासारखा धनुर्धर निर्माण करणारे द्रोण, अश्वत्थामा, तुझे आचार्य, मामा, श्वशुर, शिवाय आर्यावर्तातील दुसरे मोठे राजे नि वीर योद्धे तुझ्या पक्षाकडे आहेत.”

“तरीदेखील त्या अर्जुनाचे बाण या सगळ्यांना भेदून टाकतील, मामा.”

“भाच्या, तू कर्णाला विसरतोयस. अर्जुनाशी टक्कर देऊ शकणारा हा उत्तम धनुर्धर तुझ्याबरोबर आहे.”

“पण... मामा, कृष्ण जर त्याच्याकडे गेला आणि त्याला ‘पांडव’ म्हणण्याचं, मानण्याचं वचन देऊन आला... तर मामा, कर्ण आपला राहणार नाही. त्याच्यासाठी

'सूतपुत्र' हा सर्वांत हीन आणि अपमानास्पद शब्द आहे. त्याला ज्येष्ठ पांडव म्हणून सिंहासनावर बसवण्याचं वचन देणं, हे कृष्णाच्या राजनीतीच्या बाहेर नाही, मामा.''

''सिंहासन? ज्येष्ठ पांडव होऊन त्याला सिंहासन मिळेल, असं समजून तू तर आपण होऊन पराजय स्वीकारलास, दुर्योधना! जर कर्ण ज्येष्ठ पांडव ठरला, तर तो त्यांच्या बाजूनं लढणार, पांडव जिंकणार, अशी तुला भीती वाटतेय की काय...?''

''मामा, खरं सांगू? कर्णाबद्दल काहीही निर्णायक सांगण्यासारखं नाही. आणि... त्याच्या मनात अजूनही असलेलं द्रौपदीचं आकर्षण, कदाचित त्याला पांडवांच्या पक्षाकडे खेचेल, असंही घडू शकतं.''

''तू मूर्ख आहेस, दुर्योधना! अरे वेड्या, पाच-पाच पती असणाऱ्या पत्नीचा सहावा पती बनण्यात कर्णाला कोणतं आकर्षण असणार आहे? आयुष्यभर 'सूतपुत्र' म्हणून तिरस्कारलेल्या माणसाला पाच पतींच्यांत वाटणी झालेल्या पत्नीचा एक तुकडा कधीच मान्य होणार नाही. तू कोणत्या सिंहासनाची गोष्ट करतोयस? 'आपला मृत्यू होणारच', हे कर्ण पण जाणतो. परशुरामांचा अभिशाप... इंद्रानं हिरावून घेतलेली त्याची कवच-कुंडलं; विसरलास?... ज्येष्ठ पांडव म्हणे!...''

''मामा, तुम्ही माना किंवा नका मानू; पण कृष्ण याबाबतीत कर्णाशी बोलायला एकदा तरी जाईलच. मला खात्री आहे.''

''खुशाल जाऊ दे त्याला. त्यानं काही फरक पडत नाही. तुझ्या उपकाराच्या ओझ्याखाली कर्ण दबलाय. त्याला अंगदेशाचा राजा करून योग्य वेळी त्याला दिलेला सन्मान तो विसरेल इतका अवगुणी नाही. दुसरं असं दुर्योधना, कुंतीला तळमळत ठेवण्याची नि जीवनभर ज्यांनी त्याला धिक्कारलं, त्या पांडवांना नकार देण्याची ही पहिली आणि अखेरची संधी कर्ण मुळीच सोडणार नाही. स्वतःच्या मृत्यूची किंमत देऊनही कर्ण नाकारेल पांडवांना; तो पांडवांना धिक्कारेल... अर्जुनाच्या वधाचं भय तो त्यांच्यात निर्माण करेल. पांडवांना जर कुणापासून भय असेल, तर ती व्यक्ती म्हणजे कर्ण!''

''**मी** म्हटलं होतं तुला, तो माझं म्हणणं मान्य करणार नाही.'' कुंती स्फुंदून-स्फुंदून रडत होती. कर्णाबरोबरच्या संवादातला एक-एक शब्द, एक-एक क्षण तिचं हृदय विदीर्ण करत होता. ''मुळात मीच अपराधी आहे. ज्या अपत्याला त्याची जन्मदात्रीच सोडून देते, त्या अपत्याला आपल्या

मातेचा धिक्कार करण्याचा अधिकारच आहे. त्यानं माझा स्पष्ट तिरस्कार केला. एकदा तरी मला 'माते' अशी हाक मार, म्हणून किती विनवण्या केल्या, पण त्यानं त्याही नाकारल्या... दर वेळी 'राजमाता, राजमाता' म्हणून माझा इतका तिरस्कार कोणी केला नव्हता....''

''ठीक! पण तू त्याचा स्वीकार केलास नं? झालं तर. आता त्याचं मन शांत होईल. त्याची आकांक्षा, त्याची वेदना आता इथंच सोडून जाईल ते.''

''म्हणजे तो जाणार, हे निश्चित आहे?'' कुंतीनं धसक्यानं विचारलं.

''येणारा प्रत्येक जण जाणार, हे निश्चित आहे, आत्या. कर्ण काही वेगळा नाही.''

''माझा पुत्र आहे तो कृष्णा. मुक्ती नाही मिळणार त्याला अधर्माच्या पक्षाकडून लढला तर.''

''वाईट नको वाटून घेऊस आत्या... पण... जन्मापासूनच अधर्म त्याच्या बरोबर राहिलाय. उत्सुकतेपायी प्रयोग करण्याच्या वेडातून जन्माला आलेला पुत्र... एका सारथ्याच्या हाती लागतो. अधर्मानं वागून ब्रह्मास्त्राचं ज्ञान तो मिळवतो... आणि सत्य उघडकीस येताच भयानक शापाचा धनी होतो... अधर्म आचरून त्याला पांडुपुत्रांच्या स्पर्धेतून दूर केलं जातं... अधर्मानं त्याला स्वयंवर मंडपातदेखील अपमानित केलं जातं... त्याला अधर्मानं छळून अधर्माच्याच पक्षात ढकललं जातं. आत्या, त्याच्याबाबतीत तर त्याच्या नशिबानंच अधर्म आचरलाय... अधर्मापासून कसा वाचू शकणार तो?''

''सगळा सगळा अपराध माझाच रे कृष्णा! माता म्हणून माझ्या पुत्राला मी सांभाळू शकले नाही. त्याचीच शिक्षा मिळालीय मला.''

''शिक्षा...? अजून शिक्षा झालीय कुठं? आत्या, येणारा भीषण रक्तपात तुला पाहायचाय... येणाऱ्या काळात मरणप्राय क्षण तुला व्यतीत करायचेत... उगवत्या पिढीचे हजारो युवक, आर्यावर्ताचं भविष्य असणारे... कुरुक्षेत्राच्या धुळीत रक्तलांच्छित होऊन चिरडले जाताना पाहून अश्रुपात करायचाय.''

''कृष्णा, कान्हा... माझा अपराध इतका मोठा आहे?''

कृष्ण शून्यात पाहत बसला, निरुत्तर झाला. त्याच्या शून्य मनस्कतेतूनच कुंतीला उत्तर मिळालं. पुन्हा एकदा ती नि:शब्द रडू लागली. तिला शांत करण्याचा कोणताही प्रयत्न कृष्णानं केला नाही... फक्त एकटक बघत राहिला. अनंत अवकाशात, शून्यात... मौन राहून.

येणाऱ्या क्षणाचं सत्य धारदार तलवारीसारखं त्या दोघांच्या मधून फिरत होतं... क्षणांना रक्तबंबाळ करत चारी दिशांना मृत्यूचा आतंक पसरवत होतं.

दुर्योधनाच्या महालातली खास बैठक संपली तेव्हा कुरुक्षेत्राच्या युद्धाचे ढग जमा व्हायला लागले होते. पांडवांना तसूइतकी जमीन पण न देण्याचा निर्णय दुर्योधनानं घेतला. आपलाच विजय होणार, ही शकुनी-दुर्योधनाची धारणा जरी असत्य असली, तरी शकुनीचं कर्णाबद्दलचं मतही खोटं नव्हतं आणि दुर्योधन पण चूक नव्हता – कृष्णाबद्दलच्या कर्णाच्या मनातील श्रद्धेबाबत!

कुरुक्षेत्राचं महायुद्ध सुरू होण्याआधी कर्णाला एकदा भेटून येण्याचा निर्णय कृष्ण घेऊन चुकला होता. या भेटीचा अखेर कोणता परिणाम होणार आहे, हे कृष्ण जाणत नव्हता, असं मुळीच नव्हतं; पण परिणामाच्या भयामुळे प्रयत्नच करायचा नाही, ही प्रकृतीच नव्हती कृष्णाची.

सूर्योदयाच्या वेळी सूर्यपूजा करताना मागितलेलं कोणतंही दान कर्ण नाकारत नाही, हे सर्वांना ठाऊक होतं. त्याची जन्मजात कवच-कुंडलं मागण्यासाठी इंद्रानंही नेमकी तीच वेळ निवडली होती आणि कृष्णानंही याच समयी कर्णभेट घेण्याचं नक्की केलं!....

सरस्वतीचा प्रवाह खळखळत होता आणि हिरण्य-कपिलेचे प्रवाह तिच्या प्रवाहात मिसळून सागराकडे जात होते. जणू कालच घडली असावी, असं त्या घटनेचं दृश्य सरस्वतीच्या प्रवाहात कृष्णाला दिसत होतं. खळाळत वाहणारी सरस्वती जणू अश्व नदीसारखी आहे आणि कर्ण त्या नदीत उभा राहून सूर्याला अर्घ्य देतोय, हे दृष्य परत कृष्णाच्या डोळ्यांसमोर तरळू लागलं.

अर्जुनाशी बरोबरी करू शकेल, त्याच्याशी टक्कर घेऊ शकेल, असा आर्यावर्तातला एकमेव धनुर्धर कर्ण! ताम्रवर्णी शरीर, दगडासारखी कठीण, विशाल पाठ – असा तो पाठमोरा उभा राहून, सूर्याकडे तोंड करून, हात उंच करून सूर्याला जलाचं अर्घ्य देत होता... अजूनही कृष्णाला ते स्वच्छ दिसत होतं.

पण एकदमच ते दृश्य दृष्टीसमोरून नाहीसं झालं. किती वर्षे होऊन गेली असतील, कोण जाणे! पण आजही कर्णाचे वेदनेनं व्यथित डोळे टक लावून आपल्याकडे पाहतायत, असं कृष्णाला वाटलं. ते डोळे विचारत होते... 'हे मधुसूदना! का? कशासाठी मला तू हे सांगितलंस? जे सत्य मला जाणून घ्यायचंच नव्हतं. त्या सत्यानं माझं अस्तित्वच पार छिन्न-भिन्न करून टाकलं... नाही पांडव झालो, नाही सूतपुत्र राहिलो... त्रिशंकूसारखा अधांतरी लोंबकळत ठेवून अखेरीस खाली फेकलंस मला, कृष्णा. अरे, फक्त पांडवांच्याच श्रेयाचा विचार केलास तू....?'

मिटल्या डोळ्यांनीच कृष्णानं कर्णाला उत्तर दिलं, ''हो, पांडवांच्या श्रेयाचा विचार!... तुलाही मी पांडवच मानतो, तेव्हा तुझंही श्रेय हे खरंच नां!''

...आणि कर्ण गडगडाटी हसला. त्याच्या हास्याचे प्रतिध्वनी त्रिवेणी संगमात चारही दिशांत उमटू लागले. त्या दिवशी जसा हसता-हसता कर्ण जमिनीवर बसला नि कळवळून रडू लागला होता, तसाच आजही धाय मोकलून रडत होता तो, कृष्णासमोर बसून.

पिंपळाखाली मिटल्या डोळ्यांनी पहुडलेल्या कृष्णाच्या डोळ्यांतून परत एकदा गालावर अश्रूंचे दोन थेंब ओघळले.

कंबरेपर्यंत आलेल्या अश्व नदीच्या प्रवाहात उभा राहून सूर्याला अर्घ्य देणाऱ्या कर्णाची पाठ तेजस्वी, सुंदर दिसत होती. आता शरीरावर कवच-कुंडलं नव्हती, तरीपण त्याच्या चेहऱ्यावरचं तेज जसंच्या तसं होतं. सिंहासारखी कंबर नि धनुष्यासारखे ताणलेले रुंद खांदे... त्याच्या तांबूस त्वचेवर नदीच्या पाण्याचे थेंब मोत्यांसारखे चमकत होते... थोडं दूर, तीरावर वृक्षछायेत त्याचा रथ, रथाचे अश्व उभे होते.

कृष्ण आज जी गोष्ट कर्णाला सांगणार होता, ती त्याच्या संपूर्ण जीवनावर घाव घालणारी होती आणि तरीही कवच-कुंडलं घालवून बसलेल्या कर्णाला ती सांगणं अपरिहार्य होतं!... आज सूर्यपुत्राला तो पांडव असल्याची, कुंतीपुत्र असल्याची ओळख करून द्यायची होती.

कृष्णाला ते काम फार कठीण वाटलं. युद्धच करण्याचं निश्चित ठरवलेल्या दुर्योधनाच्या अतिप्रिय मित्राला आज सांगायचं होतं...'कर्णा! तू सूतपुत्र नाहीस... पांडव आहेस... ज्येष्ठ पांडव!'

संथ-संथ चालीनं कृष्ण नदीकिनारी आला. कर्णाची सूर्यपूजा संपेपर्यंत वाट पाहिली त्यानं....

पूजा संपवून बाहेर येणारा सूर्यपूत्र इतका तेज:पुंज दिसत होता की, नदीतून जणू तेजाचा गोळा बाहेर पडतोय, असं वाटत होतं. किनाऱ्यावर बसलेल्या कृष्णाला बघून कर्णाच्या चेहऱ्यावरचे भाव बदलले, पण क्षणातच त्याचा चेहरा नेहमीसारखा झाला. कुरुक्षेत्राचं महायुद्ध सुरू होण्यास केवळ दोनच दिवसांचा अवधी असताना सकाळी कृष्ण कशासाठी आला असणार याची कल्पना कर्ण करू शकत होता.

कृष्ण पुढं येताच कर्णानं हात जोडून त्याला वंदन केलं.

"प्रणाम, वासुदेवा!"

"आयुष्यमान भव!.. विजयी भव!!..." हात उंचावून कृष्ण म्हणाला. कर्णाला हसू फुटलं. "प्रभू, तुमचा आशीर्वाद खोटा ठरला, तर कसं वाटेल तुम्हाला?"

"कर्णा, हा माझा आशीर्वाद नव्हता; माझ्या शुभेच्छा आहेत या. शुभेच्छा खऱ्या व्हाव्यात यासाठी उपाय पण आहे... जर तुला स्वीकार्य असेल तर...."

कर्ण अजूनही हसतच होता, "मी पांडवांच्या बाजूनं लढावं, हाच ना? पण हे पूर्णत: अशक्य आहे, हे तू जाणतोस... माझा आणि अर्जुनामधला संघर्ष कित्येक वर्षांपासून चाललेला आहे. हस्तिनापूरच्या राजपुत्रांच्या विद्याप्रदर्शनापासून थेट द्रौपदीच्या स्वयंवरापर्यंत...."

कर्णानं आणखी दीर्घ उसासा टाकला.

"हो! असणारच! दोन भावांत स्पर्धा तर असणारच?"

"भाऊ...?" कर्णाच्या चेहऱ्यावर आश्चर्याचं प्रश्नचिन्ह आणि आघाताचं चिन्ह एकाच वेळी उमटलं.

"कर्णा, गोल... गोल, आडव्या-तिडव्या गोष्टी करून शब्दजाल रचायला मी इथं आलो नाहीय. मी जे तुला जे आता सांगणार आहे, ते विलक्षण सत्य आणि स्पष्ट आहे. कौरवपक्षाकडे अधर्म, अन्याय आणि कपट आहे... आणि...."

"...पांडव पक्षाकडे धर्म, न्याय, सत्य आणि... तू आहेस." कर्ण हसला. "मला मोहात फसवू बघतोस? विजयाची लालूच दाखवतोयस की जीवनाची...?"

"तू स्वयंपूर्ण आहेस, कर्णा! तुला लालूच दाखवून चळवू शकेल, असं काहीही नाही; कुणीही नाही. आयुष्यभर दानव्रत स्वीकारलंस. तुला जन्मापासून प्राप्त झालेली कवच-कुंडलंही तू दान करून टाकलीस. मी काय देणार तुला?" एक भयंकर रितेपण होतं कृष्णाच्या आवाजात. "कशाचीही लालूच नाही – एक निखळ सत्य सांगायला आलोय तुला. ते समजल्यावर जीवन मागायचं की मृत्यू... धर्माच्या पक्षाला राहायचं की अधर्माच्या, मित्राला मदत करायची की आपल्या भावांना... याचा निर्णय तुला स्वत:ला घ्यायचाय... 'ज्येष्ठ पांडवा'–!"

"ज्येष्ठ पांडव...? ...मधुसूदना...!" कर्णाच्या आवाजात विलक्षण आश्चर्य नि अविश्वास व्यक्त होत होता. "तू पण असंच मानतोस...?"

"मी सत्य जाणतो, कर्णा!"

कृष्णानं कर्णाच्या डोळ्यांत पाहिलं. सूर्यपुत्राच्या डोळ्यांत लाल भाव येऊ लागला होता. त्याचे मूळचे निळसर डोळे तरल झाले होते. पण क्षणभरात स्वत:ला सावरून कर्ण म्हणाला, "असेल... आता काय त्याचं?"

अश्व नदीचा खळखळणारा प्रवाह आणि शिलाखंडावर आपटून फेसाळून चुरा होणारं पाणी... वातावरणात एक वेगळंच संगीत निर्माण करत होते. तटावरच्या

वृक्षांवरील पक्ष्यांचा कलकलाट आता कमी झाला होता. सूर्यकिरणं तीव्र होत होती, चटके देत होती. हळूहळू रेतीही तापायला लागली होती. कर्णाच्या डोळ्यांत जरा ओलावा आला होता.

"आता काय त्याचं...?" परत विचारलं कर्णानं. कृष्णानं पुढं होऊन त्याच्या खांद्यावर हात ठेवला... "हो, कर्णा! तू कुंतीचा पहिला पुत्र आहेस... ज्येष्ठ पांडव! तुला तुझं स्थान परत मिळावं, अशी माझी इच्छा आहे. पांडव पाच नाहीत, तर सहा असावेत, ही माझी शुभेच्छा आहे..." कर्ण हसू लागला. इतक्या जोरजोरात, की त्या शांत अश्व नदीच्या तटावर त्याच्या हसण्याचे प्रतिध्वनी उमटू लागले. जोरजोरात, मोठमोठ्यानं हसता-हसताच कर्णानं रेतीत बसकण मारली.

...हसता-हसताच कर्णाच्या डोळ्यांतून अश्रुधारा वाहू लागल्या. कृष्ण त्याच्याकडे पाहत राहिला – अनिमिष डोळ्यांनी! कृष्ण कर्णाशेजारी रेतीत बसला. विलक्षण मायेनं त्यानं कर्णाच्या विशाल पाठीवरून हात फिरवायला सुरुवात केली.

"ज्येष्ठ पांडव असण्याचा अर्थ जाणतोस ना तू? तुला त्यामुळे द्रौपदीही प्राप्त होईल, कुंतिपुत्रा!"

"द्रौपदी? हंऽ! भिकेत दिलेली द्रौपदी नकोय मला, माधवा! विश्व आजवर कर्णाला दानवीर, दानशूर, दानेश्वर म्हणून ओळखत आलं आहे. एका द्रौपदीसाठी मला भीक नकोय."

"मला माहीत आहे कर्णा, आजही तू तिच्यावर प्रेम करतोस, तिची आकांक्षा ठेवतोस –"

"तू नाही करत प्रेम? प्रेम करणं नि ती व्यक्ती प्राप्त होणं यांत बरंच अंतर आहे आणि श्रीकृष्णा, तुझ्याशिवाय ते कोण उत्तम जाणणार? आजपर्यंत 'कृष्णा' म्हणून ओळखल्या जाणाऱ्या द्रुपदकन्येचा विवाह तूच लावलास, अर्जुनाबरोबर. पाच बंधूंच्यांत तिची वाटणी करणारा पण तूच आहेस ना? आणि तिच्या वतीनं तू वचन देतोयस! द्रौपदीनं तर मला केव्हाही म्हटलं नाही की, इंद्रप्रस्थाला परत फिरताना विजययात्रेत माझ्या रथात तू आरूढ हो. सांग श्रीकृष्णा, म्हणालीय ती असं....?"

"ज्येष्ठ पांडवा, तिला ते स्वीकारावंच लागेल." कृष्णानं प्रयत्नपूर्वक त्याचं भुवनमोहिनी हास्य केलं.

"एकदा अस्वीकार आणि नंतर कसलाही विकल्प नसलेला स्वीकार..." कर्णाचे तेजस्वी डोळे उदास होऊ लागले होते. "कुंती असेल अथवा द्रौपदी – त्यानं कर्णाच्या नशिबात काय फरक पडला? अर्जुन वाचेल आणि पाच पांडव तर राहणारच, एवढ्याच उद्देशानं मला स्वीकारतायत... हे लक्षात न येण्याइतका

भाबडा नाहीय मी, मधुसूदना! दुर्योधनाचा मित्र आहे मी. राजनीती मला शिकवायची आवश्यकता नाही, द्वारकाधीश!''

...कितीतरी वेळ अश्व नदीच्या प्रवाहात खळखळाट आणि मध्येच होणारा पक्ष्यांचा किलबिलाट एवढाच ध्वनी ऐकू येत होता. सूर्य आता चांगलाच तापू लागला होता. कर्णाचे डोळे लाल झाले होते. अंत:करण दाटून आलेल्या कर्णानं कृष्णाच्या खांद्यावर मस्तक ठेवलं... आणि हुंदके देत विलाप करू लागला.

...कृष्णानं त्याचं मस्तक थोपटलं... पाठीवरून हात फिरवत राहिला तो.

खूप वेळ कर्ण तसाच रडत राहिला, मग म्हणाला,

''फार उशीर झालाय रे, श्रीकृष्णा...!''

''मला माहीत आहे ते, कर्णा. आधीपासूनच तुझ्यावर खूप अन्याय झालाय. निदान इथून पुढं तरी तो होऊ नये, अशीच इच्छा आहे माझी.''

''आता माझ्यावर याहून जास्त अन्याय तो काय होणार आहे? सूतपुत्र म्हणून हस्तिनापूरच्या स्पर्धेतून मला दूर करण्यात आलं... पांचालीनंही स्वयंवर मंडपात 'सूतपुत्र' म्हणून माझा तिरस्कार केला... रोज-रोज सकाळपासून सायंकालपर्यंत हा एकच शब्द मी ऐकत आलो – सूतपुत्र! सूतपुत्र... सूतपुत्र! माझ्या अस्तित्वाचाच एक भाग होऊन राहिलाय हा शब्द, वासुदेवा. मला आता पांडव नाहीच म्हणवून घ्यायचं. सूतपुत्र म्हणून जन्मलो, आता मृत्यू पण सूतपुत्र राहूनच स्वीकारीन...!''

''तुझं म्हणणं, तुझी वेदना, दोन्ही समजतो मी, कर्णा.''

''नाही कृष्णा, नाही समजू शकणार तू. तू राजा आहेस. द्वारकानरेश, युगपुरुष, ईश्वराचा अवतार! एका सूतपुत्राची व्यथा तू नाही समजू शकणार. त्याच्या जीवनाच्या अस्तसमयी कुणीतरी त्याला सांगतं की, तू सूतपुत्र नाहीस, क्षत्रिय आहेस. राजपुत्र-युवराज आहेस. श्रीकृष्णा, मी तुला वंदन करतो नि विनंती करतो की, ही गोष्ट इथंच अश्व नदीच्या रेतीत विरून जाऊ दे. त्या सत्याच्या अस्थी इथंच, या अश्व नदीत विसर्जित कर.''

''कर्णा ऽऽ!''

''बस, एकही शब्द आता बोलू नकोस. याहून अधिक सत्य ऐकायला मी समर्थ नाही. असत्य ऐकायची, अधर्म करायची आणि अन्यायच सहन करण्याची सतत सवय असलेल्या सूतपुत्राला आज्ञा दे.''

कृष्णाला नमस्कार करून कर्ण त्याच्या रथाच्या दिशेनं झपाट्यानं चालू लागला. त्याच्या गतीत कृष्णापासून लवकर दूर जाण्याची इच्छा होती की, आत्ताच ऐकलेल्या सत्यापासून दूर जायचा प्रयत्न होता? पाठमोऱ्या कर्णाकडे कृष्ण केवळ पाहत राहिला.

'दोन सर्वश्रेष्ठ धनुर्धर एकाच कुलात कसे जन्मले? इतकं प्रखर तेज,

संवेदनशीलता आणि तरीही पराकोटीची पीडा... हेच कर्णाचं व्यक्तित्व होतं?' विचारांच्या वावटळीत गरगरणारा कृष्ण अश्व नदीकडे पाठ फिरवून संथ चालीनं सावलीत उभ्या केलेल्या त्याच्या रथाकडे चालू लागला.

उद्या मार्गशीर्ष वद्य द्वितीया. कुरुक्षेत्राचं युद्ध आता निश्चित झालं होतं. साऱ्या भरतखंडातील वीरपुरुषांचं रक्त युद्धभूमीवर पाण्यासारखं वाहणार होतं. धर्म-अधर्म यांचा आपापल्या परीनं अर्थ काढून ज्यानं त्यानं आपली दिशा, आपला पक्ष निश्चित केला होता. महायुद्ध सुरू होणार होतं... उद्यापासून. रणभूमीभोवती, समोरासमोर शिबिरं बांधण्यात आली होती. कित्येक अक्षौहिणी सेना आणि हजारो पशू असूनही एक विचित्र स्तब्धता होती वातावरणात. वाऱ्यानं हलणाऱ्या पानांचा आवाज ऐकू यावा, इतकी शांती. सूर्य अस्ताचलाला जात होता. संध्यासमयीचं आकाश लालसर झालं होतं. जमीन पण उद्या याच रंगानं रंगून जाणार होती कदाचित.

येणारी उद्याची सकाळ मृत्यूचा संदेश घेऊनच येणारी आहे, हे प्रत्येक जण ओळखून होता. प्रत्येकाचा मृत्यू... कोण कोण भगवान महाकालाचा घास बनणार होतं याची कुठं कुणाला कल्पना होती? – एका कृष्णाशिवाय!

कुंतीला वचन दिलं होतं कृष्णानं... 'तुझे पाच पुत्र तर जीवित राहणारच...' हे वचन पूर्ण करण्यासाठी काय लागेल ते करायला कृष्ण तयार होता. ही गोष्ट पांडवांच्या शिबिरातले सर्व सैनिक जाणून होते.

युद्ध सुरू होण्याच्या आदल्या दिवशी संध्याकाळी कृष्णानं पांडवांना मुख्य शिबिरात एकत्र बोलावलं... मार्गशीर्ष वद्य प्रतिपदेची संध्याकाळ....

अर्जुन विमनस्क अवस्थेत जमिनीवर गप्प-गप्प, एका कोपऱ्यात बसला होता. युधिष्ठिर कसल्यातरी विचारात हात पाठीमागं बांधून फेऱ्या मारत होता. त्याची मनोदशा चेहऱ्यावर स्पष्ट उमटली होती. भीम गदा घेऊन उद्याच्या संहारासाठी जणू आत्तापासूनच कटिबद्ध होऊन बसला होता... आणि याज्ञसेनी... गप्प राहून एकटक पाहत होती... कृष्णाकडे....

तिच्या मनात आलं – 'कशासाठी आता एकत्र बोलावलं असेल कृष्णानं पांडवांना...? उद्या युद्धाचा आरंभ तर होणार, मग आदल्या संध्याकाळी का बोलावलं? काय आहे सख्याच्या मनात?' येणाऱ्या प्रत्येक क्षणी कृष्ण सर्वांचीच कठोर परीक्षा घेणार, हे याज्ञसेनी बहुधा जाणत होती. युद्धपूर्व संध्याकाळी कृष्ण सर्वांची शस्त्रे तपासणार होता – लोखंडाची, लाकडाची किंवा हाडांची – मंत्रभारित

शस्त्रे नव्हे; तर सर्वांची मनोरूपी शस्त्रे तावून-सुलाखून घेणार होता. मनोरूपी शस्त्रे! आणि ते खरंच होतं. उद्याचं युद्ध मनाच्या बळावरच तर लढायचं होतं.

कृष्ण उठून उभा राहिला. धनुष्याच्या टणत्कारासारखा त्याचा गंभीर आवाज वातावरणात घुमू लागला.

''उद्यापासून धर्मयुद्ध सुरू होत आहे. आपण योद्धे आहोत या धर्मयुद्धातले. तेव्हा कसलाही भार मनावर असताना आपण हे युद्ध लढू शकणार नाही. यासाठी प्रत्येकाला मनावरचा भार संपूर्ण दूर करावा लागेल. मन निखळ शांत, निर्विकार ठेवून संपूर्ण स्वीकारासह युद्धात उतरणाराच यशस्वी होऊ शकेल.''

द्रौपदीनं कृष्णाकडे वेधक दृष्टीनं पाहिलं....

''काय म्हटलंस, मधुसूदना? काही समजलं नाही...?'' इतका वेळ गप्प बसलेला अर्जुन मोठ्या प्रयासानं एवढं वाक्य बोलला.

''प्रत्येकाला मनाची दुर्बलता इथंच ठेवून उद्या युद्धभूमीवर पाय ठेवायचा आहे!''

''म्हणजे?'' फेऱ्या मारणाऱ्या युधिष्ठिरानं अचानक थांबून विचारलं. तो कृष्णाकडे एकटक पाहू लागला.

''आपण सर्व जण कितीतरी गोष्टी मनात साठवून ठेवतो. प्रेम, तिरस्कार, धिक्कार, मोह, आशा-आकांक्षा यांनी ठासून भरलेलं मन आपल्यासमोर अनेक अडचणी उभ्या करतं. जीवनाबद्दलच्या नकारातच आपण जगत असतो. 'नेति नेति' मध्ये... आणि धर्मयुद्धात अस्तिभावाची आवश्यकता आहे. होकाराची आवश्यकता आहे. ह-कार आणि हुं-कार यात फरक आहे. हुं-कार म्हणजे अहंकार. नकाराचाच एक प्रकार म्हणजे हुं-कार. ह-कार स्वीकाराचा पर्याय आहे. माझी सर्वांना प्रार्थना आहे की तुमच्या मनावरचा संपूर्ण भार, मनातली संभ्रमावस्था इथं शिबिरातच ठेवा. सर्वांनाच स्व-चा सहज स्वीकार करावा लागेल... स्व-चा स्वीकार न करणारा धर्मयुद्धात उभा राहू शकणार नाही, यासाठीच स्वयंला स्वीकारावं लागेल. आपण तुझ्यापासूनच आरंभ करू, युधिष्ठिरा....!''

किती तरी क्षण स्मशानशांतता पसरली! बराच वेळ लागला युधिष्ठिराला बोलणं सुरू करायला. त्यानं आलटून-पालटून सर्वांच्या चेहऱ्याकडे पाहिलं. सर्वांच्याच चेहऱ्यावर एक विचित्र अस्वस्थता होती.

युधिष्ठिराचे डोळे याज्ञसेनीच्या डोळ्यांवर खिळले... तिच्या डोळ्यांत वेदना नि आग झरणारा प्रश्न होता.

त्यानं आवंढा गिळला, नजर खाली वळवली आणि एकदम क्षीण, खोल आवाजात बोलायला सुरुवात केली....

''...मी युधिष्ठिर, पांडव कुलातला ज्येष्ठ पुत्र. आज आपण सर्व ज्या वळणावर येऊन पोचलो आहोत, त्याला कदाचित मी जबाबदार असेन! द्यूतक्रीडेबद्दल

मला वाटणारा अतिमोह सगळ्यांना या परिस्थितीपर्यंत घेऊन आला आहे. माझं द्यूताचं वेड इतकं पराकोटीचं आहे की, त्यापुढं मी माझे बंधू, माझी पत्नी, माता आणि माझ्या कुलाची प्रतिष्ठा अगदी गौण मानली. मौन राहून मी अन्याय, अत्याचार सहन करत राहिलो. कधीही असत्य बोलायचं नाही, अशी माझी प्रतिज्ञा होती; पण असत्याला विरोध न करून मीदेखील असत्य आचरण केलं आहे... आणि हे सर्व मला आज, समोर ठाकलेल्या महासंहाराच्या आदल्या दिवशी समजतं आहे. शेवटी धर्माचा विजय व्हावा, हीच प्रार्थना... आता...'' युधिष्ठिराचा कंठ दाटून आला. त्याच्यानं पुढं बोलवेना. डोळे काठोकाठ भरून आले.

त्याची अवस्था पाहून सगळ्यांचेच डोळे पाणावले.

युधिष्ठिरानं कंठ खाकरून साफ केला...''सर्वांत मोठं दुःख या गोष्टीचं आहे, की याज्ञसेनीच्या शक्तीवर हे युद्ध लढायला तयार झालो आहोत आम्ही. एका स्त्रीला पांडवपुत्रांनी या युद्धाचं कारण बनवलं आहे. या गोष्टीचं आश्चर्य वाटतं नि अपार पीडाही होते आहे....

साऱ्या भारतखंडात श्रेष्ठ वीर म्हणून गौरव मिळविलेल्या पाच पुरुषांनी आपल्या पत्नीला पुढं करून युद्धाचा आरंभ केलाय. या क्षणी दुर्योधन मला क्षमा नाही का करू शकणार? द्यूत खेळायला मी गेलो होतो, द्रौपदीला पणाला लावली मी... आणि अधर्माचा आक्षेप मात्र दुर्योधनावर? का, कृष्णा? का? कशासाठी हे कपट?

ज्यांनी आपली 'पत्नी' पणाला लावली, ते हे पुरुष – अशी आमची ओळख इतिहास करून देईल... पत्नीला क्षुल्लक वस्तू समजणारे पुरुष! त्या पत्नीचा मान, प्रतिष्ठा, तिचा गौरव... सगळं-सगळं धुळीला मिळवलं आम्ही!

हे युद्ध आम्ही जिंकलं, तरी इतिहास नाही आमचा जयजयकार करणार, कृष्णा!...'' युधिष्ठिर बोलून शांत झाला. काही क्षण त्याचा श्वासही शिबिरात ऐकू येत होता.

शिबिरात थोडा वेळ परत विलक्षण शांती पसरली. भीम गदा गोल फिरवत, खाली पाहत गप्प बसून होता.

कृष्ण स्वत:च्या जागेवरून उठला आणि भीमाच्या शेजारी येऊन बसला. त्यानं भीमाच्या खांद्यावर हात ठेवला. भीमानं कृष्णाकडं आर्जवी नजरेनं पाहिलं. कृष्णाच्या नजरेत निश्चितता होती... आज्ञेची निश्चितता.

''भीमा, तुला काय म्हणायचंय?'' कृष्णाच्या स्वरांत लोण्याची मृदुता होती.

''काही नाही... मला काहीही म्हणायचं नाही. उद्या पंधरा-वीस जणांना तरी मी लोळवीनच. माझ्याकडून मारल्या गेलेल्यांचा आकडा रोज वाढतच जाईल.'' कृष्णाकडे न बघताच भीम उत्तरला. याची दृष्टी त्याच्या गदेवरच खिळलेली होती.

"हा हुं-कार आहे, ह-कार नाही." कृष्ण पाठ थोपटत म्हणाला, "भीमसेना, वायुपुत्राला इतका भार कशाचा वाटतोय? जरा मोकळा हो भीमा. जितक्या सहजतेनं श्वास आत घेतोस नि उच्छ्वास बाहेर टाकतोस तितक्या सहजपणानं मनातल्या अशुद्धतेला बाहेर फेकून दे, भीमा!"

भीमानं नजर वर करून कृष्णाकडं पाहिलं. एक प्रकारचं आश्वासन होतं त्याच्या नजरेत. बऱ्याच वेळानंतर मातेला पाहिलं म्हणजे बालकाला जसं शांत वाटतं, तशी शांतता भीमाच्या मनात भरून राहिली.

"बोल भीमा, मनाची कवाडं उघडून टाक. आपलं काहीही नाही, या भावनासह सगळं समर्पित करून उद्या आपल्याला युद्धात उतरायचंय. खरं ना?" लहान बालकाला समजवावं तसं कृष्णानं प्रेमानं म्हटलं.

भीमसेन थोडा वेळ गदा फिरवतच राहिला. शिबिराच्या जमिनीवर एक गोल खड्डा पडला... "याज्ञसेनी, पांचाली, द्रौपदी... ती माझी एक दुर्बलता आहे." भीमाचा आवाज अचानक चढला, थोडासा आर्द्रपण.

द्रौपदी कृष्णाकडेच नजर लावून बसली होती... सर्व स्तब्ध झाले. "छान, भीमा हा ह-कार आहे." कृष्ण भीमाला जणू मोकळा करत होता.

"ज्या दिवशी याज्ञसेनीला प्रथम पाहिलं, त्या दिवशी मी धनुर्धर नसल्याचं दु:ख झालं... अर्जुन मूर्ख आहे." ...सर्व जण हतप्रभ झाले. भीमाचा थयथयाट इतरांना जणू जाळत होता. द्रौपदी मात्र भीमाकडे अतीव मायेनं पाहत होती.

"अर्जुनाच्या स्थानी त्या दिवशी मी असतो, तर द्रौपदीची तशी वाटणी स्वीकारलीच नसती. याज्ञसेनी हा माझा दुबळेपणा असला तरी ती माझी शक्ती पण आहे. तिच्या अपमानाच्या केवळ कल्पनेनंदेखील माझं रक्त उकळायला लागतं. उद्या मी कौरवसेनेचा धुव्वा उडवीन... मला दुर्योधनाला गाठायचंय, त्याची मांडी फोडून टाकायचीय... द्रौपदीच्या अपमानाचा सूड घ्यायचाय." भीमाचा चेहरा लालबुंद झाला होता. श्वास वेगानं होत होता. छाती भात्यासारखी खालीवर होत होती. त्यानं गदा उचलून खांद्यावर घेतली – आत्ताच युद्धाला निघालाय, अशा आवेशात!

"ज्येष्ठ बंधूनं मला अडवलं नसतं, तर मी दु:शासनाचा हात हस्तिनापुराच्या राजसभेतच उखडून टाकला असता... दुर्योधनाची छाती फाडून काढली असती. पण त्या वेळी आम्ही गप्प बसलो. आता काय अर्थ आहे हे युद्ध खेळण्यात? जे होऊन गेलं ते होऊन गेलं. द्रौपदीच्या अपमानाचा सूड तर घेऊच, पण त्यामुळे तो अपमान मनातून पुसला थोडाच जाणार आहे? त्या राजसभेत हात जोडून गयावया करणाऱ्या याज्ञसेनीचं चित्र तेव्हापासून माझ्या मन:पटलावर कोरलं गेलंय. अधर्माचा पराजय आणि धर्माचा जय झाला तरीदेखील काळाच्या शिळेवर

कोरलेल्या रेषा पुसल्या जाणार नाहीत. मी याज्ञसेनीवर प्रेम करतो आणि तिच्या स्वाभिमानाच्या, प्रतिष्ठेच्या रक्षणासाठी मी माझे प्राणही पणाला लावीन....''

भीमाची गर्जना घुमत राहिली... शिबिरात नि शिबिराबाहेर....

कृष्ण भीमाच्या पाठीवरून हात फिरवू लागला... हळूहळू भीम शांत होऊ लागला. आसपासच्या सर्वांचा जीव भांड्यात पडला. रोखलेले श्वास मोकळे झाले.

कसाबसा शांत झालेला भीम परत म्हणाला, ''हिडिंबा किंवा दुसऱ्या स्त्रिया माझ्या जीवनात आल्या नसत्या, तर द्रौपदी माझी एकट्याची पत्नी झाली असती. दर चार वर्षांनी बारा महिने तिच्या सहवासात राहण्याची अट मला कधीच मान्य नव्हती. द्रौपदी संपूर्णतया माझी पत्नी म्हणूनच मला हवी होती...'' भीमानं द्रौपदीकडं पाहिलं, तिची दृष्टी त्याच्यावरच होती. दोघांच्याही नजरेत विलक्षण विश्वास आणि प्रेम गुंफले गेले होते.

काही क्षण पुन्हा शांततेत गेले. ही शांतता दूर केलीच पाहिजे, असं कृष्णाला वाटलं....

''पार्थ!''

अर्जुनानं चमकून वर पाहिलं. एक पाय गुडघ्यात मुडपून, खांबाच्या आधारानं बसलेल्या अर्जुनाचा एक पाय जरा लांब झालेला होता. त्याचं उत्तरीय जमिनीवर लोळत होतं. चेहऱ्यावर गोंधळल्याचा भाव स्पष्ट दिसत होता. एक विचित्र अस्वस्थता जाणवत होती. दोन्ही मोठ्या भावांचं बोलणं ऐकलेल्या अर्जुनाला सुचतंच नव्हतं – काय बोलावं ते! काही क्षण तो परत खाली पाहत राहिला आणि हळूहळू दृष्टी वर उचलून कृष्णाकडे, त्याच्या डोळ्यांत पाहिलं. नंतर क्षीण आवाजात, त्याचं त्यालाच ऐकू येईल इतक्या क्षीण आवाजात बोलणं सुरू केलं.

''काही बोलायच्या आधीच कितीतरी घटना डोळ्यांसमोरून तरळून जातायत. पिताश्री पांडू महाराजांचा मृत्यू, हस्तिनापुरात आमचं येणं, गुरू द्रोण... श्रेष्ठ धनुर्धर होण्यासाठी त्यांनी दिलेला आशीर्वाद, द्रौपदीचं स्वयंवर, राजसभेतलं द्यूत, तो वनवास... त्याची फळं आम्ही सर्व जण चाखत होतो. पण ज्येष्ठ बंधूनं दुसऱ्यांदा द्यूत खेळण्याच्या केलेल्या चुकीत आम्ही का सहभागी झालो? त्याचीच किंमत चुकवली याज्ञसेनीनं...आम्ही ...आम्ही थंडपणे सहन करत राहिलो, मौन राहिलो...'' अर्जुन क्षणभर थांबला, श्वास घेतला... ''आणि तरीदेखील याज्ञसेनी प्रत्येक क्षण आमच्या सोबतच राहिली. द्रुपदराजकन्येनं जंगलात वणवण हिंडून, वल्कलं नेसून निभावला स्वतःचा पत्नी-धर्म! याउलट, आम्ही काय दिलं तिला? राजसभेत आमच्या समक्ष तिचा अपमान पाहत राहिलो. आज जिथं उभे आहोत तिथं असा गर्व, अहंकार वाटतोय की, हे युद्ध याज्ञसेनेचा मान परत मिळवण्यासाठी लढतोय.

आम्हाला भूमी मिळवण्यासाठी आकांक्षा नाही?

हस्तिनापूरचं राज्य नकोय, आम्हाला?

ते नको होतं तर ती द्यूतक्रीडा कशासाठी? वनवास कशासाठी? लाक्षागृह कशाला होतं?

आणि इंद्रप्रस्थात केलेला अश्वमेध तरी का केला?

ही राजनीती आहे. तिला धर्मयुद्ध संबोधून आपण काय सिद्ध करणार आहोत? माझे बंधू, मित्र, पितामह, काका नि अन्य नातेवाइकांचा संहार करून रक्तरंजित सिंहासन, रक्तानं भिजलेली भूमी धर्माचा जयजयकार खरंच करेल?

मला काही समजत नाहीय. उद्याच्या युद्धात माझ्यासमोर उभं राहिलेलं माझंच रक्त वाहवून काय मिळवणार मी? काय सिद्ध करणार मी? कोणत्या धर्माचा विजय होणार? कोणता अधर्म नाश पावणार?

अर्जुनाचा चेहरा काळवंडला होता. त्याच्या डोळ्यांतून अश्रुधारा अविरत वाहत होत्या. गळा भरून आला होता. बालकासारखं रडणाऱ्या त्या सर्वश्रेष्ठ गांडीवधारीला आज नीती-अनीती, धर्म-अधर्म यांच्या प्रश्नांनी पार हादरवून टाकलं होतं.

''मधुसूदना! अरे, हा न्याय आहे का? आम्ही कुणावर अन्याय केलाच नाही का? पांचालीसारखी पत्नी असतानाही मी उलुपी, सुभद्रा नि अन्य... सर्वांवर सतत अन्यायच करत आलोय मधुसूदना... अरे, हे धर्मयुद्ध लढायचा अधिकारच नाही मला. तू आज्ञा केलीस, तर माझं शिर कापून देईन... पण या कुरुक्षेत्राच्या कठीण परीक्षेतून मला मुक्त कर... माधवा, मुक्त कर.'' अर्जुनाला पुढं बोलवेना. त्याचा कंठ दाटून आला, डोळे गारगोटीसारखे झाले.

''खूप सांगायचंय, पण काहीही सांगायचं नाही. मी पार निष्प्रभ झालोय. कितीतरी विचारांची गर्दी मनात होते नि एकदम मन रिकामं होतं – एकही विचार येत नाही. फार विचित्र स्थिती झाली आहे माझी....''

क्षणभर थांबून अर्जुनानं आवंढा गिळला, दृष्टी खाली वळवली आणि बोलू लागला, ''सर्वश्रेष्ठ धनुर्धर होण्याचा मला मिळालेला आशीर्वाद असा शाप होऊन राहील याची कधीही कल्पना केली नव्हती. सगळं युद्ध माझ्यावर विसंबून खेळलं जातंय. अन्याय करणाऱ्यांचा मी संहार करीन, हीच प्रत्येकाची अपेक्षा. पण अन्यायी अथवा पापी, जे म्हणाल ते, मी ज्यांच्यासह खेळलोय-बागडलोय – ते माझेच बंधू आहेत. ज्यांनी मला पोसलं-वाढवलं, ते भीष्म पितामह, माझे काका, माझे आजोबा, माझे सगे-सोयरे, माझे मित्र – सगळे माझे स्वत:चे आहेत. केवळ याज्ञसेनीच्या अपमानाचा सूड घेण्यासाठी इतक्या साऱ्यांचा संहार योग्य आहे का? सांग मधुसूदना! त्या सगळ्यांना क्षमा नाही करू शकत

याज्ञसेनी? अधर्माचरण काय एकट्या दुर्योधनानंच केलंय? ज्येष्ठ भ्राता युधिष्ठिरानं फक्त धर्मच आचरला, असं म्हणता येईल? तसं नसेल, तर युद्धात दुर्योधन विरुद्ध पक्षाबरोबर का आहे? आपण हे युद्ध कशासाठी लढतोय? आम्हीही अधर्मी आहोत, हेही सत्यच आहे... याज्ञसेनीच्या अपमानासाठी दुर्योधनाला की दु:शासनाला शासन करायचा आम्हाला काहीही अधिकार नाही... मी... मी युद्ध करण्यास सर्वस्वी अयोग्य आहे.'' उत्तरीयानं डोळे पुसून अर्जुनानं द्रौपदीकडे दृष्टिक्षेप टाकला.

तिच्या डोळ्यांतून आगीच्या ठिणग्या उडत होत्या. हे काय बोलत होता तिचा प्रिय वीर पती? तिला काही उमजेना. तिनं एका निराळ्याच नजरेनं अर्जुनाकडे पाहिलं. 'का? का म्हणून तो हे असं सगळं बोलत होता? उद्या जेव्हा विश्व-इतिहास निर्माण होणार होता आणि आज, आदल्या सायंकाळी अर्जुन असं....'

गदगदलेल्या आवाजात आणि डोळे कोरडे करून अर्जुन अजून काही म्हणत होता, ''हे मधुसूदना! हे मुळीच योग्य नाही. कशासाठी करायचा इतक्या असंख्य जीवांचा संहार? एका वैयक्तिक अपमानाचा सूड एवढा भयानक मानवसंहार करण्याने घेता येतो? सांग, माधवा.''

तिथून निघून जाण्यासाठी पांचाली उठली, पण कृष्णानं तिला नजरेनं रोखलं.

अर्जुनाच्या बोलण्यानं ती चिडली होती. गोंधळलेली होती... शिबिराबाहेर जाऊन मोकळ्या हवेत मोकळा श्वास घ्यायचा होता तिला.

पण, सगळ्यांचं बोलणं पूर्ण झाल्याशिवाय बाहेर कुणीही जायचं नाही, ही कृष्णाचीच आज्ञा होती.

अचानक भरलेल्या अंत:करणानं द्रौपदी मग कृष्णाची ही नवी लीला अवलोकत राहिली.

कृष्णानं नकुलाकडं बघितलं... रसिक मनाचा, देखणा, लाडका नकुल... येणाऱ्या महाभयानक क्षणांची त्याला तशी पूर्ण कल्पना कदाचित नसावी. त्याच्या मनात काही संभ्रम नसावा. उद्याचं युद्ध सरळ, स्वाभाविकपणे स्वीकारण्यास तत्पर होता तो. तो क्षत्रियपुत्र होता. त्याच्या डोळ्यांत युद्धाची भीती दिसत नव्हती; शिवाय आपल्या बाजूला श्रीकृष्ण आहे, यामुळे त्याच्यात स्थिरता, सुरक्षितता जावणत होती. जराही अडखळल्याशिवाय तो कृष्णाला म्हणाला, ''मला काही सांगायचं नाहीय. उद्याचा महासंहार घडू नये, असं वाटत होतं; पण आता ते शक्य होईलसं दिसत नाही. द्रौपदीवर माझं खूप प्रेम आहे. तिच्या सुखासाठी, तिचा आत्मसन्मान, प्रतिष्ठा यांच्या रक्षणासाठी मी लढेन... माझ्या बंधूंच्या हक्कासाठी लढेन... अधर्माचा नाश नि धर्माला विजय मिळवून देण्यासाठी लढेन! अवश्य लढेन!!

"आणखी काय बोलायचं? मला मरणाची भीती नाही. मधुसूदना, मला विश्वास आहे, ज्या पक्षात तू असशील, विजय त्याच पक्षाचा होणार...."

कृष्ण हसला. इतक्या गंभीर वातावरणातदेखील मनापासून हसला कृष्ण! नकुलाच्या व्यक्तित्वातला सरळपणा, त्याची ऋजुता, स्वाभाविकपणा त्याच्या हृदयाला जाऊन भिडला... कृष्णानं सहदेवाकडं पाहिलं.

इतका वेळ शांत, गंभीरपणे बसलेल्या सहदेवानं कृष्णाला हात जोडले! "मी काहीच बोलणार नाही, काहीही सांगायचं नाहीय मला." तो ठामपणे म्हणाला, "कारण मी जे काही बोलेन, ती भविष्यवाणी सत्य होईल. काळाची भाषा, संकेत समजणाऱ्या दुर्दैवी पुरुषांपैकी मी एक आहे."

सहज थांबून त्यानं डोळे कृष्णाच्या डोळ्यांना भिडवले... "मधुसूदना! तू सगळं जाणतोस – समय ओळखणारादेखील काळाला ओळखू नाही शकत. आज मी महाकालासमोर उभा आहे आणि रक्त पापी व्यक्तीचं असो किंवा धर्मनिष्ठ व्यक्तीचं – ते लाल रंगाचंच असतं. माझं म्हणणं असं आहे की, रक्त धमन्यांमधूनच वाहायला हवं; धरित्रीवर नाही! सगळ्यांच्या प्रार्थनेला उत्तर तर अवश्य मिळतं, पण केव्हा केव्हा ते उत्तर 'नकारात्मक'पण असू शकतं. आपलं मन ही गोष्ट स्वीकारायला तयार नसतं.

भविष्यात काय घडणार आहे, ते मी जाणतो; तरीही ते सांगू न शकण्याची विचित्र वेदना माझं हृदय ढवळून काढते आहे. पण माझ्या मनावर उतरवून ठेवावा लागेल, असा कसलाही भार नाही. हे प्रभो! मला क्षमा करा आणि मुक्त करा या जीवनाच्या हिशेबातनं. मनाची कोरी पाटी घेऊन मी आजपर्यंत जगलो, आता मृत्यूही कोऱ्याच पाटीनं मागतो आहे!"

"कोरी पाटी?" थोडंसं स्मित करून कृष्णानं सहदेवाकडे पाहिलं. "कितीतरी अक्षरं लिहिता येतील, वाचता येणार नाहीत अशी कोरी पाटी... ठीक! सहदेवा, जशी तुझी इच्छा... इथं काही चित्रगुप्ताची वही नाही उघडलेली... मी फक्त...."

"प्रभो, तुमचं म्हणणं समजू शकतो मी. पण माझं म्हणणं समजून घ्यावं, ही प्रार्थना आहे. शब्द भ्रामक असतात, माधवा! त्यातही माझ्या शब्दांचा अर्थ सर्व जण हवा तसा लावतील. समजतो ते सांगितल्याशिवाय राहवणार नाही, पण सांगायला लागलो तर अनर्थ होईल... म्हणूनच प्रार्थना करतोय – मला मुक्ती दे, अशी."

"वत्सा! अनर्थ तर कधीच निर्माण झालाय. आता याहून वेगळा अनर्थ काय होणार आहे?"

"कळत-नकळत माझे शब्द भविष्यवाणी ठरतील... या महासंहाराची भविष्यवाणी करण्याची मला भीती वाटते, मधुसूदना! पांचालीचा पती आहे मी. राजसभेत तिच्या मान-सन्मानाचं रक्षण मी करू शकलो नाही. तो मान-सन्मान तिला परत

प्राप्त करून देण्यासाठी मी लढेन! बस्, याहून काहीही मला म्हणायचं नाही.''

''उत्तम! जशी तुझी इच्छा....''

कृष्णाची नजर द्रौपदीकडे वळली. त्या शांत दृष्टीत असंख्य प्रश्नांची वादळं उठत होती. त्या चक्रीवादळात तिचं मन गरगरू लागलं.

द्रौपदीचं हृदय धडधडू लागलं... छातीऐवजी हृदय जणू गळ्यात धडधडतंय, असं तिला वाटू लागलं. आता तिचाच क्रम होता, हे तिला माहीत होतं; पण कृष्णानं काही विचारलं नाही तर बरं, असं किती वेळा तरी तिच्या मनात आलं होतं.

कृष्णानं पाहिलं – ''सखे!'' दोनच शब्दांत असंख्य प्रश्न द्रौपदीच्या कानांत घुमू लागले.

'सख्यानं काहीही विचारू नये', अशी तिची प्रार्थना होती तरीही आतापर्यंत न बोललेलं बोलून टाकावं, म्हणूनही तिचं मन उसळ्या मारत होतं.

कृष्ण पहिल्यांदा द्रुपदाकडे अतिथी म्हणून आला असताना प्रथमत:च त्याला पाहून द्रौपदीनं जे अनुभवलं, तीच द्विधा मन:स्थिती, लज्जा – असंच गोंधळलेपण यात तिचं मन सापडलं होतं. आज तीच परिस्थिती होती.

''सखे!'' कृष्णानं पुन्हा साद घातली. द्रौपदीच्या उत्तराची वाट बघत राहिले सर्व....

छे! स्वयंवरापेक्षाही अवघड परीक्षा होती ती!

इथं मत्स्यवेध नव्हता करायचा, पण स्वत:बरोबर जीवन व्यतीत केलेली आपली सहधर्मचारिणी म्हणविणारी एक त्रैलोक्य सुंदरी, एक विचक्षण प्रतिभा असलेली बुद्धिशाली स्त्री, तेजस्वी स्त्री अशा पुरुषांसमक्ष तिचं मन उघड करणार होती – ज्यांनी तिच्यावर सारख्याच उत्कटतेनं प्रेम केलं होतं.

ही तीच स्त्री होती – जिच्यामुळे सगळे आज इथं होते.

ही तीच स्त्री होती – जिच्यामुळे ते सगळे एकत्र होते!

अग्निकुंडातून जन्मलेली, द्रुपदमहाराजांची ही कन्या अशी एक तेजस्वी अग्निशिखा होती, जिनं दुर्योधन-कर्णासारख्यांची मनं विचलित केली होती... अशी एक स्त्री, जी स्वमानासाठी आयुष्यभर सतत झुंजत आली होती.

इतक्या वर्षांपासून तन, वचन, कर्मानं सतत त्यांच्या सोबत राहिलेल्या प्रिय पत्नीचं मन आज काय सांगणार होतं, ते ऐकायला तिचे पाचही पती आतुर होते!

''मी? मला कुठं धर्मयुद्ध लढायचंय? मी का म्हणून काही बोलायचं?''

सुचेल तसं उत्तर द्रौपदीनं कृष्णाला दिलं. कृष्णानं ज्या नजरेनं द्रौपदीकडे पाहिलं, ती अस्वस्थ करणारी होती.

''धर्मयुद्ध लढायला जाऊ नकोस; पण तूच या धर्मयुद्धाचं कारण आहेस नि

यावरचा उपाय पण...."

"मी समजले नाही, सख्या;" द्रौपदीनं मुद्दाम अज्ञान पांघरलं. तिच्या डोळ्यांत एक प्रकारची भीती होती. लहान बालकाला मिठाई चोरून खाताना पकडावं, तशी. डोळे तेजस्वी, पण आता भयानं भरल्यासारखे वाटत होते.

सुंदर शरीरयष्टी, श्यामवर्ण नि तेजस्वी, चमकदार त्वचा... तिचे लांब, काळेभोर केस मोकळे होते... पाठीवरून येऊन नितंब झाकत जमिनीवर पसरले होते.

'बरोबर आहे. भीम म्हणाला, ते खरं होतं –' कृष्णाच्या मनात आलं, 'खरोखरच ही एक अद्भुत स्त्री आहे!'

"मी समजले नाही, सख्या." द्रौपदी पुन्हा म्हणाली. न हसण्याचा प्रयत्न करूनही कृष्णाच्या चेहऱ्यावर स्मित उमटलंच.

"तुझ्यासारख्या बुद्धिमान स्त्रीला माझा प्रश्न समजला नाही? कुणी विश्वास ठेवील यावर....?"

"मी काय म्हणू सख्या? मी स्वतःच एक प्रश्न बनून जन्माला आले आहे. मला सुडाच्या तृप्तीसाठी आवाहन करण्यात आलं होतं. अग्निकुंडातून अवतरलेली, सतत जळत राहिलेली एक अग्निशिखा मी. माझ्याकडून काय अपेक्षा आहे....?"

"ह-कार...स्वीकार...."

"स्वीकार? तो केल्याशिवाय इतकं जगले असते का? प्रत्येक परिस्थिती, प्रत्येक क्षण, प्रत्येक अन्याय आणि आघात... दुःख, शोक, वेदना... सर्व काही स्वीकारलंय मी... माझ्या भयंकर अपमानाला पण!"

"मान्य आहे. पण धर्मयुद्ध सुरू होण्याच्या आदल्या दिवशी मी तुझ्या मनावरचा सर्व भार हलका करू इच्छितो. मी तुला विनवतो आहे... तुझ्या मन-मस्तकाला वेटोळं घालून बसलेल्या सर्व अपेक्षा, वेदना, पीडा आणि दुर्बलतेला मनाबाहेर फेकून दे आणि भारमुक्त हो पांचाली...."

"तू विचारतोस सख्या, पण माझ्या मनातल्या कोणत्या गोष्टी तुला अज्ञात आहेत, गुप्त आहेत? तू जाणत नाहीस, असं काय आहे....?"

"देवी, ही माझी-तुझी गोष्ट नाही."

"तरीदेखील ती माझ्या-तुझ्यातली आहे." द्रौपदीच्या डोळ्यांतला भाव आता बदलला होता. स्वतःची अत्यंत गुप्त गोष्ट, अतिशय वैयक्तिक गोष्ट आज सर्वांसमोर स्पष्ट करायची – असा तिनं जणू निश्चय केला होता. "राजसभेत सर्वांसमोर एका रजस्वला स्त्रीचं वस्त्र खेचलं गेलं तेव्हा गुप्त, वैयक्तिक असं काही राहिलं होतं काय, वासुदेवा?"

"हा क्षण कडवटपणा नाही, स्वीकार व्यक्त करण्याचा आहे. आयुष्यातला एकन् एक प्रसंग, व्यक्ती, क्षण आणि संबंधांच्या स्वीकाराचा आहे क्षण."

“खरं बोललास मधुसूदना. अशाच एका क्षणाची मलाही प्रतीक्षा होती. मला पण या क्षणी एक परम स्वीकार करायचा आहे...”

सर्व जण द्रौपदीच्या चेहऱ्याकडे पाहू लागले, टक लावून. तो श्यामवर्णी चेहरा, अमावस्येच्या रात्रीत काजळ खलून घालावं तसा काळाभोर, नितंबावर रुळणारा लांब केशकलाप, फुलाच्या पाकळीसारखे कोमल ओठ... पाच-पाच पुत्रांची माता होऊनही बांधेसूद राहिलेला आकर्षक देह.

द्रौपदीच्या मुखावर एक कोवळेपणा, अजब गोडवा आलेला होता. षोडषीच्या चेहऱ्यावर असते तशी मुग्धता, ऋजुता तिच्या डोळ्यांत आणि चेहऱ्यावर पसरली होती.

“वासुदेवा!”

नजर खिळवून सगळे द्रौपदीकडे पाहत होते... ‘काय आणि कसा असेल द्रौपदीचा स्वीकार... कोण असेल...?’

“वासुदेवा, माझे पिताश्री मला जेव्हा ‘कृष्णा’ अशी हाक मारायचे, तेव्हा मला कल्पनाही नव्हती की, कृष्ण माझ्या आयुष्याचा पर्याय होणार आहे! सख्या, तू जाणतोस, सत्य आणि संवेदनांना समजतोस. उद्याच्या युद्धाच्या आदल्या दिवशी मी सगळं सत्य सांगून टाकलं तर युद्ध इथंच, आत्ताच सुरू होईल. मधुसूदना अरे, सोपं नाही पाच-पाच पतींच्या बरोबर एकसारखी निष्ठा ठेवून जगणं! आज त्या निष्ठेत जराशी जरी फट पडली असं वाटलं तरी....”

“तरीदेखील तुझ्याबद्दलचा सन्मान जराही कमी होणार नाही, पांचाली....” अचानकच अर्जुन बोलला. ‘प्रीती पार्थेन शाश्वतिम्!’ मयदानवाजवळ कृष्णानं वरदान मागून आम्हा सर्वांचं प्रेम जिंकलंच आहे. सांग पांचाली, सांग. काय सांगायचंय तुला?”

“तुला? फाल्गुनी, तुला? सख्या... तुला सांगावं लागेल? माझ्या मनातली गोष्ट तुम्ही सर्वच जाणता. येणाऱ्या अनेक पिढ्याही ती जाणतील.”

द्रौपदी उठून उभी राहिली. कितीतरी वेळापासून तिचा घुसमटलेला श्वास तिला जणू शिबिराबाहेर घेऊन गेला.

पांचालीचे डोळे नितळ आणि पाणावलेले होते... “मला विवस्त्र करताना माझे पाच-पाच पती पाहत राहिले होते. तेव्हा माधवा, केवळ तुझ्या आधारासाठी माझे हात जोडले गेले होते... मदतीसाठी तुला साद घातली होती, हे कमी होतं का? हे वासुदेवा! आपल्यातले संबंध विश्वास-अविश्वासाचे संबंध श्वास-निःश्वासासारखे चालत राहिले. दोघांपैकी एक जरी बंद झाला तरी प्राण जाणारच. मी, द्रुपद राजकन्या द्रौपदी – कृष्णा – माझे पती आणि तुम्हा समक्ष मनाची सर्व दारं उघडी करत आहे... आता कोणताही भार नाही, कसलीही पीडा नाही, वेदना नाही, दुःखही नाही. कित्येक वर्षे माझ्या अन्तर्मनात खुपत होती ती गोष्ट. काही

तरी भंग पावून तुटावं तसे, या संवेदनेचे तुकडे माझ्या अंतरंगांत सतत टोचत होते. वासुदेवा, मधुसूदना... सख्या... वेदनेचा, पीडेचा प्रत्येक क्षण मला अधिकाधिक तुझ्या जवळ आणत होता. ज्या-ज्या वेळी अन्यायाविरुद्ध मस्तक उन्नत करून मी युद्धात उतरले, त्या-त्या प्रत्येक क्षणी वाटायचं, तू माझा एक हात घट्ट धरून ठेवलायस. सख्या, जन्मजन्मांतरी तुझं असंच प्रेम मला मिळावं, याहून जास्त काहीही नकोय मला....''

द्रौपदीच्या बोलण्यानंतर कितीतरी क्षण तिथं एक घनदाट शांती पसरली. तिच्या बोलण्याचा आपापल्या परीनं अर्थ लावण्यातच वेळ गेला. द्रौपदी पुढं म्हणाली, ''सख्या, प्रत्येक वेदनेच्या क्षणी मी तुझ्या जवळ-जवळ येत जावं, असं का? कशासाठी? तुला आमच्या जवळ ठेवण्याचा, हृदयात सामावण्याचा एकमात्र मार्ग वेदनेद्वाराच आहे का? तुला मिळवण्यासाठी पीडित होणं, व्यथित होणं, तडफडणं, झुंजणं अपरिहार्य आहे?

कुरुक्षेत्रावरच्या या शिबिरात तुझी केवळ उपस्थितीच केवढी शांती, सुख-समाधान देणारी आहे... का म्हणून युद्धातच आमचा सारथी होतोस तू? आमच्या जीवनातल्या सुख-दुःखाच्या प्रत्येक क्षणी तू आमच्यासह राहू नाही शकणार? हे प्रभू! पुढील जन्मात मी परत तुझी सखी होऊन तुला प्राप्त करण्याची प्रार्थना करीन....''

द्रौपदीच्या प्रथम भेटीचे क्षण कृष्णाच्या नजरेसमोर तरळून गेले... सोळा वर्षांची ती श्यामवर्णी, आपादमस्तक केशकलाप असणारी ती अलौकिक सुंदरी प्रथम भेटीतच हृदय देऊन चुकली होती कृष्णाला! त्या वेळच्या या श्रेष्ठ पुरुषाला वरण्याची आकांक्षा राजघराण्यातील बहुतेक युवतींना होती. त्यांच्याहून कृष्णा वेगळी थोडीच होती?

जिला पट्टराणी करण्यासाठी साऱ्या भरतखंडातले राजे, वीर पुरुष अतिशय आतुर होते; त्या द्रौपदीच्या स्वयंवरात काही निराळ्याच निश्चयानं कृष्ण आला होता. लाक्षागृहाची घटना तर काल घडल्याइतकी ताजी होती....

स्वयंवराच्यावेळी दुर्योधन, कर्ण, शिशुपाल, जरासंध या वीरांच्यात कृष्णही आलेला पाहून द्रौपदीनं मनोमन ईश्वराचे आभार मानले होते.

द्रौपदीसमोरून जाणाऱ्या अर्जुनाचे श्यामरंगी पाय पाहून नजर खाली वळवून बसलेल्या द्रौपदीला ते कृष्णचरण आहेत, असंच वाटलं. ते चरण मत्स्यवेधापर्यंत पोहोचावेत, अशी प्रार्थना तिनं केली.

मत्स्यवेध करून वरमाला घालण्यासाठी अर्जुन जसा द्रौपदीसमोर आला... द्रौपदीच्या हृदयाचा ठोका चुकला त्याला पाहून....

म्हणजे? – तो कृष्ण नव्हता!

तिचे डोळे काठोकाठ भरून आले. अर्जुनाच्या बाजूला उभ्या असलेल्या

कृष्णाकडं तिनं पाहिलं... व्याकूळ नजरेनं. पराकोटीची वेदना होती त्या नजरेत.

द्रौपदीला वाटलं, कृष्णानं आपली फसवणूक केली.

आपल्या मनातल्या सर्व गोष्टी जाणणाऱ्या कृष्णानं अर्जुनाला पुढं करून आपला स्वीकार केला नाही, या भावनेचा सल द्रौपदीच्या हृदयात आरपार शिरून गेला. ज्या नजरेनं तिनं कृष्णाकडं पाहिलं, त्या नजरेत प्रश्न होता – स्वत:च्या अस्वीकाराची कारणं मागणारा प्रश्न....

आजदेखील ती नजर कृष्ण विसरला नव्हता.

सुडाच्या पूर्तीसाठी जन्मलेल्या त्या अग्निकन्येच्या हृदयात इतका ओलावा असेल... कृष्णाशिवाय दुसरं कोण ही गोष्ट समजणार?

तो ओलावा, कोमलता, शीतल जलाच्या शिडकाव्यासारखी भावना त्याच्या हृदयात भरून कृष्णाला भिजवत राहिली... इतरांना अग्निकन्येची ज्वाला दिसत राहिली. जवळ येणाऱ्यांना दाहक चटके देत राहिली – तिच्या सौंदर्यानं, बुद्धिमत्तेनं आणि तिच्या स्वाभिमानानं!

कोणीही स्पर्श करू शकत नव्हतं तिच्यातल्या आर्द्रतेला. तिचे पाच-पाच पती पण नाही! तिच्या या पहिल्या पावसाच्या सुगंधासारख्या आर्द्रतेपर्यंत पोहोचण्यासाठी त्या अग्नीमधून, तेजातून जाण्याची कुणाची ताकद नव्हती.

भर राजसभेत उभ्या, एकवस्त्रा द्रौपदीच्या डोळ्यांत शरमेपेक्षा क्रोध अधिक होता. दु:शासनानं तिचं वस्त्र नाही, तर तिच्या स्वाभिमानाचं वस्त्रहरण केलं होता.

राजसभेत तिचं वस्त्रहरण होताना तिचे पती मूक बघत राहिले याची वेदना आजही नव्हती कदाचित! पण वेदना या गोष्टीची अधिक होती की, तिच्या स्वाभिमानावर, सन्मानावर, तिच्या गौरवावर दुर्योधनानं लत्ताप्रहार केला होता आणि त्याची संपूर्ण जबाबदारी तिच्या पतींची होती.

रजस्वला अवस्थेत तिला सभेत वडिलमाणसांसमोर उभं केलं, यापेक्षा एखाद्या निर्जीव वस्तूसारखी द्यूतात पणाला लावलं गेलं, याचा संताप अधिक होता.

साऱ्या राजसभेला मुळापासून हादरविणाऱ्या आवाजात तिनं प्रश्न केला, "माझे पती प्रथम स्वत:ला हरलेत की मला?"

उत्तर देण्यास असमर्थ वीर, इतर वडीलधाऱ्या व्यक्तीं चित्रासारख्या स्तब्ध धृतराष्ट्र, विदुर, गांधारी, भीष्म यांना तिनं दुसरा प्रश्न विचारला –

"स्वत: हरलेली व्यक्ती दुसऱ्या न हरलेल्याला पणाला लावू शकते का....?"

द्रौपदीच्या डोळ्यांतून आसवांच्या सतत धारा वाहत होत्या... पण अपमान, अवहेलना झाल्या कारणानं; असहायतेमुळे नाही.

द्रौपदीचे सजल डोळे वारंवार न्याहाळले होते त्यानं! प्रत्येक प्रसंगी काही वेगळ्याच रंगाचे अश्रू असायचे तिच्या डोळ्यांत, पण ते रंग फक्त कृष्णच

ओळखायचा. विचार करताना कृष्ण स्वत:ही सहज भिजला त्यात.

'न मे मोघं वचो भवेत्' कृष्णाला स्वत:च्याच शब्दाचं स्मरण झालं.

द्रौपदीला वस्त्र पुरवताना, वचन देताना त्यानंच म्हटलं होतं... 'तू आत्ता जशी रडत आहेस तशाच, भविष्यात या सर्व पापी पुरुषांच्या स्त्रिया पण रडतील... 'न मे मोघं वचो भवेत्...' माझे शब्द असत्य ठरणार नाहीत.'

कृष्णाच्या कानांत घुमू लागला पांचजन्याचा ध्वनी.

बासरी बाजूला ठेवून शंख हाती घेण्याची अपार वेदना त्याच्या रोमारोमांत उमटत होती. कुरुक्षेत्राच्या युद्धानंतरच्या या दिवसांच्या भीषणतेची कल्पनाही कृष्णाला होती. म्हणूनच त्यानं या युद्धाला 'प्राण युद्धेन जेतव्य' म्हटलं... आता जे घडणार आहे, ते येणारी अनेक शतकं विश्व विसरू शकणार नव्हतं.

कुरुक्षेत्रातल्या त्या संध्याकाळच्या क्षणी, कृष्णाचा आवाज चारही दिशांत घुमू लागला....

'यतोधर्म स्ततो जय...'

अर्जुनाच्या रथानं जेव्हा द्वारकेत प्रवेश केला, तेव्हा सूर्य डोक्यावर तळपत होता. सतत दोन दिवस धावल्यानं घोड्यांच्या तोंडातून फेस गळत होता. पांचालीचा चेहरा, केस धुळीनं माखले होते. अर्जुनाची लगामावरची पकड सैल पडत होती.

नगरीच्या मुख्य प्रवेशद्वारातून रथ आत आला तेव्हा एरवी सतत गजबजलेले राहणारे राजमार्ग शांत, निर्जन, सामसूम बघून द्रौपदीला आश्चर्य वाटलं. यादवांची सदैव ये-जा असणाऱ्या रस्त्यांवर आज एखाद-दुसऱ्या यादव स्त्रीखेरीज कुणीच आढळलं नाही. द्वारकेच्या सुवर्णमहालांचे मोठे दरवाजे घट्ट बंद करून घेतलेले होते. घराघरांत जणू मृत्यू तांडव खेळून गेला होता.

द्रौपदीनं अर्जुनाकडे नजर टाकली... "हे काय घडलंय, पार्था? माझ्या हृदयात अशुभ कल्पना घोंगावताहेत." नि:शब्द अर्जुनानं न बोलता फक्त द्रौपदीच्या खांद्यावर हात ठेवला आणि रथ मुख्य महालाकडे वळवला.

मुख्य महाल आजूबाजूच्या लहान आठ महालांनी वेढलेला होता. सत्यभामा, जांबुवती आणि इतर राण्यांच्या महालांच्या मधोमध कृष्णाच्या पट्टराणीचा महाल... त्यावरचा सुवर्ण कळस झगमगत होता. दुपारची वेळ असूनही महालाच्या उजव्या बाजूची पाकशाला अगदी निर्मनुष्य होती.

दास-दासी, सेवकांच्या धावपळीनं सदैव चेतनामय राहणारा तो महाल

विलक्षण शांत पाहून द्रौपदीचं हृदय धडधडू लागलं... तिनं अर्जुनाकडे आर्त दृष्टीनं पाहिलं. त्या नजरेत भीती, शंका-कुशंका यांच्याबरोबर अशुभ कल्पनाही डोकावत होत्या. त्या डोळ्यांकडे बघणं अर्जुनाला अवघड वाटू लागलं.

महालाबाहेर उभे असणारे द्वारपाल सुस्तावलेले होते.

अर्जुनानं महालाच्या अश्वशाळेत रथ नेला. तो बघत राहिला... दोन-चार अगदी लहान शिंगरं, म्हाताऱ्या अश्वांशिवाय अश्वशाळेत काहीही नव्हतं... अगदी रिकामीच होती.

हात धरून अर्जुनानं पांचालीला रथाखाली उतरवलं... सतत वेगानं प्रवास करून आल्यामुळे दोघांची मस्तकं सुन्न झाली होती... वाऱ्याचा घूं घूं ऽऽ असा ध्वनी अजून कानांत फिरत होता. डगमगत्या पावलांनी द्रौपदी मुख्य महालाकडे निघाली. तिचं उत्तरीय महालाच्या पायऱ्यांवर लोंबत होतं... डोळ्यांत अनेक जन्मांचा शोष पडला होता.

महालाच्या पायऱ्या पार निर्मनुष्य होत्या. नाहीतर एरवी त्यांच्यावर सामान्य प्रजाजन आणि कृष्णदर्शनासाठी येणाऱ्यांचे घोळके उभे असायचे. पण अशा रीतीनं मुख्य महाल अक्षरशः निष्प्राण कधीच नसायचा... अगदी कृष्ण द्वारकेबाहेर असला तरीदेखील!

द्रौपदी द्वारकेत यायची तेव्हा तिचं प्रसन्न स्वागत व्हायचं, पण त्यात एका गृहिणीची उणीव भासायची. स्त्री ज्या वेळी स्वतःच्या घरात येणाऱ्या अतिथीचं स्वागत करते, त्या वेळी त्यात जो भाव, सुगंध असतो; त्याचा अनुभव रुक्मिणी द्वारकेत आल्यावर द्रौपदीनं पहिल्यांदा घेतला.

गजराजांनी उधळलेली फुलं आणि मोत्यांनी रुक्मिणीनं द्रौपदीचं भव्य स्वागत केलं होतं.

'वासुदेवस्य् सखी!'

हात जोडून प्रणाम करत रुक्मिणी उद्गारली. तिच्या चेहऱ्यावर जरासं मिश्कील हसू होतं.

वयानं ती द्रौपदीपेक्षा लहान. तिच्या आणि कृष्णाच्या वयातही बरंच अंतर होतं. बरीच लहान होती ती कृष्णापेक्षा. रुक्मीनं, तिच्या भावानं तिचा विवाह शिशुपालाशी करण्याचा निश्चय केला होता. रुक्मिणी त्याला समजावू शकली नाही. शेवटी तिनं कृष्णाला पत्र लिहिलं आणि सुदेव ब्राह्मणाबरोबर द्वारकेला पाठवलं... अवघ्या सात श्लोकांत तिनं आपली व्यथा व्यक्त केली होती.

पत्रात कृष्णावरचं उत्कट प्रेम व्यक्त केलं होतंच, पण त्याचबरोबर कृष्णानं शिशुपालापासून आपल्याला वाचवलं नाही तर आत्महत्या करण्याचा निश्चयही रुक्मिणीनं स्पष्ट कळविला होता.

पत्र मिळालं, त्या वेळी द्रौपदी द्वारकेतच होती.

संध्याकाळी द्रौपदी उद्यानात फिरत होती. कृष्ण तिच्या जवळ आला... रुक्मिणीचं पत्र घेऊन –!

पत्रात द्रौपदीला रुक्मिणीचा चेहरा दिसला होता.

...कृष्णमय झालेले दोन निर्मळ डोळे, त्यातून ओसंडून वाहणारं कृष्णप्रेम. त्या चेहऱ्यात, काहीसं स्वतःच्या चेहऱ्याचं प्रतिबिंबही दिसलं द्रौपदीला.

तीच मुग्धता, ऋजुता, तो प्रणय, कृष्णाला समर्पित होण्याची तीच दुर्दम्य आकांक्षा.

"इतकी श्रद्धा तर मीही तुझ्यावर नाही ठेवली, सख्या!" हसत-हसत, टोमणा न मारता द्रौपदी म्हणाली होती.

"अस्सं का?" कृष्णाच्या नजरेत मिश्कील भाव होता.

"सख्या, ही कन्या तुझी पट्टराणी व्हायला संपूर्ण योग्य आहे आणि तिचं हरण करणं तुझा धर्म आहे. तिच्या सौंदर्याबद्दल खूप प्रशंसा मी ऐकलीय शिवाय ती विदुषी आहे. अशीच कन्या द्वारकेची पट्टराणी होऊ शकते!"

कृष्णानं द्रौपदीच्या डोळ्यांत खोल डोकावलं. जणू डुबकी मारून समोरच्या तीरावर जायचं होतं इतका खोल उतरला तो, काठ ओसंडून वाहणाऱ्या त्या डोळ्यांत....

...आणि नंतर कृष्णानं खास आमंत्रण पाठवलं होतं नि द्रौपदी पहिल्यांदा रुक्मिणीला भेटायला द्वारकेत आली होती.

"वासुदेवस्य सखी!" हात जोडून प्रणाम करत रुक्मिणी उद्गारली, "माझ्या प्रिय पतीच्या सखे, द्वारकेत तुझं स्वागत आहे!"

ते मिश्कील, निखळ डोळे, प्रफुल्लित चेहरा आणि रुक्मिणीच्या हातांचा स्पर्श द्रौपदी आजही अनुभवत होती.

अर्जुनानं तिचा हात धरला.

घाबरलेली, बालकासारखी भयार्त झालेली द्रौपदी दोन्ही हातांनी अर्जुनाचा हात घट्ट पकडून मुख्य महालाच्या पायऱ्या चढू लागली.

आसवांनी भरलेल्या डोळ्यांनी रुक्मिणी द्रौपदीकडे पाहत राहिली. आणि द्रौपदी... हतप्रभ होऊन विस्फारलेल्या डोळ्यांनी रुक्मिणीकडे पाहत होती. रुक्मिणीनं आत्ताच तिचं बोलणं संपवलं होतं; पण द्रौपदीला त्यातला एकही शब्द खरा वाटत नव्हता!

अर्जुन एकही शब्द न बोलता गवाक्षापाशी विमनस्कपणे जाऊन उभा राहिला. पश्चिम क्षितिजावर सूर्य हळूहळू सागरात प्रवेश करत होता. केशरी आकाश, म्हणजे जणू रक्तलांच्छित रणभूमी असावी, अशा विचारानं अर्जुन भयार्त दृष्टीनं समोर पाहत होता.

हळूहळू द्वारकेच्या महालांवर अंधार उतरू लागला होता. तो अंधार प्रत्येक घरासाठी जणू मृत्यूचा संदेश घेऊन आला होता. प्रत्येक घरातले जवळजवळ सर्वच यादव पुरुष आजच सकाळी उत्सवयात्रेला गेले होते. तरीही द्वारकेतली ती संध्याकाळ विलक्षण उदास, अस्वस्थ आणि गोंधळात टाकणारी होती.

सकाळीच मुख्य महालाच्या प्रांगणात उभे असलेले सुवर्णरथ आणि त्यांचे वेगवान अश्व यादव पुरुषांना घेऊन एका मागोमाग एक रवाना झाले होते.

यादव पुरुष आपापल्या स्त्रियांना आलिंगने देऊन आज सकाळीच तर प्रभास तीर्थाकडे जाण्यासाठी उत्सवयात्रेत सामील होऊन निघून गेले होते. याला आठ प्रहरही झाले नव्हते... पण द्वारकेतली ती संध्याकाळ कृष्णाशिवाय किती उदास, सुनी-सुनी, एकली, अपुरी वाटत होती!

द्रौपदी डोळे विस्फारून रुक्मिणीकडे पाहत होती. सख्याशिवायची ही नगरी स्मशानापेक्षाही भीषण वाटत होती द्रौपदीला. नगरीतली शांतता तिला भयजनक वाटत होती.

''मग... आता...'' द्रौपदीनं रुक्मिणीकडे बघत विचारलं.

''काळानं त्याचा फास कधीच टाकलाय, द्रौपदी... प्रभासक्षेत्रात सायंकाळी मद्यपान सुरू झालंही असेल...'' रुक्मिणीच्या आवाजात मृत्यूचा थंडपणा होता.

''पण सखा....''

''तू... तू... वेळेपूर्वी नाही येऊ शकलीस, वासुदेवसखी!''

''म्हणजे? आता... सखा....''

''तुला नाही भेटणार. ती यादवी सर्व यादवांचा घास घेणार... आणि द्वारकेचं सुवर्णयुग संपणार...'' रुक्मिणी एखाद्या ज्योतिषासारखी बोलत होती. तिचे डोळे जणू गारगोट्या बनले होते. चेहऱ्यावर एक भावनाहीन थंडपणा होता. एक प्रतीक्षा... महाकालाचं खड्ग तिच्या कंठापर्यंत केव्हा पोचतंय, त्याची.

''पार्था...पार्था...'' द्रौपदीनं किंचाळल्यासारख्या आवाजात हाका मारल्या. तिच्या डोळ्यांतून अश्रुधारा वाहू लागल्या होत्या... कंठ दाटला होता... ती नीट श्वासही घेऊ शकत नव्हती... ''पार्था... पार्था...''

द्रौपदीचा तो विचित्र आवाज ऐकून गवाक्षापाशी उभ्या असलेल्या अर्जुनाच्या हृदयाचा ठोका चुकला... तो दालनात द्रौपदीकडे धावला.

''पार्था... पार्था...'' द्रौपदीचा आवाज क्षीण होत चालला होता. उंबरठ्याला

अडखळून पडता-पडता अर्जुन सावरला नि मूर्च्छित होऊन द्रौपदीला त्यानं झटकन हातात, सावरून धरलं आणि जवळच्या मंचकावर निजवलं... "सखा... सखा... प्रभासतीर्थ... सखा..." अस्फुट स्वरांत द्रौपदी बडबडत होती. अजूनही तिच्या डोळ्यांतून अश्रूंचा प्रवाह वाहत होता.

द्रौपदीची स्थिती पाहून निःस्तब्ध रुक्मिणीचे डोळेही भरून आले. पाणावलेल्या डोळ्यांनी, दाटून आलेल्या गळ्यानं ती अर्जुनाला म्हणाली,

"अजूनही वेळ आहे. तुम्ही दोघं प्रभासक्षेत्री पोहोचायचा प्रयत्न करा... अखेरच्या क्षणी प्रभूला नाही भेटू शकलात तर पांचाली..." पुढं बोलणं रुक्मिणीला अशक्य झालं.

अर्जुन द्रौपदीकडे पाहत राहिला.

ही तीच स्त्री होती, जिच्यावर तो खूप प्रेम करत होता... ही तीच स्त्री होती, जिनं पाचही बंधूंना आपल्या मोहात आणि निष्ठेत एकत्र बांधलं होतं... शरीरानं, मनानं. कधीही तिनं आपल्या पत्नित्वात तडजोड केली नव्हती. ही ती स्त्री, जी इंद्रप्रस्थाची महाराणी होती, जिची दृष्टी पडताच मोठमोठे राजे-महाराजे झुकत असत. ही तीच स्त्री होती, जिची दुर्योधन-कर्णानं आकांक्षा ठेवली होती.

ही स्त्री – कृष्णावर असीम प्रेम करत होती!

कुरुक्षेत्राच्या युद्धासाठी प्रस्थान ठेवतानादेखील पाच पतींना कुंकुमतिलक करताना जिचे हात थरथरले नव्हते; ती स्त्री कृष्णाच्या अंतिम प्रस्थानाबद्दल ऐकताच मोडून पडली होती.

युद्धाच्या आदल्या संध्याकाळी... ती जे म्हणाली होती, त्याचा हा अर्थ होता.

'माझे तात जेव्हा मला कृष्णा म्हणून हाक मारायचे, तेव्हा मला कल्पनाही नव्हती की, कृष्ण हा माझ्या आयुष्याचा पर्याय होईल. सख्या, तू जाणतोस, समजतोस – सत्य नि संवेदनेला... युद्धाच्या या आदल्या संध्याकाळी जर मी सर्वच सत्य... सांगितलं... तर युद्ध इथंच, आत्ताच सुरू होईल. मधुसूदना! अरे, सोपं नाही पाच-पाच पतींबरोबर एकसारखी निष्ठा ठेवून जगणं! आज त्या निष्ठेत जराशी जरी फट पडली तर....'

म्हणजे, ही फट होती तर!

पण त्या फटीतून डोळे दिपवून टाकणारा केवढा तरी प्रकाश पसरला होता –

पाच-पाच पुत्रांच्या मृत्यूचा स्वीकार करणारी, ही पर्वतासारखी निश्चल राहणारी महाराणी – केवळ शंकेमुळे इतकी कासावीस होईल याची अर्जुनाला एवढीशीही कल्पना नव्हती....

कृष्ण-द्रौपदीचे कित्येक प्रसंग त्याच्या डोळ्यांसमोरून सरकू लागले... त्याच्या

स्मृतिपटलावर चित्रित झालेल्या प्रसंग न् प्रसंग जणू त्याला सांगत होता... "धाव... पार्था, धाव आता. आत्मा जर निघून गेला, तर शरीर पण राहणार नाही... आता विलंब मुळीच नको."

पलंगावर द्रौपदी जरा तंद्रीत बोलत होती....

"मी येतेय, सख्या... येतेय... पोहोचेन तिथं... प्रतीक्षा कर... कृष्णा...."

अस्फुट बोलणाऱ्या द्रौपदीला अर्जुनानं झटकन दोन हातांनी उचललं. तिचा अंबाडा सुटून केशकलाप विखुरला होता... लांबसडक केस जमिनीवर लोळू लागले... उत्तरीय जमिनीला घासू लागलं... हात जणू संवेदनहीन झाल्यासारखे खाली लटकत होते... कंचुकी सहज खाली घसरल्यानं वक्षस्थळांमधील रेषा स्पष्ट झाली होती... गळ्यातल्या सोन्या-मोत्यांच्या माळा गळ्यामागे केसांसह लोंबत होत्या... पाय निष्प्राण झाल्यासारखे गुडघ्यातून दुमडले गेले होते.

अर्जुनानं तशाच अवस्थेत तिला उचलून सरळ रथाकडे धाव घेतली. रुक्मिणी क्षणभर पाहत राहिली... अडवण्याची शक्ती तिच्यात नव्हती, पण तिनं मनोमन जगन्नियंत्याला प्रार्थना केली... 'हे ईश्वरा, ही स्त्री काळाबरोबरच्या स्पर्धेत पुढं जाईल नि कृष्णापर्यंत पोहोचेल, एवढंच कर... त्यातच सर्वांचं कल्याण आहे... भलं आहे... शांतिः शांतिः शांतिः!'

अश्वत्थाच्या आधारे टेकून बसलेल्या कृष्णानं हलकेच डोळे उघडून पाहिलं... चारही दिशांना पाहिलं... माध्यान्हीचा सूर्य प्रखरपणे तापत होता... पिंपळाचा तो वृक्ष, कृष्णाच्या मस्तकावर शेषनाग फणा उभारून बसला असावा तशी शीतल छाया देत होता... जरा एक पाय दुमडून, गुडघ्यावर हात ठेवून बसला होता.

"बंधो! रथाच्या घंटिका वाजल्या का?"

"नाही प्रभो... अजून तरी कोणीच आलं नाहीय."

"भ्रम..." एक मिश्कील स्मित उमटलं कृष्णाच्या चेहऱ्यावर.

"कसं आहे नाही माणसाचं मन? ज्याची वाट बघत असतं, त्याची अपेक्षा करत असतं; ती व्यक्ती येईलच नि असंच धरून चालतं खुशाल!"

"अर्जुनाची वाट बघताय का, प्रभो....?"

"हो, अर्जुनाची पण आणि...."

"दुसरं कुणी येणार आहे त्याच्या बरोबर?"

"ते तर येणाऱ्यालाच माहीत."

कृष्णाचे डोळे वारंवार मिटत होते... घशाला शोष पडत होता. मिटल्या डोळ्यांसमोर अनेक रंग आपली लीला दाखवत होते. मोरपीस चेहऱ्यावर झुकून जणू माया करत होतं. वृंदावनाच्या गल्लीतून राधेचे पैंजण वाजत होते... की इंद्रप्रस्थाच्या रस्त्यावरून अर्जुनाचा रथ द्वारकाधीशाच्या स्वागतासाठी आला होता....?

रुक्मिणीच्या चंदनहारातल्या घंटिका झणझणत होत्या की, सत्यभामेच्या कंकणात जडवलेल्या सुवर्णफुलांचा किणकिणाट होता....?

लोणी घुसळताना वाजणाऱ्या यशोदामातेच्या हातातले कंकण होते की, मस्तकावरून सतत हात फिरवणाऱ्या देवकीमातेच्या सुकलेल्या मनगटातील परस्परांवर आपटून अद्भुत आवाज करणारी सुवर्णकंकणं होती....?

इतके सगळे आवाज... कोण जाणे कसे, कुठून एकाच वेळी कृष्णाच्या कानांत गुंजत होते. त्यानं डोळे परत मिटून घेतले... पुन्हा शांत होऊन तो वाट पाहू लागला.

“हे काय करतोयस, सख्या....?”

“का? अगं, इतक्या मोठ्या यज्ञकार्यात माझा थोडा तरी सहकार हवाच ना?”

“पण म्हणून हे असलं काम...?” द्रौपदीच्या स्वरांत आश्चर्य होतं.

“हात सोड सखे, सगळे पाहतायत....”

आणि तिनं संकोचून कृष्णाचा हात पटकन सोडला.

रात्री जेव्हा सगळ्यांबरोबर महालाच्या प्रांगणात, खुल्या आकाशाखाली सुवर्णासनावर बसला... तेव्हा अर्जुन मोठमोठ्यानं हसत होता.

“याज्ञसेनीला इतकं लाजलेलं मी कधीही पाहिलं नव्हतं....”

“यात इतकं हसण्यासारखं काय आहे?” भीम जरा घोटाळ्यात होता.

“सखीला मी जेव्हा म्हणालो की, हात सोड – सगळे पाहतायत, तसा तिनं पटकन माझा हात सोडला. जणू हात पकडण्यात काही चोरी केलीय.”

“चोरी तर खरीच! पाच-पाच पती असताना सख्याचा हात असा सर्वांसमक्ष पकडायचा म्हणजे...” अर्जुन परत मोठ्याने हसायला लागला.

“अरे! हा उष्ट्या पत्रावळी गोळा करत होता; मग नको अडवू....?”

“तू मेंदीनं सजवलेल्या, कंकणांनी भरलेल्या हातांनी माझा हात पकडलास; याहून अधिक भाग्य कुणाचं असणार?” कृष्ण हसला आणि याज्ञसेनी लाजली.

अर्जुन अजूनही हसत होता, याज्ञसेनी लाजत होती आणि भीमसेन अजूनही

गोंधळलेलाच होता.

इंद्रप्रस्थातल्या राजसूय यज्ञाच्या समाप्तीची ती सायंकाळ होती. द्रौपदी आता चक्रवर्ती पतींची महाराणी झाली होती... इंद्रप्रस्थाची महाराणी... अजिंक्य बनलं होतं इंद्रप्रस्थ!

तरी पण द्रौपदीची चेष्टा करणारा, हास्यरंजन करणारा कृष्ण भविष्यात येणाऱ्या क्षणांच्या चाहुलीनं विचलित झाला होता. त्या क्षणांना कसं थांबवावं... त्याला काही उमजत नव्हतं.

अचानक, शांत आणि गप्प बसलेल्या सहदेवाकडे कृष्णाची दृष्टी गेली. कोण जाणे, तो आकाशाकडे नजर लावून काय पाहात होता? कृष्णाच्या डोळ्यांना डोळे भिडताच सहदेवानं दृष्टी जमिनीकडे वळवली. त्या दोघांत कितीतरी विचारांची देवाण-घेवाण झाली... एक अक्षरही न बोलता.

"सखे, फळं खाण्याची इच्छा आहे..." कृष्ण म्हणाला.

"आणते, आताच." द्रौपदी पटकन उठली.

"अगं, दासी नाहीत का?" अर्जुनानं हात पकडून थांबवलं तिला.

"दासी इतरांसाठी; सख्यासाठी नव्हे..." हसून हात सोडवत द्रौपदी निघून गेली.

परत सहदेव-कृष्णानं एकमेकांकडे बघितलं... नजर जमिनीकडे वळवण्याची वेळ आता कृष्णाची होती.

हातांत फळांनी भरलेलं सुवर्णपात्र घेऊन द्रौपदी परत आली.

महालाच्या दालनातून येणाऱ्या द्रौपदीच्या कानांतली रत्नफुलं थोड्याशा अंधारातही चमकत होती; पण त्या रत्नफुलांपेक्षाही चमकत होते तिचे तेजस्वी डोळे! केसांचा, सैलसर झाल्यानं हलणारा अंबाडा, त्यातून मोकळ्या सुटलेल्या एक-दोन चुकार बटा, सरळ नाक, सुंदर नाजूक ओठ आणि मोहक गोलसर हनुवटी... कोरून काढल्यासारखी वाटणारी किंचित उंच मान आणि नजर खिळवून ठेवणारा स्तनांचा उभार....

दोन्ही हातांच्या पंजात सामावून जावी अशी कृश कंबर, तीवर रत्ने जडवलेली मेखला... तिच्या पैंजणांचा झणकार हळूहळू जवळ येत गेला.

"घे, सख्या..." द्रौपदीनं फळांचं पात्र समोरच्या बैठकीवर ठेवलं. पात्रातली सुरी घेऊन कृष्णानं फळ कापायला सुरुवात केली. त्यानं सहदेवाकडे बघितलं – सहदेव हसला... सहेतुक हसला....!

सहदेवाचं हसणं कृष्णाच्या लक्षात येण्याआधीच फळ कापताना त्याचं बोट कापलं नि रक्त येऊ लागलं. कृष्णाच्या लक्षात येण्याआधीच द्रौपदीनं नेसलेलं भरजरी रेशमी उत्तरीय फाडलं न त्याची पट्टी बनवून कृष्णाच्या कापलेल्या बोटावर बांधून टाकली.

युधिष्ठिर, भीम आणि अर्जुन चकित होऊन बघत राहिले... थोडंसं हसत सहदेव सावकाश उभा राहिला... कृष्णाकडे पाहून परत हसला. तो का हसला, ते कुणाच्याही ध्यानात आलं नाही... एका कृष्णाशिवाय!

कृष्णानं द्रौपदीचा हात हातांत घेतला.

"कृष्णे! सखे! आज या सर्वांसमक्ष तुला वचन देतो – या वस्त्रात जितके धागे आहेत... तितकी वस्त्रे मी तुला पुरवीन... वेळ येताच!"

सहदेव परत हसला!

"इतक्या वस्त्रांची मला कधी जरुरीच पडणार नाही, सख्या! वनात राहिल्यानंतर मला वल्कलंच आवडू लागलीत. फुलांचे दागिने नि वल्कलं यांचाच मोह होतो आहे. ही भारी वस्त्रंच मला बोचतायत. या उत्तरीयात किती धागे आहेत ते नाही माहीत, पण तुझ्या-माझ्यातल्या संबंधांचे धागे न तुटता असेच भक्कम राहतील, असं वचन दे मला – माधवा!"

सहदेवाच्या चेहऱ्यावर काही निराळेच भाव उमटले.

अतीव प्रेमानं कृष्णानं कृष्णेचा हात धरला.

"वचन देण्याची आवश्यकता वाटते तुला, सखे?"

द्रौपदीसह सगळ्यांचेच डोळे पाणावले. अत्यंत व्यक्तिगत संबंध असूनही किती मंगल-पवित्र होते ते! काय नाव होतं या संबंधाचं....?

मैत्री? प्रेम?... की...?

"मला पणाला लावण्याआधीच माझे पती स्वतःला हरून बसले आहेत... मग मला पणाला लावण्याचा अधिकार त्यांना कोणी दिला? कुठली राजनीती ही? मी तुम्हाला विचारतेय, पितामह... महाराज धृतराष्ट्र... विदुरकाका... तुम्हाला हे का... का स्वीकारावंसं वाटलं? कुलवधू आहे मी तुमच्या कुलाची! द्यूतात कुलवधूला पणाला लावता येतं? हरता-जिंकता येतं? हीच परंपरा आहे तुमच्या कुळाची?" द्रौपदीचा तीव्र आवाज तिच्या आसवांत भिजून त्या राजसभेत घुमत राहिला होता. झुकलेली मस्तकं द्रौपदीच्या प्रश्नांच्या भारानं आणखी झुकत होती.

"मी सर्वांना विचारते आहे. उत्तर द्या माझ्या प्रश्नाचं..." द्रौपदीचा आवाज अग्निशिखेसारखा जळजळत होता.

"प्रश्न?" दुर्योधन कुत्सित स्वरात म्हणाला... "प्रश्न विचारण्याचा अधिकार दासीला नसतो; तिनं फक्त आज्ञेचं पालन करायचं असतं... आता गप्प बस... नाहीतर गांधारीमातेच्या डोळ्यांवर जशी पट्टी आहे, तशीच पट्टी आणून तुझ्या

बडबडणाऱ्या तोंडावर बांधायला लावीन..." त्यानं अट्टहास्य केला.

"दुर्योधना, मला गप्प करशील; पण इतिहासाला कसा गप्प करशील...?"

"इतिहास तुला कौरवकुलाची पट्टराणी म्हणूनच ओळखेल! ज्यांनी तुला एक वस्तू मानून पणाला लावलं द्यूतात, त्या तुझ्या या पाच नपुंसक पतींना आता विसरून जा –"

"त्यांच्यापेक्षा तू निराळा नाहीस, दुर्योधना. तू पण वस्तू मानूनच जिंकलंस ना मला?"

"जिंकणाऱ्याचा तर मोठेपणा, गौरव असतो. हरणाऱ्याजवळ दुसरं उरलेलं असतंच काय – केवळ अपमानाशिवाय –?"

"दुर्योधना, तुला एक प्रश्न विचारायचाय. या कौरवकुलाच्या राजसभेतल्या सर्व पुरुषांना मला विचारायचंय... माझे पती आधी मला हरले की, आधी स्वत:ला हरले? आधी स्वत: हरल्यानंतर मला पणाला लावायचा अधिकार त्यांना आहे का? न्याय काय सांगतो? राजनीती काय सांगते? धर्म काय सांगतो?"

"कुणी काही म्हणत नाही, द्रौपदी; सगळे चूप आहेत या दुर्योधनाच्या पराक्रमासमोर आणि येणारी अनेक शतकं ते सर्व चूपच राहतील."

दुर्योधनानं परत एक गडगडाटी हास्य केलं.

"असं तुलाच वाटतं, पाप्या...."

"चूप! आता एक शब्द पण पुढं बोललीस, तर या भर राजसभेत तुझं वस्त्र खेचून तुला विवस्त्र करीन; समजलं...?"

"तसं करच तू दुष्टात्म्या! कारण मी अद्यापही शांत आहे. तुला शाप द्यावा इतका त्रास तू मला दिलेला नाहीयेस, दुष्टा! मला इतकी पीडा दे, की मी तुझ्या कौरवकुलाच्या सर्वनाशाचाच शाप देईन."

"तू?.. तू शाप देणार...?" दुर्योधनाच्या अट्टहास्यानं राजसभा घुमली. बऱ्याच वेळापासून गप्प बसलेल्या कर्णाला आता राहवलं नाही. आपल्या अपमानाचा सूड घेण्याच्या उद्देशानं त्यानं तोंड उघडलं....

"शाप तर सती स्त्रिया देत असतात आणि पाच-पाच पती असलेल्या स्त्रीला सती नाही... वेश्या समजतात... वेश्या. पांचाली... पाच पतींची पत्नी..." कर्ण हसला; अतिशय कडवट हसला. सुडाचं विष त्याच्या कणाकणात भिनलं होतं. स्वयंवरात ऐकलेले द्रौपदीचे शब्द आजदेखील त्याची झोप उडवत होते.

"चूप बस, सूतपुत्रा! माझं नाव याज्ञसेनी आहे... यज्ञातून जन्मलेली, त्याच्या ज्वालेइतकीच पवित्र आणि तेजस्वी... महाराज द्रुपदांची कन्या – द्रौपदी! माझं नाव प्रात:स्मरणीय सतींच्यात घेतलं जातं, लक्षात ठेव. पाच-पाच पतींच्या बरोबर निष्ठेनं आणि समर्पणपूर्ण जीवन जगणं, हे तलवारीच्या धारेवर चालण्यासारखं

कठोर व्रत आहे, हे एका पत्नीबरोबर पण निष्ठेनं न जगणाऱ्या तुझ्यासारख्या नपुंसकाला काय कळणार? पाच पतींवर सारख्याच निष्ठेनं प्रेम करणं सामान्य स्त्रीला कदापि शक्य नाही. मूर्खा... पाच पांडवांना परस्परांत भांडायला लावून वेगळं करणं – चुटकी वाजवण्याइतकं सरळ काम होतं. पण या पाचही पतींना मी एका सूत्रात बांधून ठेवलं. माझ्या प्रेमानं, माझ्या निष्ठेनं, माझ्या सत्यानं नि माझ्या पातिव्रत्यानं!... ते सर्व अपमान, बोचणारं अट्टहास्य ऐकूनदेखील माझ्या पातिव्रत्यापासून विचलित नाही झाले मी....

सभाजनहो! विचार करा – माझ्या निष्ठेपासून, पतिव्रत्यापासून एक क्षणभर जरी विचलित झाले असते, तर काय झालं असतं? तुमच्यासमोर बसलेले हे पाचही बंधू पाच निरनिराळ्या दिशांना फेकले गेले असते. मोती ओवले जातात ती दोरी कुणाला दिसत नसते, पण मोत्यांचा अखंडपणा जपण्यासाठी त्या दोरीला स्वत:चं अखंडत्व जपण्याचं अवघड काम करायचं असतं. ते कार्य केलं मी... यांना एका सूत्रात बांधण्याचं, पाचांना एकत्र राखण्याचं... मला समजत नाही... दुसऱ्या कुणावर स्नेह करण्यानं पहिल्या व्यक्तीबद्दलची निष्ठा कमी कशी होते... प्रेम करण्याची एक अद्‌भुत क्षमता असते काही व्यक्तींजवळ. अशी व्यक्ती एकाच वेळी अनेकांवर प्रेम करू शकते, भरपूर प्रेम करू शकते आणि तरीही तिचं प्रेम कमी नाही होत; उलट वाढत असतं... दोन पुत्रांवर समान माया करणाऱ्या मातेविरुद्ध का कुणी बोलत नाही? पुरुषांची, पतीची गोष्ट निघते तेव्हा मात्र तुमचं समाजमन एकदम संकुचित होतं.

मला खूप सहन करावं लागलंय यामुळे. माझं स्वत्व, स्त्रीत्व, माझं समग्र अस्तित्व पणाला लावावं लागलंय अनेकदा. रोज-रोज अग्निदिव्यातून जावं लागलंय मला – माझं सत्य जपण्यासाठी. संपूर्ण निष्ठा असूनदेखील, एका स्त्रीला रोज-रोज तिची निष्ठा सिद्ध करावी लागते, हे किती वेदनामय आहे, हे या पुरुषसभेला कधीच नाही उमगणार. आत्ता, या क्षणी पण याच कारणांनी हे सहन करतेय मी. तरीही माझ्या निष्ठेत, स्वाभिमानात कसलाही फरक पडत नाही. सुडाग्नीमधूनच तर माझं अस्तित्व जन्माला आलंय... या क्षणी, माझ्या शरीरातून साक्षात अग्नी प्रगटवून द्यूतात पणाला लावली त्या माझ्या पाचही पतींना आणि ज्यांनी वस्तू मानून जिंकलं त्या सर्वांना जाळून राख करू शकते.

"एका रजस्वला, शृंगाराविना एकवस्त्रा स्त्रीला असं राजसभेत आणण्यापूर्वी तुम्ही तुमच्या क्षत्रियधर्माचा पण विचार केला नाहीत? या कुलाची मी कुलवधू आहे. तिची प्रतिष्ठा हीच कुलाची प्रतिष्ठा आहे... पितामह तुम्हाला, धृतराष्ट्र महाराजांना, विदुरकाकांना, गुरुदेव द्रोणांसहित या सभेत बसलेल्या तमाम वीर पुरुषांना, विद्वज्जनांना मी... या कुलाची कुलवधू विचारते आहे... ज्यांनी मला

पणाला लावलं, ते तुमच्याच कुटुंबातले पुत्र असताना तुम्ही कुणीही त्यांना रोखलं का नाही? महालात जिला वायूनं आणि बाहेर सूर्यानंही पाहिलं नाही, ती मी याज्ञसेनी, आज तमाम राजपुरुषांसमोर अर्धवस्त्र उभी आहे... आणि याचं कारण हे माझे पती आहेत. माझ्यावर वारंवार अन्याय करत असताही पाचांना मी सतत क्षमाच करत राहिले... अजूनही करते आहे. आज, या क्षणीसुद्धा माझ्या अपमानाबद्दल त्यांना क्षमा करत आहे. दुष्टा, दुर्योधना... तुला... तुला मात्र कदापि क्षमा करणार नाही. माझ्या डोळ्यांतल्या या एकेक अश्रूचा सूड माझ्या अर्जुनाचा एकेक बाण, माझ्या भीमाच्या गदेचा एकेक प्रहार घेईलच घेईल... तुझ्या पापी कृत्याचं तोल-माप होईल. तू अट्टहास्य करण्याचं विसरून क्षमेची भीक मागशील, गुडघे टेकशील... जी मांडी उघडी करून तीवर बसायचं आमंत्रण मला दिलंस, ती मांडी फोडून त्या रक्तानं माझे हे मुक्त केस भिजवत नाही तोपर्यंत मी केशकलाप बांधणार नाही. दुष्टा! पाप्या! एका स्त्रीला तू तिच्या अंतिम मर्यादेपर्यंत खेचलं आहेस... स्त्रीचं वैर आदिम असतं दुर्योधना! खरं तर कोणत्याही स्त्रीला वैर घेण्यापर्यंत उद्युक्त करणं अवघड असतं... कारण स्त्री म्हणजे क्षमा, स्त्री म्हणजे ममता, स्त्री म्हणजे प्रेम-वात्सल्य! पण साक्षराला उलट केल्यावर त्याचा राक्षस होतो, तद्वत्च स्त्रीची ममता, प्रेम-वात्सल्य यांच्या दुसऱ्या बाजूला वैर असतं. हलाहलासारखं वैर... आणि ते विष आता माझ्या नसानसांत पसरलं आहे. तुझ्या रक्ताचा अभिषेक जोपर्यंत माझ्या या मोकळ्या केसांवर होणार नाही, तोपर्यंत सुडाच्या या वृक्षाला मी रोज माझ्या अपमानाचं जलसिंचन करत राहीन! ही प्रतिज्ञा आहे द्रुपदकन्येची, याज्ञसेनीची... माझ्या सुडाच्या अग्नीत राख होईल तुझी आणि संपूर्ण कौरवकुलाची!"

द्रौपदीच्या डोळ्यांतून वाहणारे अश्रू तिच्या गालांवरून, नाकांवरून, गळ्यांवरून ओघळत छातीपर्यंत वाहत आले... संतापून बोलताना ओठांतून लाळ टपकू लागली... क्रोधानं थरथरणारी याज्ञसेनी लालबुंद झाली होती... तिचं शरीर जोराच्या वाऱ्यानं हलणाऱ्या पानासारखं कापत होतं... शापवाणी उच्चारण्यासाठी उचलेला हात तसाच वर होता.

...आणि द्रौपदीनं मोठ्या आवाजात नामस्मरण सुरू केलं... त्याचे प्रतिध्वनी साऱ्या राजसभेत धुमू लागले....

"हे गोविंद... हे गोपाल... हे गोविंद... हे गोपाल..." तिचे दोन्ही हात वर उंच होऊन जोडले गेले होते. आता दु:शासन वस्त्र खेचेल आणि ती भर राजसभेसमोर विवस्त्र होईल, याचीही भीती तिच्या ठिकाणी उरली नव्हती!

द्रौपदीचा तो आवाज एकेकाच्या हृदयावर हातोड्यासारखा आदळत होता. तिच्या पतींची झुकलेली मस्तकं हळूहळू वर होत होती. द्रौपदीच्या वस्त्राचा पदर

दु:शासनानं पकडला आणि दुर्योधनाकडे पाहिलं... त्यानं क्रूर हसत दु:शासनाला द्रौपदीचं वस्त्र खेचण्याची आज्ञा दिली.

भीष्म पितामह, धृतराष्ट्र, विदुर यांचे चेहरे काजळ फासल्यासारखे काळे-ठिक्कर पडले होते.

आता द्रौपदीचा आवाज एखाद्या दैवी आकाशवाणीसारखा चारी दिशांना प्रतिध्वनित होऊ लागला....

''हे गोविंद... हे गोपाल... हे गोविंद... हे गोपाल...'' दोन्ही हात उंच नि डोळे मिटलेले होते... श्रद्धेने मिटलेले... अजूनही तिच्या डोळ्यांतून आसवं वाहत होती... आवाजातला तीव्रपणा वाढत होता... राजसभेतल्या पुरुषांच्या चेहऱ्यावर कोणत्या तरी अघटित घटनेचे साक्षीदार होण्याची चिंता दिसत होती... अजूनही दु:शासन द्रौपदीची वस्त्रे खेचतच होता....

अचानक द्रौपदीच्या चेहऱ्यावर अपार्थिव तेज झळकलं... तिच्या आवाजात जणू अलौकिक माधुर्य आणि सत्य प्रगटलं होतं!

दु:शासन वस्त्र खेचतच राहिला... खेचतच राहिला... खेचतच राहिला... आणि राजसभेत द्रौपदीचा आवाज घुमत राहिला... घुमत राहिला....

''हे गोविंद... हे गोपाल... हे गोविंद... हे गोपाल....''

''हे गोविंद... हे गोपाल... हे गोविंद... हे गोपाल....''

''हे गोविंद... हे गोपाल... हे गोविंद... हे गोपाल....''

''**हे** गोविंद... हे गोपाल... हे गोविंद... हे गोपाल...'' मूर्च्छित द्रौपदी अर्जुनाच्या हातांत... अस्फुट स्वरांत बडबडत होती.

द्रौपदीला उचलून घेऊन एका दमात अर्जुन रथाकडे धावत होता... कदाचित आता त्याच्या लक्षात आलं होतं... त्याच्या प्राणांचा आधार, त्याचा गुरू, त्याच्या सख्याचा अंतिम क्षण आणि त्याच्यात अंतर खूप होतं.

हिरण्य नदीच्या तटावर सूर्य माथ्यावर आला होता. पिंपळाच्या वृक्षाखाली जरा पाय दुमडून बसला होता. कृष्णाचे डोळे अर्धवट मिटलेले होते. त्यानं स्वत:लाच प्रश्न विचारायला आणि उत्तर द्यायला सुरुवात केली.

'कान्हा, कुणाची वाट पाहतोयस?... कान्हा!'

'कुणाची नाही.'

'खरंच...?'

'म्हणजे... ज्याची वाट पाहतोय, तो येणार नाही, हे पण माहीत आहे.'

'म्हणजे वाट पाहतोयस, हे सत्य आहे?'

'फक्त... वाट पाहतोय, प्रतीक्षा करतोय – चिरनिद्रेची.'

'बस – एवढंच? असं कोणी तरी जे मागं राहिलंय, त्याची तर प्रतीक्षा नाही नं?'

कृष्ण हसला. 'त्याची वाट कशाला पाहू? आता कसा येईल तो? त्याला तर माहिती पण नसेल... की मी....'

'पण येईल तर ना?'

'सदेहच येईल? तिचा स्पर्श, तिचं हास्य, रुसणं-फुगणं, मनधरण्या, तिच्या पैंजणांचा झणकार, तिचा सुगंध... हे सगळं आता इथं नाहीय?'

'ते तर माझ्या अंतरंगात आहे – कायमचं आहे.'

'तुझ्या अंतरंगात एक संवाद सतत होत आलाय... 'हो' आणि 'नाही'चा. तुझ्या प्रत्येक गोष्टीत, प्रत्येक वेदनेत, प्रत्येक सुखात ती सहभागी नव्हती? मग तिची वाट का पाहतोयस?'

'माहीत नाही. खरं सांगायचं तर सत्य हे आहे की, मी कशाचीच प्रतीक्षा करत नाही. फक्त शांत होऊन एकरूप व्हायचा प्रयत्न करतोय मी – त्या परमतत्त्वाचा मी अंश आहे अथवा जो माझा अंश आहे.'

'सत्य...' कृष्णाच्या अंतरंगात दुसरा एक कृष्ण संवाद साधत होता जणू....

'पण तुझ्या अनेक अंशांपैकी एक जेव्हा विलय पावतो आहे, तेव्हा असा एखादा चेहरा... त्याची तर प्रतीक्षा नाही ना? सदैव सत्यच म्हणालास, ते कशासाठी? स्वला समजवायच्या प्रयत्नात....'

'नाही, नाही... मी अशा कोणत्याही संभ्रमात नाही. जाणतो मी... पण कोण जाणे, का केव्हा केव्हा....'

कृष्णाचे डोळे मिटले गेले. डोळ्यांसमोर एक चंचल, नाजूक, चांदण्यांसारखी काहीशी गोरी, काळाभोर केशकलाप, नर्तन करत असाव्यात असं भासणाऱ्या भुवया असलेली युवती तरळू लागली. यमुनेच्या लहरींसारखी चंचलता आणि हरिणीसारखे निखळ डोळे रोखून कृष्णाला विचारत होती.

"स्वतःला समजतोस काय तू?" तिच्या मुखावर थोडी रागाची लाली नि थोडी उन्हाची लाली आली होती. शरीर पाण्यानं ओलंचिंब भिजलं होतं. काळ्या, लांब केसांवर पाण्याचे थेंब मोत्यांसारखे चमकत होते. किंचित विलग झालेले ओठ रागामुळे थरथरत होते. ओढणी भिजल्या शरीराला चिकटली होती. घागरा

भिजल्यामुळे कमनीय शरीराच्या रेषान्‌रेषा स्पष्ट दाखवत होता. तिनं हात पुढं केले, त्यात फुटका घडा होता. तळाशी थोडंसं पाणी शिल्लक होतं. तेच पाणी रागात तिनं कान्ह्यावर फेकलं.

"नाही, नाही... आधी तू मला सांग, काय समजतोस काय तू स्वत:ला? मला घडे फुकट मिळत नाहीत. येता-जाता गोपींचे घडे फोडण्याची ही कुठली सवय लागलीय तुला?" कृष्ण मनमुराद हसत होता... हा राग जास्त वेळ टिकणार नाही, हे तो ओळखून होता. हे तर नेहमीचंच झालं होतं. कृष्ण, बलराम, इतर गोपबालकं यमुनातीरावरच्या घनदाट वृक्षराजींत लपून बसत आणि गोफणीनं दगड मारून यमुनेवर येणाऱ्या गोपकन्यांचे घडेच फोडून टाकत....

सगळ्या जणी चिडायच्या. कान्ह्याशिवाय हे दुसरं कुणी करणार नाही, हे त्यांना माहीत होतं. तरीदेखील कान्ह्याच्या मोहक स्मितापुढं, गोड बोलण्यापुढं, गोड मनधरणीपुढं नि बासरीच्या सुरांपुढं त्या हतबल व्यायच्या. पण यात राधा जरा निराळी होती... कान्ह्याच्या मोहकतेचा तिच्यावर फार परिणाम होत नसे.

आणि आज राधेचा घडा फुटला होता. बलराम, इतर गोपबाळ वृक्षांवरून खाली उतरायलाच तयार नव्हते... एकदा का राधेचं डोकं तडकलं की, मग आपली धडगत नाही, हे सर्व ओळखून होते.

"मला सांग, काय समजतोस काय तू स्वत:ला?" तिसऱ्यांदा राधेनं विचारलं पण कृष्ण आपला हसतच होता. राधा कृष्णाजवळ आली. आता काय होणार ते गोपबालकांना कळलं. रागानं फणफणणारी राधा नि खोडकर कान्हा यांच्यात होणाऱ्या लढाईची वाट बघत, बलरामासहित गोपबालकं धडधडत्या हृदयानं वटवृक्षावर लपून बसली. कान्हा मात्र जराही न भिता जसाच्या तसा उभा होता. राधा जवळ आली... तिनं त्याच्या डोळ्यांत रोखून पाहिलं. कान्ह्याचं हसणं सुरूच होतं... राधेने उरलेल्या घड्याचं खापर त्याच्या डोक्यावर फोडलं. त्यातलं थोडंसं पाणी कान्ह्याच्या चेहऱ्यावरून ओघळत ओठांपर्यंत आलं... ते चार-दोन थेंब त्यानं पिऊन टाकले.

"अहाहा! राधे, तुझ्या हातचं पाणी तर उसाच्या रसासारखं लागतंय."

"चूप बस! काही फार चांगलं दिसत नाही."

"कुणाला, तुला?" कान्हा अजून हसतच होता नि राधेचा राग त्या प्रत्येक स्मिताबरोबर वाढत होता... गोपबालकं घाबरून अजूनही झाडांवरच बसून होती.

"आज यशोदामातेला नाही सांगितलं, तर माझं नाव राधा नाही."

"अस्सं! तर मग चल, मीच तुझ्याबरोबर येतो. नंतर कुठं शोधशील मला?"

"तुला एवढीही लाज नाही, कान्ह्या?"

"घ्या – आता मला कशाची लाज? मी काय मुलगी आहे?"

आता याच्या तोंडी लागण्यात अर्थ नाही, हे लक्षात येऊन राधा म्हणाली –

"चल, नवा घडा आणून दे मला."

"हो, हो! चल नं" कान्हा म्हणाला – क्षणभर राधा बघतच राहिली... ते निखळ-नितळ डोळे, निर्दोष हास्य, श्यामवर्ण, कुरळे केस नि त्यात खोवलेलं ते मोरपीस!

'याला असं पाहिलं की माझा राग का बरं उतरतो? काय आहे त्याच्यात असं?" राधा मनोमन विचार करू लागली.

कान्हा अजून तसाच उभा... "चल, चल ना आता. मोर-पोपट रंगवलेला छान घडा देतो...."

"मला येतं काढता, मी रंगवीन हं मोर-पोपट!"

"तुला काढता येतात मोर-पोपट?" कान्ह्याच्या डोळ्यांत कुतूहल उमटलं.

"होऽऽ! खूप छान. जरा या फोडलेल्या घड्याकडे नीट बघ. किती कष्ट घेतले होते मी..." कृष्णानं एक तुकडा उचलून पाहिला... नंतर दुसरा... नंतर तिसरा... नंतर संथपणे राधेजवळ गेला आणि बासरी पुढं केली.

"हे काय आहे?" राधेनं खांदे उडवले नि बांबूचा तो तुकडा गोल-गोल फिरवला.

"बासरी म्हणतात याला!"

"बासरी? आता हे काय?'

"हे एक वाद्य आहे. फुंकलं म्हणजे बांबूचा वाटणारा हा तुकडा सजीव होतो...."

"जा, जा. असं कधी होत असतं?"

"नाही खरं वाटत?"

"मुळीच नाही! तू आहेसच खोटारडा. सगळं गोकुळ म्हणतं असं...."

"पण तुझ्याबरोबर तर नाही खोटं बोलणार."

"का....?"

"सांगता नाही येत मला. पण तुझ्याशी खोटं बोलावं, असं वाटतच नाही. तुझ्या डोळ्यांत पाहतो नि खरं बोललं जातं...."

"जा आता. मला नाही तुझ्याशी बोलायचं –"

"ठीक आहे, बोलू नकोस. पण बासरी तर ऐकशील?" राधेच्या डोळ्यांत 'हो' होतं... कुतूहलानं भरलेला हो... तरी म्हणाली, "जा, आता जा. बांबूच्या तुकड्याचं वाद्य ऐकायला वेळ नाही मला. तू वाजव नि तूच ऐक..." राधेनं तिचा घागरा गुडघ्यापाशी उचलून झटकला, ओले केस झटकले, ओढणी सारखी

केली... आणि आपल्या कमनीय देहसौंदर्याची जाणीव ठेवून लचकत-मुरडत चालायला लागली. अवघी दहा पावलंही चालली नसेल... कोण जाणे – हवेतून एक धुंद स्वरावली येऊ लागली. जणू राधेला ते स्वर नजीक बोलावत होते... अद्‌भुत ओढ, विलक्षण मार्दव नि संमोह यांनी भरलेले ते सूर...!

राधा मागे वळून परत फिरली, पण पुढंही जाऊ शकली नाही!

ते सूर हळूहळू जवळ येऊ लागले... राधेचे डोळे मिटू लागले....

नागिणीवर पुंगीच्या स्वरांची जादू व्हावी – तसे ते सूर राधेला भारून टाकू लागले.

"राधा!" हा आवाजही त्या सुरांचा, त्या मोहिनीचाच एक भाग होता. एक हात तिच्या हातापर्यंत आला आणि त्याला जणू फुलांच्या डहाळीचा स्पर्श झाला. ते स्वप्न होतं की सत्य, ते राधेला समजलंच नाही... तिला ते समजूनही घ्यायचं नव्हतं. तिला तर त्या सुरांच्या, सुगंधाच्या, संमोहनाच्या प्रवाहात... बस, फक्त तरंगत राहायचं होतं! सुरांचा तो प्रवाह उसळत, आदळत तिला जिकडं घेऊन जाईल, तिकडं

तिला जायचं होतं!

ते सूर तिच्या शरीरातून जणू आरपार जात होते... ते अलौकिक सूर तिला जणू वेढा घालून बसले होते, नागासारखे!

...तो स्पर्श तिच्यात एक नवी राधा जागृत करत होता...

"मा... मा...!" हाका मारत-मारत एक तरुण मुलगी स्वयंपाकघरातून ओसरीवर आली आणि जिला 'मा' म्हणून हाक मारत होती, त्या स्त्रीकडे निरखून पाहिलं तिनं...

कानाजवळचे केस जरासे पांढरे झालेले, कपाळावर थोड्या सुरकुत्या, तजेलदार त्वचा, त्या वयातही प्रमाणबद्ध शरीरयष्टी... लाल ओढणीनं झाकलेली पाठ, ओढणी जराशी सरकल्यामुळे सपाट आणि गुळगुळीत दिसणारा पाठीचा भाग... ओंजळीत मावेल एवढा काळा अंबाडा, मानेवर रुळणाऱ्या अंबाड्यातून एक-दोन बटा सुटून कपाळावर-गालांवर रुळत होत्या. हरिणीसारखे काळे, विशाल डोळे, घुसळण्याच्या रवीवर हात, पण नजर कुठंतरी दूरवर... डोळ्यांत अश्रूंचा ओलावा होता. रवी पकडलेले हात स्थिर होते. हातांवर गोंदण केलेलं होतं, लाल रंगाची कांकणं तिच्या मिटलेल्या लाल ओठांसारखीच स्थिर नि शांत होती.

"मा ऽऽ मा ऽऽ..." एक सुंदर तरुण मुलगी तिला हलवत हाका मारत

होती... ''राधामा... राधामाऽ''

ती स्त्री एकदम दचकली. त्या मुलीकडे बघितलं तिनं.

''कसल्या विचारात मग्न होता, राधामा?'' मुलीनं विचारलं. त्या स्त्रीनं मान न वळवता फक्त डोळे तिच्याकडे वळवले. जरासा सुरकुतलेला पण एक उबदार हात त्या मुलीच्या तोंडावरून फिरला, गालावर स्थिरावला....

''काही नाही गं, असंच –''

''घुसळणं तर कधीचं झालंय मा – मग बसून राहून काय करताय?''

''अरे!''– राधेचं अजूनही लक्ष नव्हतं.

''मा, मी रोज पाहतेय, अलीकडे तुम्ही कसल्या तरी खोल विचारात बुडून जाता. बसल्या-बसल्या डोळ्यांत आसवं येतात तुमच्या. काय होतंय मा? तुम्हाला कोणी त्रास दिलाय का?'' मुलीनं गालावरचा राधेचा हात आपल्या हातात घेतला नि तिथंच मांडी घालून बसली.

''नाही गं बाई, तसं काही नाही.'' राधा म्हणाली. अजूनही तिच्या डोळ्यांत थोडा ओलावा तरळत होता.

''मा, नक्की काही तरी होतंय तुम्हाला, पण तुम्ही आम्हाला सांगत नाही... मनातल्या मनात कुढत बसता.''

राधा अनिमिष डोळ्यांनी युवतीकडे टक लावून पाहत राहिली.

''खरंच, सांगितल्याशिवाय माझ्या मनातलं बरोबर समजतेस. ईश्वरानं मला मुलगी दिली नाहीय नं, म्हणून तुला माझ्याकडे पाठवलंय.'' राधा तिला म्हणाली.

''तुम्ही मुद्दा डावलताय हं, मा!'' मुलगी मूळ धागा सोडत नव्हती.

''बेटा, कोण जाणे, पण अलीकडे माझं मन खूप गोंधळतं. काही तरी कुठं विचित्र, नकोसं वाटणारं घडतंय.'' ही मुलगी तसं सोडणार नाही, हे उमजून राधेनं तिच्यापाशी मन मोकळं केलं.

''काय, मा?'' मुलगी थोडी थांबली नि मग तिनं राधेच्या डोळ्यांत रोखून पाहिलं... खोलवर फक्त निखळ शुद्धता आणि आर्द्रता होती. ''राधामा, माझ्याकडून काही झालं नाही ना? माझ्यामुळे....''

''अगं नाही गं, वेडे... नाही.'' राधा म्हणाली, ''तुझा चेहरा पाहून जगावंसं वाटतं... किती गोड नि प्रेमळ आहेस तू....''

राधेकडे ती टक लावून बघत राहिली. ''मग पिताजी काही....''

''नाही, नाही!''

''तर मग काय?'' मुलीनं परत विचारलं.

जरा वेळ शांत बसली राधा. चुपचाप... दूरवरच्या आकाशात पांढऱ्या ढगांचा पुंजका पाहू लागली. मग जणू अनंतात पाहत असावी, अशी ओठ थोडेसे

हलवत म्हणाली... "मला वाटतंय, ऋणानुबंध संपले असावेत!"

"मा!"... मुलीच्या चेहऱ्यावर कमालीचं आश्चर्य होतं.

राधा अजूनही अनंतात डोळे लावून बसली होती. तिथं उभ्या असलेल्या कुणा व्यक्तीला सांगत असावी तसं बोलली... "मला माहीत होतंच... तुला काही तरी बहाणा हवाच होता... पण लक्षात ठेव, जसा गोकुळातनं मी 'जा' म्हटल्याशिवाय जाऊ शकला नव्हतास, तसा आत्ता पण...."

"कुणाची गोष्ट करताय मा?" मुलीनंही आकाशाकडे पाहत विचारलं. निळ्याभोर आकाशात विरळ पांढरे ढग होते... कापसाच्या ढिगासारखे, वेगवेगळे आकार धारण करणारे. त्या ढिगाऱ्यात राधेचे डोळे अजूनही जणू काही तरी शोधत होते.

"मा... राधामाऽ!" मुलीनं राधेची तंद्री मोडली.

"आँ...?" राधेनं चमकून म्हटलं आणि काटा बोचावा तशी ती एकदम उभी राहिली... काही उत्तर न देताच स्वयंपाकघराकडे निघाली....

आणि ती मुलगी – शुभ्रा... पाठमोऱ्या राधेकडे बघतच राहिली... त्या वयातही राधेची चाल कुठल्याही तरुणीला लाजवेल अशी होती!

"श्यामा..." राधेनं आतून हाक मारली. कित्येक दिवसांपासून तिची ही सासू तिला 'शुभ्रा'ऐवजी 'श्यामा'च हाक मारत होती.

कधी समजल्यासारखी, कधी न समजल्यासारखी वाटणाऱ्या या राधासासूवर शुभ्रा – तिची श्यामा – खूप माया करत होती. आणि कळत-नकळत राधा पण शुभ्रात स्वत:चं तरुणपण पाहायला लागली होती.

तीनेक वर्षंच झाली होती, शुभ्राच्या लग्नाला. एके दिवशी संध्याकाळी तिचं पतीबरोबर – आर्यकबरोबर खूप भांडण झालं. कारण काय होतं, माहीत नाही. शुभ्रा सबंध संध्याकाळ रडत होती. जेवली नाही. राधेनं खूप समजावलं तिला, सासरा अनयनं पण मर्यादा बाजूला ठेवून तिला जेवायचा आग्रह केला. पण शुभ्रा उठली नाही ती नाहीच!

सबंध रात्र राधेला झोप आली नाही. रात्रीच्या तिसऱ्या प्रहरी राधेला जाग आली. पाहिलं... तर शुभ्रा अजूनही ओसरीच्या खांबाला टेकून बसली होती... आकाशाकडे पाहत. डोळे लाल झाले होते. तिच्या सावळ्या, मोहक चेहऱ्यावर संध्याकाळची निराशा जशीच्या तशी होती... राधा तिच्याशेजारी जाऊन बसली. शुभ्राच्या ते लक्षात येऊनही तिनं सासूकडे बघितलं नाही. राधा पण तिला जराही विचलित न करता, तिच्या डोक्यावरून प्रेमानं हात फिरवत राहिली. तिचा अंबाडा तिनं मोकळा केला आणि तिच्या लांबसडक, काळ्याभोर केसांतून हलकेच बोटं फिरवत राहिली. शुभ्रानं तिचं मस्तक सावकाश राधेच्या कुशीत

लपवलं... राधेची कूस तिच्या आसवांनी भिजून चिंब होत राहिली.

किती तरी वेळ दोघी तशाच बसल्या असतील... एकही प्रश्न राधेनं विचारला नाही की, शुभ्रानंही काही सांगितलं नाही. अखेर पहाट येऊन ठेपली आकाश लालसर होऊ लागलं, तेव्हा शुभ्रानं राधेच्या मांडीवरचं डोकं वर उचलून राधेकडे पाहिलं... राधेच्या नजरेला नजर भिडवून तिनं विचारलं,

'मा, प्रेम करणं हा अपराध आहे का, राधामा....?''

राधा तिच्याकडे बघत राहिली... आरशात स्वत:ला पाहावं तसं!

''नाही गं पोरी, प्रेम करणं हा अपराध होऊच शकत नाही कधी.''

काही क्षण दोघी जणी शांत बसल्या. राधेचे डोळे परत भरून आले. तिनं शुभ्राच्या चेहऱ्यावरून, गालावरून हात फिरवला. ''स्त्रीचं प्रेम हे समर्पणाचं प्रेम आहे, हेच स्त्रीचं दु:ख आहे. मागितल्याशिवाय सर्व काही देणाऱ्या, देत राहणाऱ्या स्त्रीलाही उत्तरं द्यावी लागतात! बेटा, प्रेमळ पती असणं या समाजात आवश्यक नाही, पण पती हा प्रेमी नसतो याचं जास्त दु:ख होतं – हीच पीडादायी गोष्ट आहे.''

आपल्या गालावर फिरणाऱ्या राधेच्या हातावर शुभ्रानं तिचा हात ठेवला. ''राधामा, माझ्या कामात मी कधी कुचराई केलीय? माझी जबाबदारी टाळलीय? तुम्हाला, आर्यकाला माझ्यामुळे दु:ख झालंय, असं कधी घडलंय? पत्नी म्हणून आर्यकाची मी तना-मनानं पूर्ण सेवा केलीय... पण मा, माझं मन....''

''नाही राहत पोरी, मन कुणाच्याही ताब्यात राहत नाही!''

''मा... पहिल्या पावसात भिजलेल्या मनाचा एक कोपरा आयुष्यभर चिंब भिजलेलाच राहावा... कितीही ताप, उष्णता ते भिजलेपण सुकवू शकत नाही, याला कोण काय करणार?''

काहीच न बोलता राधा तिच्याकडे पाहत राहिली... नंतर तिनं शुभ्राला जवळ ओढलं नि तिचं मस्तक आपल्या छातीशी धरलं... मस्तकावरून हात फिरवता – फिरवता राधा म्हणाली, ''श्यामा!...'' चमकून मस्तक वर उचलून शुभ्रानं तिच्याकडे पाहिलं. राधेचे डोळे दूर अनंतात पसरलेल्या लालिम्यात जणू अनेक वर्षांपूर्वीचा इतिहास वाचत होते... त्यातलं एकन् एक अक्षर तिच्या परिचयाचं होतं. या आधीही ही गोष्ट तिनं ऐकली होती... कितीतरी वेळा... अनंत वेळा!

''बेटा, स्त्रीसाठी तिचं प्रेम हाच तिचा श्वास, हाच तिचा प्राण आहे... ते प्रेमच तिला जीवित ठेवतं नि मारतं. पण पोरी, स्त्रीसाठी आणि पुरुषासाठी प्रेम शब्दाचा अर्थ वेगवेगळा आहे गं. पुरुषासाठी प्रेम म्हणजे घ्यायचं, घेतच राहायचं. पण स्त्रीसाठी प्रेम खळाळत्या नदीच्या प्रवाहासारखं आहे. अंतरंगांतलं मधुर पाणी

समुद्रात सामावून टाकून ती प्रेम करते. प्रेमाचा नि सुगंधाचा धर्मच मुळी सतत देण्याचा आहे. पाण्यासारखं वाहणारं प्रेम, मर्यादेच्या किनाऱ्यांत राहून वाहिलं, तर त्यातला बिंदून् बिंदू जीवन निर्माण करतो. पण किनारा ओलांडला गेला, तर मात्र विध्वंस करतं... मागे ठेवतं फक्त चिखल आणि आक्रोश! पोरी, मुठीतल्या हवेसारखं आहे प्रेम. मूठ रिकामी असते, पण रिकामी नसतेही! आणि मुठीतली रेषा लग्नाबरोबर जोडली गेलीय. मेंदीचा रंग उडून जातो; हातावरची रेषा नाही. ती तर बंद मुठीत आपल्या जन्माबरोबरच येते. सगळ्यांना त्या रेषेनं आखलेल्या वाटेवरनंच चालावं लागतं, जगावं लागतं.''

सूर्य उगवेपर्यंत दोघी जणी एकमेकींची कहाणी ऐकवत राहिल्या....

बोलल्याशिवायच! त्या दिवसापासून शुभ्रा राधेसाठी श्यामा झाली!

''श्यामाऽऽ'' आतून राधेनं हाक मारली.

''आले, आले, मा!'' पटकन् उठून शुभ्रा आत गेली. पण तिच्या मनात मात्र आधीचाच प्रश्न डोकावत होता... आणि तिचंही बरोबर होतं. कित्येक दिवसांपासून राधेचा आत्मा व्याकुळ झाला होता. खाताना-पिताना, झोपताना, लोणी काढताना, गाईला चारा घालताना की दूध काढताना... बासरीचा तो ध्वनी तिचा पिच्छा सोडतच नव्हता.

किती दिवसांपासून तो नाद ऐकायला येणं थांबलं होतं... खरं तर तिनंच तो ऐकणं बंद केलं होतं.

कान्हा गोकुळ सोडून मथुरेला गेला, त्यानंतर यमुनेवर पाणी आणायलाही गेली नव्हती राधा.

'किती वर्षे? कुणास ठाऊक?' राधेचे डोळे समोरच्या चुलीतल्या धगधगत्या विस्तवांकडे पाहत होते. हात भाकरीचं पीठ मळत होते आणि मन विचारांनी मळलं जात होतं.

समोर शुभ्रा तांदूळ निवडत होती, पण तिची नजर सारखी राधामाकडे वळत होती. तिनं राधेला इतक्या सखोल विचारात मग्न झालेली आजपर्यंत कधीच पाहिलं नव्हतं. वर्षे गेली, पण राधेच्या डोळ्यांत असं वारंवार येणारं पाणी शुभ्रानं कधी बघितलं नव्हतं. कल्पनातीत होती ही स्त्री!

'काय चाललंय माच्या मनात, कुणास ठाऊक?' शुभ्रानं तांदळातला खडा बाजूला टाकला... परत राधेकडे पाहिलं. त्याच वेळी रिकाम्या गरम तव्यावर राधेनं भाकरी टाकल्याशिवायच हात ठेवला... चर्रकन् चटका बसला. धावत येऊन शुभ्रानं बाजूच्या मोठ्या भांड्यातलं लोणी घेऊन राधेच्या हातावर लावलं... हातावर लालसर फोड आला होता. तेवढ्यात शुभ्रानं राधेकडे पाहिलं... राधेनं दृष्टी खाली वळवली. चोरी करताना पकडलं जावं, तसा भाव त्या दृष्टीत होता.

''मा, कुणी आठवण करतंय का? कुणाची आठवण येतेय का?' शुभ्राने विचारलं. एका विवाहित स्त्रीची प्रणयकथा गोकुळाच्या गोपालकांत दंतकथेसारखी सांगितली जात होती. त्यातला काही अंश उडत-उडत शुभ्राच्या कानांवर पण आला होता... राधा उभी राहिली आणि शुभ्राला उत्तर न देता तिच्या शयनखंडाकडे निघून गेली. दार बंद करून, अंगातलं अवसान गळाल्यासारखी धाडकन् पलंगावर बसली. नजर समोरच्या आरशाकडे सहज गेली. ती न्याहाळत राहिली काही क्षण स्वत:च्या प्रतिबिंबाला... आणि एकदम स्फुंदून-स्फुंदून रडू लागली. तिच्या रडण्याचा आवाज बाहेर ओसरीवरून स्वयंपाकघरात पोचला... पण शुभ्रा चुपचाप काम करत राहिली... उभी राहिली नाही की, जाऊन राधेच्या शयनखंडाचं दार वाजवलं नाही. तिथून येणाऱ्या हुंदक्यांचा काळीज कापणारा आवाज शुभ्राचे डोळे भिजवत राहिला. पण गप्प राहून ती स्वयंपाकघरातली कामं आटोपायला लागली.

सांजवेळ झाल्यावर अनय आणि आर्यक गोधन घेऊन घरी परतले, तेव्हा घरचं वातावरण जरा जड-जड वाटत होतं. खूप रडलेले राधेचे डोळे... आणि शुभ्रा पण कोणी जबरदस्तीनं ओढत असावं तशी पाय घासत-घासत चालत होती. सासू-सुनेत कधी न होणारं भांडण बहुधा आज झालं असणार, असं समजून त्यांनी ती बाब तिथंच सोडून दिली.

रात्रीच्या जेवणानंतर राधा ओसरीवर येऊन बसली होती... अनय, आर्यक त्यांच्या त्यांच्या शयनखंडात होते, त्या वेळी शुभ्रा चुपचाप येऊन राधेशेजारी बसली. राधेचा हात आपल्या हातात घेऊन... काही क्षण कुरवाळत राहिली. नंतर राधेकडे न पाहता, हलक्या आवाजात विचारलं... ''राधामा, इथून द्वारका किती दूर असेल?''

राधेनं उत्तर न देताच हात झटकन मागं खेचला... सकाळी गरम तव्यावरून खेचला होता... तसा.

''मी तुम्हाला विचारतेय, मा...'' हळुवार आवाजात शुभ्रानं म्हटलं.

शुभ्राच्या आवाजातली निश्चितता आणि स्थिरता राधेच्या जणू शरीरातून आरपार निघून गेली. थंड हवेची एक झुळुक आली अन् राधेच्या अंगावर शिरशिरी आली.

''मला द्वारकेला नाही जायचं.'' राधा म्हणाली.

''जायला कुठं कोण सांगतंय, मा? मी फक्त द्वारका किती दूर आहे, एवढंच विचारलं होतं.''

''मला काय ठाऊक ग?'' राधा उत्तरली.

''तुम्हीच म्हणाला होतात ना मा की, नदीला नि स्त्रीला एकाच दिशेकडे वाहावं लागतं?... तिनं जर दिशा बदलली किंवा किनाऱ्याचं बंधन तोडलं तर....''

''मुली, नदीच्या वरच्या भागात खूप पाऊस पडला नं की नदीचं मन मग तिच्या

स्वत:च्या ताब्यात राहत नाही. इच्छा नसतानाही कधी कधी किनारा तुटतो.'' राधा आकाशाकडे पाहत राहिली. ''बेटा, आता सगळी द्वारका जरी गोकुळाला आली ना, तरी मूठभर धुळीपेक्षा माझ्या लेखी तिची किंमत जास्त नाही....''

''काही जाणवतंय का मा तुम्हाला? कशाची भीती वाटतेय का....?''

राधेचे अनंतात नजर लावून बसलेले डोळे सावकाश शुभ्राकडे वळले. ''त्यानं ठरवलं तसंच होत आलंय नि पुढंही तसंच घडणार. आपली भीती, भाव-अभाव याची काळजी त्यानं केली असती, तर काही वेगळंच घडलं असतं गं...'' राधेची दृष्टी पुन्हा आकाशाकडे वळली... ''बाकी, तो तरी काळजी कुणाकुणाची करणार म्हणा. त्यालाही त्याची कामं आहेत, त्याची वेळ आहे, स्वत:चा निश्चित समय आहे....''

''तुम्ही कुणाबद्दल बोलताय मा...?'' शुभ्रानं विचारलं.

''नाव नको विचारूस बाळा! त्याचं नाव उच्चारलं तर कदंबाचं झाड स्वत:ची सगळी पानं विखरून-विखरून टाकेल. यमुनेचं पाणी किनारे तोडून गोकुळ-मथुरेला बुडवून टाकेल. गोवर्धन हलायला लागेल नि मोठ्या कष्टानं मांडलेला डाव पार उधळला जाईल क्षणात...'' राधेनं दोन्ही हात कानावर घट्ट दाबून धरले... ''नाहीऽऽ नाहीऽऽ सहन होत नाही हा आवाज... कोण इतक्या जोरजोरात बासरी वाजवतंय...? बंद करा... बंद करा ते सूर... नसा तोडून माझं रक्त बाहेर निघेल... डोकं... डोक्यात घणाचे घाव बसतायत... हृदय बंद पडेल माझं... बंद करा... बंद करा... तो बासरीचा आवाज....''

पण तो आवाज हळूहळू नजीक येत होता. राधेचे डोळे मिटू लागले... नागिणीवर पुंगीच्या सुरांची जादू व्हावी, तसे ते सूर राधेवर मोहजाल पसरवत होते.

'राधे!'... तो आवाज त्या बासरीचा, संमोहनाचाच अंश होता... एक हात तिच्यापर्यंत आला आणि तिच्या हाताला जणू फुलांच्या डहाळीचा स्पर्श झाला... राधेला जाणवत नव्हतं – स्वप्न होतं की सत्य... तिला ते जाणवून घ्यायचंही नव्हतं... मात्र तिला त्या सुरांच्या, सुगंधाच्या, संमोहनाच्या वाहत्या प्रवाहात तरंगत राहायचं होतं... उसळता, घुसळता, फेसाळ प्रवाह नेईल तिकडे तिला जायचं होतं... बस्!

ते सूर तिच्या शरीराला आरपार वेधून जात होते. ते दिव्य संमोहन राधेच्या देहाभोवती नागासारखं वेटोळं घालून बसलं होतं.

शुभ्राला वाटलं की, बासरीचे सूर कुठून येतात, ते राधामाला विचारावं; पण तिला विचारायची वेळच आली नाही. कसे कोण जाणे, तिलाही तेच सूर ऐकू येऊ लागले. ते सूर जणू तिच्या शरीराच्या रोमारोमांत घुसत होते. तिचं रक्त नसानसांतून वेगानं वाहू लागलं, हृदयाची धडधड वाढली. त्या बासरीच्या सुरांत

सगळं गोकुळ जणू नागाच्या वेटोळ्यांत लपेटलं जातंय तसं तिला भासू लागलं.

राधेचं मस्तक तिनं जोर लावून खेचलं नि स्वत:च्या कुशीत धरलं. तिचा अंबाडा सोडून टाकला... तिच्या मुक्त केशसंभारातून ती बोटं हळूहळू फिरवायला लागली. दोघी जणी स्फुंदून-स्फुंदून रडत होत्या... जणू आपापल्या हृदयातला कोणता तरी कोपरा अश्रूंनी भिजवत होत्या. आणि घरातले दोन्ही पुरुष मात्र किनारा फोडून घुसलेल्या यमुनेच्या पुरापासून पार अज्ञात, शांत, गाढ निद्रेत होते!

...आणि बासरीचे ते सूर घराच्या भिंतींना छेदत, तडे पाडत दोन्ही स्त्रियांच्या धमन्यांतून रक्ताप्रमाणं सरसरत फिरत होते.

पिंपळछायेत डोळे मिटून पहुडलेला कृष्ण बंद डोळ्यांनीच गोकुळीच्या गल्ल्यांतून, इंद्रप्रस्थाच्या महालांतून, द्वारकेच्या महालांतून आळीपाळीनं फिरून परत येत होता.

द्रौपदीचे ते तेजस्वी, सतत प्रश्नार्थी असलेले डोळे जणू माध्यान्हीच्या सूर्यासारखे आकाशातून कृष्णाकडे पाहत होते... विचारत होते – 'सख्या ... कोण आठवतंय... या क्षणी?'

रुक्मिणीचे प्रेमळ, श्रद्धाळू, कृष्णदर्शनास सतत आतुर डोळे... नदीच्या प्रवाहावर झळकणारे... ओलाव्यानं ओथंबलेले... कृष्णाच्या पायावरून मायेनं जणू हात फिरवणारे... विचारत होते – 'नाथ! फार वेदना होतायत का....?'

यमुनेच्या पाण्याइतके खोल, मत्स्यासारखे चंचल, मेघासारखे काळेभोर डोळे... काहीशा रोषानं... थोड्या उपहासानं, आक्षेपानं, पिंपळाच्या पानांसारखे कृष्णाच्या चेहऱ्यावर झुकून... फरफरत विचारत होते... 'कान्हा, माझ्याशी खोटं बोललास नं...? शेवटी फसवलंस नं मला? नाही आलास ना...?'

परस्परांत मिसळून जाणारे ते चेहरे कृष्णानं अलग करण्याचा प्रयत्न करून पाहिला. जणू तीन नद्यांच्या संगमजलाला वेगळं करण्याचा प्रयत्न करत होता. पण हिरण्य, कपिला आणि सरस्वतीच्या त्या संगमासारखे राधा, रुक्मिणी, द्रौपदी – तिघींचे चेहरे एकमेकांत मिसळून, आर्द्र बनून कृष्णाच्या डोळ्यांत तरळत होते... त्यांना अलग करण्याचा, वेगवेगळं पाहण्याचा कृष्णाचा प्रयत्न सतत निष्फळ होत होता.

कृष्णानं डोळे उघडले....

दुपार झाली होती. खाली-वर उसळणाऱ्या लाटांबरोबर सूर्याचं तेजपण अग्निज्वालेसारखं कमी-जास्त होत होतं. नदीवरून येणाऱ्या शीतल वाऱ्याच्या

लहरींनी अश्वत्थाची पानं सळसळत होती. कृष्णाचे परत मिटलेले डोळे वाट पाहत होते... त्याचेच शब्द पुन्हा त्यालाच ऐकविण्यासाठी....

'सर्गाणामादिरं तश्च मध्यं चैवाहमर्जुनं।
अध्यात्मविद्या विद्यानां वादः प्रवदतामहम् ।।
अक्षराणामकारोऽस्मि द्वन्द्वः सामासिकस्य च ।
अहमेवाक्षयः कालो धाताहं विश्वतोमुखः ।।
दण्डो दमयतामस्मि नीतिरस्मि जिगीषताम्।
मौनंचैवास्मि गुह्यानांज्ञानं ज्ञानवतामहम्।।'

'हे अर्जुन! आकाश वगैरे सृष्टीचा आदि, मध्य आणि अंत मीच आहे. सर्व विद्यांमध्ये मीच अध्यात्मविद्या आहे, वाद-विवाद-तर्कामध्ये पण सत्य मीच आहे...

'अक्षरांमध्ये 'अ'कार मी आहे, समासांमध्ये द्वंद्व-समास मी आहे, कालांमध्ये मुख्य असा अक्षयकाल पण मीच आहे आणि सृष्टिकर्त्यामध्ये ब्रह्मदेव मीच आहे.

'...अराजकतेचे दमन करणाऱ्या सर्व साधनांमध्ये दंड मी आहे आणि जे विजयाची आकांक्षा करणारे आहेत, त्यांची नीती मीच आहे. रहस्यांतील मौन मी आहे आणि विद्वज्जनांतील ज्ञान पण मीच आहे.'

...अर्जुनाला आणण्यासाठी गेलेला दारुक अजून परतला नव्हता आणि परतणार तरी कसा? तो हस्तिनापुरात पोहोचतो न पोहोचतो तोच त्याला कळलं होतं की, द्रौपदी आणि अर्जुन कृष्णाला भेटायला कधीच द्वारकेकडे गेले होते.

पण कृष्ण द्वारकेत होताच कुठं?

तो द्वारकेत नव्हता... गोकुळात नव्हता... हस्तिनापूर किंवा इंद्रप्रस्थातही नव्हता. मग होता कुठं श्रीकृष्ण...?

'खरंच, कुठं कुठं होतो आपण...?' आज पहिल्यांदा कृष्णाच्या मनात विचार आला.

सर्वत्र राहण्याच्या प्रयासात आपण कुठं नव्हतो पोहोचू शकलो?

पूर्ण चंद्राचा प्रकाश यमुनेच्या वर-खाली होणाऱ्या लाटांबरोबर जणू क्रीडा करत होता. यमुनेचं जल क्षणात लखूकन चमकत होतं, तर क्षणात काळंभोर बनून खळाळत वाहून जात होतं.

कदंब वृक्षाच्या पानापानांतून, जाळीदार बनून राधेच्या मुखावर चांदणं, विलसत होतं. तिचे डोळे मिटलेले होते, मस्तक कृष्णाच्या छातीवर टेकवलेलं होतं, अंबाडा सुटल्यामुळं मुक्त झालेले लांब-काळेभोर केस जमिनीवर पसरलेले

होते. तिच्या केसांतून कृष्णाची लांबसडक बोटं फिरत होती. दुसऱ्या हाताची बोटं राधेच्या बोटांत गुंतवून तिच्या छातीवर टेकलेली होती. राधा त्या बोटांबरोबर काहीतरी चाळा करत होती.

''आता जाऊ... कान्हा?'' तिच्या मिटल्या डोळ्यांतून निघालेली अश्रुधारा गालांवरून तिच्या कानामागे वाहत होती.

कृष्णानं हळुवारपणे राधेचे अश्रू पुसले. ''खरंच जायलाच हवं? कधी प्रातःकाळचा सूर्य तुझ्या या डोळ्यांत पाहण्याचं भाग्य नाही मिळणार मला....?''

''कान्हा... माझे सूर्योदय दुसऱ्या कुणाच्या तरी शय्येत लिहिलेले आहेत रे! हे दुर्भाग्य की सद्भाग्य, ते मला नाही समजत. पण सोडून यावं, हा माझा स्वभाव नाही आणि हिसकावून घेणं तुला जमत नाही.''

''मी वचनांत बांधला गेलोय... लाचार आहे.''

''माझी वेळ पण माझी स्वतःची नाही.''

''तू आज जाशील. जेव्हा केव्हा मला जावं लागेल, तेव्हा मी जाईन.''

''तू जाशील हे तर मला माहीतच आहे.''

''अडवणार नाहीस मला तू....?''

''माझ्या अडवण्यानं थांबणार असलास तर जातोसच का? मला माहीत आहे कान्हा, तू जाणार. प्रत्येकाला त्याच्या-त्याच्या निश्चित स्थानी जायचं आहे. मला माझ्या घरी आणि तुला....''

''जरा इकडं पाहा, उजेडाकडे.''

''का...?''

''तुझे डोळे ओले आहेत.''

''तुझ्या डोळ्यांत पाणी आहे, म्हणून तसं वाटतंय तुला....''

''मी गेलो तर रडशील ना तू?''

''मी 'हो' म्हटलं, तर आनंद होईल तुला?''

''तू रडलीस तर मला आनंद होईल, असं कधी झालंय का?''

''आजपर्यंत तर तसंच झालंय ना! कान्हा, मला सतवायचं, रडवायचं, माझे घडे फोडायचे, बासरी वाजवून वेळी-अवेळी मला बोलवायचं नि नंतर स्वतः लपून राहायचं... हे सगळं काय होतं?'' राधा किंचित दूर सरली.

''राधे, तो तर... तो... तर... एक खेळ होता.''

''मग हे? हे काय आहे रे?''

''हे सत्य आहे!''

''तुझा खेळ, तुझं सत्य; मग माझं काय कान्हा? मी कोण या सगळ्यात....?''

''राधे, तू माझा अंश आहेस! माझी क्रीडा पण तू, माझं सत्य पण तूच. मी

प्रत्यक्षात जे अनुभवू शकत नाही, ते तुझ्याद्वारे अनुभवतो!''

''कान्हा...'' राधेच्या आवाजात एक आरपार चिरून निघून जावी तशी धार आली! ''सगळं काही तूच नक्की ठरवायचं ना? आपलं प्रेम हा तुझा निर्णय, मला विरहाचा अनुभव द्यायचा नि रडवायचं, हादेखील तुझाच निर्णय... आयुष्यभर तुला न विसरू शकणं आणि क्षण न् क्षण तुझी वाट बघणं, हाही तुझाच निर्णय, हो ना....?''

कृष्ण राधेच्या जवळ आला... राधेचा हात धरला... नि आपल्या ओठांवर ठेवला... कसं कोण जाणे... राधेला बासरी ऐकू आली.

दोघंही भानहीन चेतनेच्या क्षणी एक होऊन कितीतरी वेळ त्या मुग्ध संगीत प्रवाहात तरंगत राहिले.

राधेनं अचानकच कृष्णाचा हात सोडला नि म्हणाली, ''एक गोष्ट सांगू कान्हा....?'' पण कान्ह्याच्या उत्तराची वाटही न बघता बोलू लागली....

''सतत प्रवासी बनून चालणारा केव्हातरी स्वत:च एक मार्ग बनून राहतो.'' आपण प्रवासी आहोत की मार्ग, हेच त्याला उमजत नाही. कान्हा, तू जाणार तर आहेसच; एक लक्षात ठेव – तू प्रवासी होऊन प्रवास कर. चालता-चालता मार्ग बनू नकोस – कुठंही न पोचणारा!''

''राधे, मी तर आकाशात उडणार आहे. या मातीबरोबरचं नातं तुटणार आहे. काळाची अशी धूळ माझ्या या हातांवर जमणार आहे नं की, त्या पुसट आरशात माझं प्रतिबिंब पाहण्यासाठी आरसा पुसायला जाईन, तर तो आरसा अधिकच अस्पष्ट होईल!'' कृष्णाचा आवाज भिजलेला होता. त्याचे डोळे दूरवर, शून्यात काही पाहणारे... पण पूर्ण कोरे होते.

''मग कशासाठी जातोस? गोकुळ आहे, गोधन आहे, यशोदामाता आहे.'' जराशी थांबून राधा म्हणाली, ''मी पण इथंच आहे. आणखी काय हवंय तुला?''

''मला...? मला कुठं काय हवं आहे? मी तर जे बरोबर घेऊन आलोय, ते वाटून टाकून परत जाणार आहे.''

''परत जाणार आहे... म्हणजे? कुठं परत जाणार आहेस?'' राधा तटकन् उठून बसली.

''पुढं... याही पुढं. परत मागे वळून पाहण्याचा अधिकारच नाही मला. मी तर स्वत: काळ आहे. मला परत फिरणं नाही, राधिके. माझी इच्छा असो वा नसो... तुझी इच्छा असली तरीदेखील.''

''तुझ्या या असल्या गोष्टी मला समजत नाहीत, कान्हा. असंही तुझ्या मनात असतं, तेच तू करतोस. मला एक सांग, तू इतरांचा विचार करून जगलायस कधी? तू मानशील ते सत्य आणि तू करशील ते कर्म. वा कान्हा,

वा!'' राधेचा स्वर यमुनेच्या पाण्यासारखा खोल आणि सर्द झाला होता.

"मी स्वतंत्र आहे, सत्य आहे. एका स्वतंत्र व्यक्तीलाच स्वतःच्या इच्छेनुसार येण्या-जाण्याची मुक्ती आहे. मी जाणार, हे अपरिहार्य आहे. मी आलो होतो कारण, तेही अपरिहार्यच होतं. विकल्पच नव्हता माझ्याजवळ. राधे, जो स्वतंत्र असतो, त्याच्यावर खूप जबाबदारी असते – इतरांना स्वतंत्र करण्याची. एक मुक्तच दुसऱ्याला मुक्त करू शकतो. मीच जर संबंधांच्या पाशात बांधला गेलो, तर इतरांच्या मुक्तीचं काय होईल, हा विचार केलायस? तू स्वार्थी नाहीस राधे आणि मी स्वार्थी होऊच शकत नाही. कारण 'स्व'च नाही तर त्याचा अर्थ कुठून सांगू....?''

"कान्हा, इथं तुझ्याविना सगळं सुनं-सुनं होईल रे!''

"मी तर इथंच आहे, इथंच राहणार आहे. प्रिये, येणं-जाणं ही तर आपल्या मनाची अवस्था आहे. खरं तर अशी काही प्रक्रियाच नसते. एका बिंदूपासून दुसऱ्या बिंदूपर्यंतचा समय आणि या दोन टोकांत मध्ये कुठंतरी आपलं अस्तित्व. या क्षणी तू आणि मी परस्परांत निमग्न आहोत आणि हेच या क्षणाचं सत्य आहे. गेला तो क्षण आणि येणारा क्षण – हे दोन बिंदू. जिथून आपण आलो आणि जिथं आपण चाललो आहोत, जाणार आहोत – प्रत्येक क्षण हा प्रयाणाचाच क्षण आहे राधिके. आणि प्रयाण निश्चित आहे. फक्त 'केव्हा?' या प्रश्नाचं आपल्याजवळ उत्तर नसतं. पण याचं उत्तर नाही म्हणूनच या बिंदूंमधला प्रवास मजेशीर आहे, रस निर्माण करणारा आहे. लक्षात आलं का राधिके....?''

"मला फक्त एकच गोष्ट लक्षात येते कान्हा... की, तुझ्याशिवाय मी नाही जगू शकत.''

"जीवन तर सतत सुरूच राहणार आहे, वाहतच राहणार आहे प्रिये. या यमुनेच्या प्रवाहासारखं. कधी चांदणं असेल, तर कधी काळंशार पाणी. पण हा प्रवाह थांबणार नाही, अविरत वाहतच राहणार... मी असेन किंवा नसेन....''

राधा परत कृष्णाच्या छातीत डोकं लपवून बसली. त्याच्या संगमरवरासारख्या छातीला मुसळधार भिजवू लागली. अविरत अश्रुधारा नि तिचे हुंदके कृष्णाला पूर्ण भिजवत होते. कृष्ण मात्र तिच्या पाठीवरून हात फिरवत दूरवर शून्यात टक लावून बसला होता.

गोकुळातून प्रयाण करण्याची वेळ कधीतरी येणारच आहे... त्याला जाणीव होती त्याची आणि मनोमन निश्चय पण. कारण अंतिम बिंदूपर्यंत पोहोचायचं होतं त्याला आणि ते पण निश्चित कालावधीतच.

द्वारकेत पोहोचल्यावर ज्या क्षणी द्रौपदीला कृष्णाच्या प्रभासतीर्थ प्रयाणाची वार्ता समजली त्या क्षणी तिनं जोरात, आवाज फाटेल इतक्या जोरात हाक मारली...

''पार्थ... पाऽऽर्थ...''

तिची किंकाळी ऐकून अर्जुनाच्या हृदयाचा ठोकाच चुकला, उत्तरीय सावरत तो महालाच्या दिशेनं धावला.

''पार्थाऽऽ'' तिचा आवाज आता क्षीण होऊ लागला होता. उंबऱ्याला अडखळून पडता-पडता वाचलेला अर्जुन द्रौपदीजवळ ती मूर्च्छा येऊन पडण्याआधीच पोहोचला. त्यानं द्रौपदीला हातांत सावरून धरलं... तिचे डोळे बंद होते... अर्जुनानं तिला नजीकच्या मंचकावर निजवलं. ''सखा... पार्था... प्रभास... सखा... पार्थ...'' अस्फुट स्वरांत द्रौपदी बडबडत होती. तिच्या मिटल्या डोळ्यांतूनही अश्रुधारा वाहत होत्या.

''हे गोविंद... हे गोपाल... हे गोविंद... हे गोपाल...'' ती बडबडत होती.

काय जाणवलं अर्जुनाला कुणास ठाऊक, पण; त्यानं द्रौपदीला उचलली नि एका दमात तो रथाकडे धावू लागला होता....

त्याला जाणवलं होतं – त्याचा प्राणाधार, त्याचा गुरू, त्याच्या सख्याचे अंतिम क्षण आणि तो यांच्यात खूप अंतर पडलं होतं!

अर्जुनानं द्रौपदीला रथात निजवलं... घोड्याचे लगाम हाती धरले नि त्वेषानं खेचले.

रथाच्या अश्वांनाही समजलं की, आज वाऱ्यालाही मागं पाडणाऱ्या गतीनं धावून अर्जुनानं दाखवलेल्या दिशेला उडायचं आहे... आणि रथ पवनगतीनं प्रभासतीर्थाच्या दिशेनं धावू लागला. काही अंतर गेल्यावर अर्जुनाच्या लक्षात आलं... त्यानं रथ सागर-तटाकडे वळवला.

एकच एक नौका एकाकी समुद्रतटावर उभी होती. सोन्याच्या नौका घेऊन गेलेल्या यादवांना ती लाकडी नौका बरोबर घेऊन जाणं कदाचित कमीपणाचं वाटलं असावं.

...किंवा असंही असू शकेल... खुद्द कृष्णानंच अर्जुनाला नि द्रौपदीला मार्गदर्शनासाठी ती नौका तिथं ठेवली असणार! शक्य आहे! शक्य आहे!

मूर्च्छित द्रौपदीला अर्जुनानं रथातून दोन्ही हातांनी उचलून घेतलं. नुकत्याच तिथून गेलेल्या यादवांच्या पायांचे ठसे रेतीत जसेच्या तसे राहिलेले होते. रात्री येऊन गेलेल्या भरतीच्या पाण्यानं काही ठसे पुसून टाकले होते.

पण त्यांत पद्मचिन्हांकित, मूर्तीसारख्या सुंदर पावलांचे ठसे पाहून अर्जुनाच्या तत्क्षणी लक्षात आलं... ते ठसे त्याच्या प्राणप्रिय सख्याच्या, श्रीकृष्णाच्या

चरणांचेच होते.

द्रौपदीला हलवत जागं करण्याचा त्यानं प्रयत्न केला.

"याज्ञसेने! जागी हो याज्ञसेने... पाहा कृष्णाच्या पावलांचे ठसे. त्याला इथून जाऊन फारसा वेळ झालेला नाहीय. त्याच्या चरणांचे ठसे पुसून टाकण्याची शक्ती सागराच्या लाटांत आहेच कुठं? तो प्रत्यक्ष काल आहे, समय आहे. त्याला काही होऊ शकत नाही. ऊठ! याज्ञसेने, जागी हो आणि पाहा...!"

"हे गोविंद... हे गोपाल! हे गोविंद... हे गोपाल!" द्रौपदीनं डोळे काहीसे उघडले.

द्रौपदीच्या डोळ्यांतून सतत वाहणाऱ्या आसवांनी श्रीकृष्णाच्या चरणकमलांचे ठसे भरून गेले. रेतीत खोलवर उठलेल्या त्या पावलांचे खड्डे तिच्या अश्रूंनी भरून वाहू लागले. अर्जुनाला आठवले... कृष्ण म्हणाला होता, 'अश्रू म्हणजे काय? हृदयातली उत्कट भावना काठोकाठ ओसंडून डोळ्यांतून ज्या रूपात व्यक्त होते, ते रूप म्हणजे अश्रू! शब्द ज्या वेळी कमी पडतात नि गोष्ट अपुरी राहते, त्या वेळी ती गोष्ट पुरी करतात अश्रू!'

सख्याच्या चरणकमलचिन्हांवर मस्तक नमवलेल्या द्रौपदीचं उत्तरीय आणि बटा रेतीत घासल्या जात होत्या. तिचे डोळे अजूनही श्रीच्या चरणचिन्हांना भिजवत होते. ओठांतून नकळत शब्द उमटले....

'त्वदियम् वस्तु गोविन्द तुभ्यमेव समर्प्यते।'

अर्जुन आणि द्रौपदी निघून गेल्यानंतर सारा महाल रुक्मिणीला अंधारमय वाटू लागला होता. द्रौपदीच्या कृष्णप्रेमापुढं आपण अगदी खुजे, अपूर्ण आहोत – असं रुक्मिणीला राहून राहून वाटलं.

'का जाऊ दिलं मी कृष्णाला? त्यांच्याबरोबर का गेले नाही मी? त्यांचं म्हणणं का म्हणून मी मान्य केलं?' प्रश्नांमागोमाग प्रश्न तिच्या मनात गर्दी करू लागले.

पाच-पाच पतींसह संसार करणारी ही स्त्री पाचही जणांवर इतकं प्रेम करत असेल, ही गोष्ट आजपर्यंत न उमजल्याचं दुःख रुक्मिणीला बोचू लागलं होतं.

'खरंच ही स्त्री अद्‌भुत असली पाहिजे.' आणि द्रौपदीचं कृष्णप्रेम पण तिच्या हृदयाला जाऊन भिडलं होतं. सर्वसामान्य स्त्रीच्या मनात द्वेष, ईर्षा निर्माण झाली असती – ती जगते पण सर्वसामान्यच.

कृष्ण म्हणायचा... 'स्त्री आणि पुरुषाच्या व्यक्तित्वाचं विशेष लक्षण आपण पाहायचं ठरवलं, तर पुरुष एका अहंकारात जगत असतो, तर स्त्री ईर्ष्येत!

अहंकाराचं 'निष्क्रिय' रूप म्हणजे ईर्षा, तर अहंकार हे ईर्षेचं 'सक्रिय' स्वरूप आहे किंवा अहंकार सक्रिय ईर्षा आहे आणि ईर्षा निष्क्रिय अहंकार आहे, असं म्हणता येईल.'

आता रुक्मिणीच्या लक्षात आलं... ही स्त्री ईर्षारहित जीवन, प्रेम जगू शकली आणि पाच बंधूंपेक्षा कितीतरी अर्थांनी उच्च ठरली. त्या पाचही बंधूंनी खूप त्रास सहन केला, द्रौपदीमुळे आतल्या आत सतत एक द्वंद्व नि संघर्ष होत राहिला... ही स्त्री मात्र शांत, निर्द्वंद्व विचित्र प्रसंगातून पार झाली. तरीही ती ज्याची आकांक्षा धरत होती, त्याची पूजा करत होती – त्याच्याबद्दलचं प्रेम निष्कलंक, अखंड, निर्विवाद राहिलं. सत्यभामा किंवा इतर राण्यांबद्दल रुक्मिणी काहीशा चेष्टेनं बोलायची तेव्हा कृष्ण म्हणायचा... 'आपल्या समजुतीत जी काही गडबड होते, ती आपल्यामुळेच असते. आपण प्रेमाला एक-दुसऱ्यातला संबंध मानतो. प्रेम तसं नाही. म्हणूनच आपण प्रेमापायी घोटाळ्यात अडकतो, अनेक अडचणी आपण होऊन निर्माण करतो. केव्हाही आणि कुणासाठीही अचानक उमलणारं एक फूल ते प्रेम! त्याला काही बंधनं नाहीत, त्याच्यावर मर्यादा नाहीत. बंधनं आणि मर्यादा जितक्या अधिक तितका आपला निश्चय होतो की, उमलूच द्यायचं नाही या प्रेमपुष्पाला. त्यातून हे प्रेम एकासाठीच उमलतं, असंही नाही. मग आपण प्रेमाशिवायच जीवन जगून घेतो, झालं! फार विचित्र माणसं आहोत आपण! प्रेमशून्य जीवन जगायचं आपण पसंत करतो, पण प्रेमावरचा हक्क सोडायला नाही तयार होत. सबंध आयुष्य प्रेमाशिवाय व्यतीत करणं पसंत करतो आपण; पण जिच्यावर आपण प्रेम केलं, तिच्यासाठी आणखी कुणीतरी प्रेमपात्र व्यक्ती असू शकेल, हे मात्र सहन करत नाही.'

आणि आज रुक्मिणीनं स्वतःच्या नजरेनं पाहिलं होतं प्रेम – ज्यात केवळ समर्पणाशिवाय दुसरं काहीही नव्हतं, असं प्रेम!... कोणतीही समस्या नव्हती, कसलीही अपेक्षा नव्हती, दुःख नव्हतं की नव्हती पीडा. होतं फक्त अखंड, निरंतर, निर्विवाद, सतत वाहणारं जिवंत प्रेम!

आणि म्हणूनच....

ते प्रेम या क्षणापर्यंत जसंच्या तसं, एकसंध जतन होऊन राहिलं होतं.

द्रौपदीला 'वासुदेवस्य सखी' असं म्हणणाऱ्या रुक्मिणीला, ही सखी तिच्या पतीच्या इतकी निकट, त्याला इतकी प्रिय असेल, याची स्वप्नातही कल्पना नव्हती.

द्रौपदी गेल्यानंतर, आपण कृष्णासोबत न जाण्याची चूक केली, हे रुक्मिणीच्या

लक्षात आलं आणि तिनं प्रभासक्षेत्री जायची तयारी सुरू केली. 'ठीक आहे, नाही त्यांच्या बरोबर जाऊ शकले; त्यांच्या पाठोपाठ तर जाऊ शकेन? तसंही, पतीला अनुसरावं, हे कर्तव्यच आहे पत्नीचं आणि आज सर्व जण श्रीकृष्णाच्या मागोमाग जात आहेत; मग मी त्यांची राणी... अर्धांगी... इथं काय करतेय?'

अधिक विचार न करता रुक्मिणी प्रासादाबाहेर आली नि पायऱ्या उतरू लागली. उतरता-उतरता तिनं मागं वळून पाहिलं... फक्त एकदाच!

त्याच पायऱ्या होत्या या, ज्या कृष्णासोबत, त्याचा हात हातात घेऊन एकेक करून ओलांडून या प्रासादात ती आली होती.

फुलांच्या पायघड्यांवरून इथपर्यंत पोहोचली होती ती. त्या वेळी कृष्णाचा हात हातात होता... आणि आज? आज ती एकटीच निरोप घेत होती. कृष्णाचा हात सुटला, साथ संपली... त्या क्षणापासून ती फुलं, ते सुख, सुगंध, सौंदर्य – सगळं आयुष्यातून दूर गेलं.

'कृष्ण भेटेल मला? की वेळ चुकलीय माझी?'

पायऱ्या उतरता-उतरता रुक्मिणी प्रार्थना करत होती – 'हे ईश्वरा! माझे नाथ जिथं असतील तिथं त्यांना सुख-शांती मिळू दे... पीडेचा, दुःखाचा स्पर्शही होऊ देऊ नकोस त्यांना... मला दे त्यांच्या वाट्याची सर्व दुःखं, सर्व पीडा!'

झपाट्यानं चालत होती रुक्मिणी. प्रासादाच्या मुख्य दारातून ती प्रासादांच्या मधोमध बनवलेल्या चौकात आली. स्वच्छ-नितळ, सफेद संगमरवराचा चौक... त्याच्या भोवताली अशोक, गुलमोहर, गरमाळा, पळस अशा वृक्षांनी शोभिवंत झालेला परिसर... तो आजच्या इतका निष्प्राण, निश्चेष्ट कधीही झाला नव्हता. मध्यावर सुंदर पुष्करिणी, त्यात कारंजं, पुष्करिणी... कमळं उमललेली... कृष्ण द्वारकेत असायचा आणि राजसभा सुरू असायची, तेव्हा हा परिसर यादवांनी फुलून गेलेला असायचा... पहारेकरी, ये-जा करणारे सभाजन, नगरजन यांनी सतत हा चौक गजबजून जायचा!

श्रीकृष्णानं सुदामाचं स्वागत केलं होतं... ते याच चौकात! थेट स्वतःच्या दालनातून इथपर्यंत धावत आला होता कृष्ण... तोही अनवाणी पायांनी! रुक्मिणी ते दृश्य मिटल्या डोळ्यांसमोर क्षणभर पुन्हा पाहत राहिली.

किती, किती उत्सव – सण साजरे व्हायचे याच चौकात! द्वारकेचे नगरजन इथं जमायचे, अबीर-गुलालानं चौक नुसता भरून जायचा. अशोकाच्या, फुलांच्या माळांची तोरणं बांधली जायची. स्वतः श्रीकृष्ण प्रत्येक उत्सवात आपण होऊन उत्साहानं भाग घ्यायचा – अगदी मनसोक्त. त्याचं जीवनच जणू एक उत्सव होतं! आयुष्यातल्या प्रत्येक क्षणाला उत्सव-महोत्सव बनवून तो जीवन जगला होता. आणि आता?... आता मृत्यूचाही महोत्सव साजरा करत होता श्रीकृष्ण!

पौर्णिमा असायची तेव्हा किती तरी वेळा कृष्णासह रुक्मिणी याच चौकात बसली होती. त्या क्षणी शब्दांची गरजच वाटायची नाही... काही सांगायचं, काही ऐकायचं उरतच नसे. श्रीकृष्ण, त्याच्यासह व्यतीत केलेला क्षण न् क्षण चिरस्मरणीय, जिवंत बनवायचा!

याच ठिकाणी कृष्णाला आणि द्रौपदीला रात्री उशिरापर्यंत बोलत बसलेलं पाहिलं होतं. आपल्या महालाच्या गवाक्षातून घटका न् घटका ती हे पाहत राहायची. 'काय गोष्टी करत असतील ती दोघं?' रुक्मिणीच्या मनात प्रश्न यायचाच. कधी किंचितशी ईर्षाही वाटायची. आपला पती मनातले विचार, भाव-भावना इतक्या सहजपणे, स्वाभाविकपणे एका दुसऱ्या स्त्रीजवळ व्यक्त करत होता; हे पाहून आपल्यात काही अपुरं, काही उणं असावं, अशीच भावना रुक्मिणीच्या मनात जागायची. 'आपण आपल्या प्रियकराच्या इतकं निकट का नाही राहू शकलो...?' असाही विचार तिच्या मनात यायचा.

पण तिनं श्रीकृष्णाला याविषयी कधीही काही सांगितलं नव्हतं. एकदा पांडव द्रौपदीसह द्वारकेत आले होते, तेव्हा कृष्ण खूप उशिरा रुक्मिणीच्या प्रासादात परतला होता. मध्यरात्र झाली होती. रुक्मिणीला जागी पाहून कृष्णानं विचारलं... "देवी, अजून जागीच आहेस...?"

"वाट बघत होते – तुमचीच. खूप वेळ राहिलात सखीच्या सहवासात? मला तर वाटलं की, तुम्ही आता पहाटेच परतणार."

कृष्ण हसला. "देवी, सखीपाशी जितका वेळ राहावं, तितका कमीच पडतो."

"अगदी खरंय!" रुक्मिणी म्हणाली, "त्यातून माझ्या वाट्याला जितका येईल, तितक्यावर मी समाधान मानायचं. खरं नं प्रभो?"

कृष्ण रुक्मिणीच्या समीप आला....

"प्रिये, आज तुझ्या बोलण्यात थोडी कटुता आल्यासारखी वाटतेय. ईर्षा वाटते सखीची....?"

रुक्मिणीचे डोळे पाणावले... "नाही, मला कुणाचीच ईर्षा वाटत नाही; पण तुमचं नसणं मात्र खुपतं!"

"रुक्मिणी, अगं कधी कधी मला स्वत:लाच माझं नसणं खुपतं, म्हणूनच आता हळूहळू मी मुक्तीकडे प्रस्थान सुरू केलं आहे."

रुक्मिणी पाहतच राहिली कृष्णाकडे... "मुक्ती...?"

"हो प्रिये. जीवनातल्या सर्व नाशिवंत संबंधांतून मन काढून घेऊन त्या परमतत्त्वाशी जोडायचा प्रयत्न करतोय मी...."

"पण, प्रभो, तुम्ही तर सदैव तसेच जगता आहात. कमळासारखे – पाण्यात राहूनही पाणी स्पर्श करत नाही... असे कमळ आहात तुम्ही."

"जाणतो मी, तरी माझं नसणं खुपत असल्याची तक्रार करतेसच तू. प्रिये, मी आपादमस्तक तुझा आहे आणि तरीही तेवढाच दुसऱ्या कित्येकांचा आहे. देण्यात मी कधीच कमी करत नाही... पण माझ्या प्रेमाहून तुझी अपेक्षा जास्त वाढते, त्या वेळी समस्या निर्माण होते; माझं नसणं खुपतं. प्रिये, माझा जन्म, माझं आयुष्य आणि माझा मृत्यू – या कशावरही माझा अधिकार नाही. माझा जन्मच मुळी धर्म, शुभ, मंगल यांच्या संस्थापनेसाठी आहे. तेच माझं कर्तव्य आहे आणि माझं अस्तितवही तेच!"

आणि एकटी याज्ञसेनीच नाही... सर्वच चिंतित आहेत, रुक्मिणी. महासंहारानंतरच्या पुनरुज्जीवनाविषयी आणि पुन:स्थापनेविषयी. याज्ञसेनी अधिक काळजीत आहे – कारण ती एक स्त्री आहे. स्वत:चे निष्पाप पुत्र गमावलेत तिनं... सुडाची तृप्ती झाली, ही एकच गोष्ट सोडली, तर या विजयानं तिला काहीही दिलेलं नाही. तरीही ती या भारतवर्षाची महाराणी आहे. तू पण माता आहेस प्रिये आणि मातेची वेदना तू नाही समजणार? एवढ्या विशाल साम्राज्याचं भविष्य काय, या विचारानं तिला उद्विग्नता येणं साहजिक नाही का? अगं, पाच-पाच पती असूनदेखील द्रौपदी एकटी आहे... दु:खी आहे. आणि रुक्मिणी, तिची वेदना, आत्म्याची व्यथा, तिच्या समस्या, आकांक्षा हे ती फक्त माझ्याकडे सांगते. अथांग श्रद्धा, भक्ती आहे तिची माझ्यावर! पण तू... तुझ्या पतीबद्दल अश्रद्धा, त्याच्या नसण्याबद्दल तक्रार करतेस."

नि:शब्द राहून रुक्मिणीनं कृष्णाला आलिंगन दिलं होतं... जणू ती कृष्णात सामावून जायला पाहत होती, विलीन व्हायला बघत होती प्रभूमध्ये... इतकं घट्ट! आपण ईश्वराची अर्धांगी आहोत, ही गोष्ट तिला फार आवडली.

भरतखंडाची साम्राज्ञी आपल्या पतीला इतकं पूजनीय, स्तुत्य मानते, या विचारासरशी तिचं उरलं-सुरलं दु:खही नाश पावलं. आपल्या पतीच्या अद्वितीयतेमुळे ती मनोमन मोहरून गेली.

कृष्णाला आलिंगन दिल्यानंतर, संपूर्ण रात्र जागलेल्या रुक्मिणीच्या मनात एकच सूर होता – 'अशा अद्भुत, अलौकिक व्यक्तीची मी अर्धांगी आहे!...' विश्वाच्या कल्याणासाठी जन्मलेला – त्यासाठी जगणारा नि विश्वाच्या कल्याणासाठीच प्राणत्यागाची तयारी करणारा पती किती निराळा, किती प्रिय आणि पूर्ण स्वत:चा वाटला होता रुक्मिणीला... त्या रात्री!

...चौक ओलांडून रुक्मिणी पुढं गेली. सत्यभामेचा महाल उजव्या बाजूला. विशाल गवाक्षं, त्यातं झुलणाऱ्या वेली, सोनेरी पिंजऱ्यातले मैना-पोपट... गवाक्षांचे खांब रत्नजडित होते. सत्यभामेचा महाल म्हणजे तिची रसिकता आणि सौंदर्याबद्दलची अभिरुची यांचीच साक्ष होता. सर्व महालांत बहुतेक तिचाच

महाल सुंदर होता. तिथं दास-दासी पण सर्वाधिक होते. अलंकार पण इतरांपेक्षा अधिक बनवून घ्यायची. सत्यभामेच्या महालात सर्वांत जास्त वस्त्र-प्रावरणं आणि सुगंधी द्रव्यं यायची.

कृष्णाला प्राप्त करून घ्यायच्या अनेक मार्गांपैकी एक म्हणजे त्याला मोहात, आपल्या सौंदर्यपाशात बांधणे – हा आहे... अशी सत्यभामेची समजूत होती.

कृष्णाच्या इतर राण्यांच्यात वयानं सत्यभामा सर्वांत लहान होती. कदाचित म्हणूनच कृष्णासहित सर्व जण तिचे लाड, कोडकौतुक करायचे. तिच्याकडून अजाणता झालेल्या चुका हसून सोडून द्यायचे.

कृष्णाला रुक्मिणीचा समजूतदारपणा आणि सहनशीलता फार आकर्षून घ्यायची. उदात्त वर्तनामुळे रुक्मिणीबद्दल एक आदराची, सन्मानाची भावना कृष्णाच्या मनात निर्माण झाली होती. आणि सत्यभामा स्पष्ट बोलायची नाही, पण रुक्मिणीची ईर्षा करायची.

कृष्णाचं रुक्मिणीबरोबरचं तादाम्य, न बोलताही तिचं सतत राहणारं अनुसंधान यामुळे आपण रुक्मिणीइतकं कृष्णाच्या जवळ नाही, असंच भामेला वाटत राहायचं. अर्थात ते असत्य होतं. पण सत्यभामेच्या मनातला तसा भ्रम तिला ईर्षा करायला लावायचा.

...रुक्मिणीची नजर सत्यभामेच्या महालाकडे गेली. गवाक्षात सत्यभामा उभी होती... अलंकार, आभूषणं नसलेली, निस्तेज डोळ्यांची. श्वेत वस्त्रे ल्यालेली. शरीरावर कर्णफुले, हार नव्हते. लांब केसांचा अंबाडा सुटून केस – काळेभोर, चमकदार केस – पाठीवर मोकळे पसरलेले होते. चेहऱ्यावर सतत फुलणारं हास्य कुठं तरी हरवल्यासारखं झालं होतं. डोळे गारगोट्यांसारखे निष्प्राण वाटत होते. सदैव उत्साहानं फुलणारी सुंदर सत्यभामा, आता गवाक्षात उभी केलेली एखादी दगडाची मूर्ती भासत होती!

सत्यभामेला तशा अवस्थेत पाहून रुक्मिणीच्या हृदयात वेदनेची कळ उठली. असंच धावत जावं नि तिला कवेत घ्यावं, असं तिच्या मनात आलं. खूप माया करून... मस्तक चुंबून तिला आशीर्वाद द्यायची इच्छा रुक्मिणीला झाली....

दूर आकाशात नजर लावून बसलेल्या सत्यभामेचे डोळे अचानक रुक्मिणीकडे वळले. तिनं रुक्मिणीला पाहिलं, पण तिच्या नजरेत ओळखीचा भावच नव्हता... चेहरा यथावत भकास राहिला होता. तेच स्थिर डोळे आणि हास्य नसलेला चेहरा.

सत्यभामेला या अवस्थेत छेडू नये, असं रुक्मिणीला वाटलं असावं. ती तशीच पुढं निघाली. तिला लवकर पोचायचं होतं, तिच्या प्रभूजवळ!

काही पावलं ती गेली नसेल तोच हाक ऐकू आली तिला... ''रुक्मिणीताई... रुक्मिणीताई....''

रुक्मिणीची पावलं थबकली. हाक मारणारा आवाज सत्यभामेचा होता. धावत-धावत ती रुक्मिणीजवळ आली. तिनं रुक्मिणीचे खांदे धरून तिला आपल्याकडे फिरवलं नि नजरेला नजर खिळवून विचारलं, ''रुक्मिणीताई, प्रभू आता परत येणार नाहीत...?'' हतप्रभ होऊन रुक्मिणी तिच्या डोळ्यांत पाहत राहिली.

किती कोरडे, रिकामे, भकास होते ते डोळे! डोळ्यांत जणू वाळवंट आलं असावं, इतके कोरडे.

फसवल्याची, सोडून गेल्याची वेदना होती त्या डोळ्यांत. नजर खाली वळली रुक्मिणीची. भामेला काय उत्तर द्यावं, हेच तिला सुचेना.

''प्रभू परत येणार नाहीत? सांगा... सांगा ना ताई...'' भामेनं परत विचारलं.

सत्य सांगण्याशिवाय आता रुक्मिणीजवळ दुसरा मार्गच नव्हता. तिनं सत्यभामेच्या खांद्यावर हात हलकेच काढून तिला जवळ ओढलं आणि छातीशी घट्ट धरली – तिला. पाठीवरून हात फिरवायला सुरुवात केली.

''खरंच भामे, आता प्रभू परतणार नाहीत. इथून ते प्रभासक्षेत्री गेलेत आणि तिथूनच निजधाम....''

पटकन् सत्यभामेनं तिचा हाताचा पंजा रुक्मिणीच्या तोंडावर ठेवला... ''छे! छे! असं कसं होईल?'' तिच्या डोळ्यांत कमालीची करुणा, काहीशी भ्रमिष्टपणाची झाक होती. तिला घेतल्याशिवाय कृष्ण निघून गेला, हे तिला मान्यच होत नव्हतं.

''ताई, तुमची काही तरी चूक होतेय. मला सांगितल्याशिवाय... मला सोबत घेतल्याशिवाय... प्रभू तसे जाऊ शकत नाहीत.''

''ते अंतिम प्रयाण आहे, भामे. त्यात कुणाला बरोबर नसतं घेऊन जायचं...''

''पण... पण मी तर त्यांची सर्वांत लाडकी... सर्वांत जवळची... खरं ना?'' सत्यभामेनं विचारलं. जणू काही रुक्मिणीनं आत्ताही ते मान्य केलं, तर तिच्या उणिवा, रागद्वेष, आक्षेप – सगळं इथल्या इथं पूर्ण होणार होतं.

''हो... खरी गोष्ट...'' बालकासारखं छातीला चिकटलेल्या भामेच्या मोकळ्या केसांतून रुक्मिणीची बोटं फिरू लागली. ''तुझ्यापेक्षा अधिक प्रिय, अधिक निकट होतंच कोण प्रभूंना? तू तर त्यांचा जीव, त्यांची प्रिय अर्धांगी...'' रुसलेल्या बालकाला समजवावं तशी रुक्मिणी मनधरणीच्या स्वरात म्हणाली....

आणि एकदमच सत्यभामा हमसाहमशी रडू लागली.

''मला क्षमा करा, ताई... मला क्षमा करा. मी सतत तुमची ईर्षा केली. प्रभूंशी तुमचं तादात्म्य, निकटता मला बोचत राहिली. तुमचं पट्टराणीपद मला जाळत राहिलं. म्हणून तर मी प्रभूंची प्रिय नाही बनू शकले. अंतिम प्रयाणाच्या वेळी त्यांनी तुम्हाला सांगितलं, तुमचा निरोप घेतला... आणि मला...'' सत्यभामा सतत हुंदके देत होती.

त्या हुंदक्यांनी मनातली सगळी मळमळ धुतली जात होती. भामेच्या मनात सत्याच्या सूर्याचा प्रकाश पसरला होता. मनात रुक्मिणीचं स्थान पक्कं झालं होतं... आणि सत्यभामा कृष्णजीवनात स्वत:ची उपेक्षा, अप्रस्तुती अनुभवत होती.

रुक्मिणीनं तीच गोष्ट सत्यभामेला सांगितली होती, जी कृष्णानं रुक्मिणीला सांगितलेली होती.

"...ते संपूर्ण तुझेच आहेत आणि तरीही दुसऱ्या कुणाचेही आहेत. ते देण्यात कधीही कमीपणा करत नाहीत; मात्र त्यांच्या प्रेमापेक्षा तुमची अपेक्षा जास्त वाढली तर मात्र समस्या निर्माण होते – नसणं जाणवायला लागतं... त्यांचा जन्म, जीवन आणि मृत्यू – कशावरही त्यांचा किंवा आपला अधिकार नाही. त्यांचा जन्म धर्मसंस्थापनेसाठी, विश्वकल्याणासाठी झाला होता, तेच त्यांचं कर्तव्य आहे. आणि त्यांचं अस्तित्वही तेच!.... "

सत्यभामेचं अंत:करण निर्मळ होत होतं... ज्याच्याबरोबर जगली, तो कृष्ण तिला आज उमगला होता. ज्या कृष्णाला ती शोधत होती, तो मिळाला... निघून गेल्यानंतर!

ईश्वर असण्याचा हाच अनुभव असावा की तुम्ही त्याला शोधा, त्याची कामना करा – तुम्ही मागता तेव्हा मिळत नाही; पण तो स्वत: प्रकट होतो आत्म्यातून... सत्यरूपानं! हृदयातून... मनातून... आणि मग रोम-रोम व्यापून टाकतो.

श्रीकृष्णाच्या भामेला आज सत्य सापडलं होतं... आज!

खऱ्या अर्थानं ती अर्धांगी झाली होती कृष्णाची!

रुक्मिणीनं सत्यभामेला बरंच शांत केलं आणि प्रभासक्षेत्री जाण्याचा निर्णयही सांगितला.

"तू येशील, भामे...? " रुक्मिणीनं विचारलं.

"नाही ताई, नाही. मी इथंच राहीन... या द्वारकेतच. इथं प्रभूंच्या आठवणी आहेत, त्यांचा सुगंध आहे. त्यांच्या सोबत घालवलेले दिवस नि क्षण जिवंत आहेत अजूनही इथं. त्या क्षणांसह मी जगेन. त्या कृष्णाबरोबर दिवस-रात्र घालवूनही ज्यांना मिळवू नाही शकले, त्या कृष्णाला आता मिळवीन. या महालाच्या दगडांत त्यांची चरणधूळ आहे. महालाच्या घुमटांतून अजूनही त्यांचा आवाज घुमतो... या गवाक्षात अजूनही बसलेले प्रभू दिसतात मला! जन्माष्टमीच्या उत्सवात गुलाल उडवणारे प्रभू आजही माझ्या डोळ्यांत जीवित आहेत. ते सर्व क्षण मी आता नव्यानं जगेन मी! अखेरच्या क्षणापर्यंत मी द्वारका सोडणार नाही... कारण माझे नाथ, माझे प्रभू, माझे प्राण इथं राहिले होते; इथं राहतात आणि चिरकाल इथंच राहणार आहेत!"

सत्यभामा बोलत राहिली... अविरत... सतत, न थांबता; पण असंबद्ध!

तिला तिथंच सोडून रुक्मिणी द्वारकेच्या महामार्गावर आली.

द्वारकेच्या सामसूम-सुन्या रस्त्यावर रुक्मिणी एकटीच पुढं-पुढं जात होती. कृष्णाच्या रथाच्या घंटिका ऐकू आल्या. मधुर झंकार करणाऱ्या त्या चांदीच्या घंटिका रुक्मिणी ओळखत होती. तिच्या महालाच्या गवाक्षात प्रहर न् प्रहर उभी राहायची ती... या घंटिकांचा नाद ऐकण्यासाठी....

ज्या संध्याकाळी त्या घंटिकांचा नाद तिच्या महालाच्या प्रांगणात ऐकू यायचा... उत्सव होऊन जायची ती संध्याकाळ तिच्यासाठी!

"...महाराणी... महाराणी... " दारुकाचा आवाज ऐकू आला.

कृष्णसारथ्याचा तो आवाज रुक्मिणीला परिचितच होता. ती थांबली. मागं वळून बघितलं... रथ घेऊन दारुकच येत होता.

कृष्ण परत आला असेल... कदाचित... या आशेनं रुक्मिणीनं रथात निरखून पाहिलं... आशा फसवी निघाली – रथात कोणीही नव्हतं.

रथ समीप येताच रुक्मिणीनं अधीरपणे विचारलं –

"प्रभू कुठं आहेत?"

"पार्थ आणि द्रौपदीमाता कुठं आहेत...?" दारुकानं विचारलं.

"का?..." रुक्मिणीच्या आवाजात धक्का जाणवत होता – भयाचा की...

"मी त्यांना न्यायला आलोय...."

"नि मला नाही...?" पण तिचे शब्द इथंच अडकले.

"चला, महाराणी, चला – नाहीतर...?" दारुकाची जीभ पुढं बोलायला धजावली नाही. रुक्मिणीच्या मनात अमंगळ शंकेचं घुबड घूत्कारलं. काहीही न विचारता ती झटकन् रथात बसली आणि रथ विलक्षण वेगानं द्वारकेच्या समुद्रतटाकडे निघाला.

"आपण या बाजूला कुठं चाललोय...?" रुक्मिणीनं विचारलं.

"समुद्रमार्गानं आपण प्रभासतीर्थाला लवकर पोचू... अजूनही कदाचित प्रभूंची भेट होण्याची शक्यता आहे..." दारुकानं संथ, पण कापऱ्या आवाजात सांगितलं.

"म्हणजे...?" रुक्मिणीचा कंठ दाटून आला. येणारा क्षण तिला स्पष्टपणे दिसला होता. दारुकाचं बोलणं, कापरा स्वर, रथाचा वेग आणि हृदयात उठलेल्या अशुभ शंकेचा प्रतिध्वनी रुक्मिणीला व्यथित आणि विचलित करत होता. अधिकाधिक पीडा देत होता. दोघं सागरतीरावर पोचले... तटावर एकही नौका नव्हती!

"महाराणी, मी नौकेची व्यवस्था करून येतो –" असं म्हणत दारुक धावत गेला. पूर्ण भरतीवर होता माध्यान्हीचा समुद्र. प्रभासाकडे गेलेल्या यादवांच्या पायांचे ठसे हळूहळू पुसून टाकत होता. एकेक लाट येत होती, काही ठसे पुसून परत जात होती.

रुक्मिणी एका ओळखीच्या चरणकमलांच्या चिन्हाजवळ अचानक बसली. डोळ्यांतून आसवं झरू लागली... तेच चरण – ज्यावर रोज तिच्या केसांच्या बटा झुकत होत्या, रोज ज्यावर ती स्वत: चंदनलेपन करत होती. तेच चरण – ज्यांच्या विश्वासावर सगळं सोडून निघून आली होती. तिच्या नाथांचे, श्रीकृष्णाचे ते चरण होते!

वाळूत खोलवर त्यांचे ठसे उमटले होते. पाण्यानं भरले होते. रुक्मिणीचे अश्रू, पाण्यानं भरलेल्या त्या चरणरूपी सरोवरात – चरणांवर अभिषेक करत होते.

दारुक बाजूला येऊन उभा राहिला होता....

त्याचे डोळे आश्चर्यानं विस्फारले... पाण्यानं काठोकाठ भरलेल्या त्या चरणचिन्ह सरोवरात रुक्मिणीचे अश्रूही सामावले जात होते... पण एकही बिंदू बाहेर येत नव्हता.

श्रीकृष्णाची चरणचिन्हंदेखील सर्वांचा स्वीकार, करत होती! समस्तांचा समानतेनं आदर आणि प्रेमानं पूर्ण स्वीकार हेच तर श्रीकृष्णाचं जीवन होतं....

''महाराणी, नौकेची व्यवस्था झालीय, चलावं...'' रुक्मिणी उठली. श्रीचरणांची धूळ मस्तकी घेऊन माध्यान्हीच्या तापापासून बचाव करण्यासाठी उत्तरीय माथ्यावर ओढून ती दारुकाबरोबर नौकेत बसली.

...नौका सोमनाथच्या सागरकिनाऱ्याच्या दिशेनं निघाली.

अर्जुन-द्रौपदीची नौका सोमनाथाच्या सागरतीरावर जेव्हा थांबली, तेव्हा सूर्याचा ताप कमी झाला होता. दुपारनंतरचा तो काहीसा पिवळसर प्रकाश समुद्राच्या पाण्याला सोनेरी बनवत पाण्याबरोबर उसळ्या घेत होता.

दुपारची भरती आता ओसरली होती. त्यामुळे नौका दूर उभी करावी लागली – तटापासून थोडी दूर. द्रौपदी सरळ समुद्रातच उतरून झपाट्यानं तीराकडे चालू लागली. पाण्याचे तुषार उडत होते. तिला चालताना खूप अवघड जात होतं... तिनं अर्जुनाचा हात पकडून किनारा गाठला आणि सोमनाथाच्या तटावर पाय ठेवला.

समोर सोमनाथाचं भव्य मंदिर. चांदीचे खांब, माणिक-मोती आणि रत्नांनी भूषवलेला घुमट असलेलं हे मंदिर श्रीकृष्णानंच बांधून घेतलं होतं.

पांडव अधूनमधून द्रौपदीसह मंदिरात दर्शन घ्यायला यायचे. या मंदिराची भव्यता – त्यातल्या स्वयंभू शिवलिंगावर द्रौपदीची अपार श्रद्धा होती... भगवान सोमनाथ सर्वांच्या मनोकामना पूर्ण होण्याचा इच्छित वर देतो, असा लोकांत दृढ

विश्वास होता.

द्रौपदीजवळ मंदिरात जाऊन येण्याइतका तर वेळ नव्हता... डोळे बंद करून शिवलिंगाचं मनोमन ध्यान केलं तिनं. प्रार्थना केली... 'हे शिवशंभो! ज्यानं सर्वांना स्वीकारलं, त्याचा आदरानं – प्रेमानं स्वीकार कर. त्याला शांतिपूर्ण, वेदनारहित प्रयाणाचं वरदान दे, प्रभो!... याहून अधिक काही नको...' आणि जणू ती कृष्णाशीच संवाद साधल्यासारखी बोलू लागली... 'हे गोविंद! खूप दिलंस आम्हा सर्वांना आतापर्यंत... शांती, सन्मान, सुख, प्रेम... ते सर्व तुलाच समर्पित करते आहे. माधवा, तुझ्यापाशी पोहोचेन त्या वेळी मला स्वीकारशील की नाही, माहीत नाही. इथं... म्हणून इथं या क्षणी तुला संपूर्ण स्वीकारून तू दिलेली सर्व बंधनं परत तुला समर्पित करते आहे. तुझ्या मुक्तीची इच्छा आहे. देहाची बंधनं त्यागून तुझ्या परमतत्त्वात विलीन होण्याच्या क्षणी काहीही वेदना, पीडा न होवो; एवढीच माझी ईश्वराला प्रार्थना आहे... आज ही प्रार्थना माझ्या उपयोगी पडेल, कारण तुला दिलेलं सर्वच तू आम्हाला देतोस. आणि आम्ही स्वीकारायचं – हेच सत्य आहे, हेच आदि आहे, हेच अंत्य आहे आणि हेच चैतन्य आहे....'

'त्वदियम् वस्तु गोविन्द तुभ्यमेव समर्प्यते'

डोळे मिटून प्रार्थना करणाऱ्या द्रौपदीच्या खांद्यावर अर्जुनानं हात ठेवला... तिनं डोळे उघडले.

सर्व जणू काही शांत झालं होतं.

द्रौपदीच्या चेहऱ्यावरचा उद्वेग, अशांती, अस्वस्थता – सारं समूळ नाहीसं झालं होतं. आता तिथं परमशांती, परमसत्याच्या स्वीकाराचं तेज झळकत होतं. कायमसाठी परमतत्त्वात लीन होणं, हाच अंत आहे... आणि तोच नवा आरंभ आहे... आत्म्याच्या, जुनं वस्त्र टाकून नवं धारण करण्याच्या अविरत चालणाऱ्या प्रक्रियेचा दुसरा अध्याय...

...डोळे उघडून द्रौपदीनं वळून पाहिलं. अर्जुनाला जणू श्रीकृष्णच तिच्या डोळ्यांत दिसला. कुरुक्षेत्रावर दोन्ही सेनांच्या मध्यावर उभा असलेला रथ... युद्धाआधीच पराजित झालेला अर्जुन... समोर गुरू, भाऊ, नात्या-गोत्याचे संबंधी आणि या पक्षाला धर्मासाठी, न्यायासाठी लढायला सज्ज झालेले सर्व – सगळे स्वत:चेच आणि एका क्षणी श्रीकृष्णाचे ते शब्द....

'वासांसि जीर्णानि यथा विहाय नवानि
गृह्णाति नराऽपराणी ।
तथा शरीराणि विहाय जीर्णान्यनानि
संयाति नवानि देही ॥'

'मनुष्य जुनी वस्त्रं टाकून नवी वस्त्रं धारण करतो, तसाच देहातील आत्मा जीर्ण-जुनं शरीर टाकून नवं शरीर धारण करतो.'

...प्रभासतीर्थाला पोहोचायला काही काळ लागणार होता. रथही नव्हता, तेव्हा अर्जुन आणि द्रौपदीनं पायी चालायला सुरुवात केली.

सोमनाथ मंदिरापासून काही अंतर चालून आल्यावर यादवांचे मृतदेह विखरून पडलेले दिसू लागले... काही यादव लढता-लढता पळून या बाजूला आलेले होते. त्यांपैकी बहुतेक जण शरीरातून प्रचंड रक्तस्राव झाल्यानं शेवटी इथं मृत्यू पावले होते.

बलशाली, महासत्ता समजल्या गेलेल्या यादवांची ती भयानक अवस्था पाहून अर्जुनाच्या अंगावर काटा आला. तो आदरानं ते मृतदेह एकत्र करू लागला... अंगावर त्यांचीच वस्त्रं नीट घातली. तुटलेले अवयव शरीरांजवळ ठेवले. श्रीकृष्णाकडून अग्निसंस्कार होऊ शकले नव्हते, अशा या यादवांना अर्जुनाकडून सद्‍गती प्राप्त झाली... आपल्या इथं येण्याचा उद्देश आता हळूहळू अर्जुनाच्या लक्षात येऊ लागला होता. प्रभूनं शिल्लक ठेवलेली कार्ये अर्जुनाच्या हातून कदाचित पूर्ण होणार होती!

अर्जुन-द्रौपदी प्रभासतीर्थावर पोहोचले, तेव्हा असंख्य चिता पेटून आता शांत झाल्या होत्या.

अनेकांची बलवान, सुदृढ शरीरं आता फक्त धुराच्या रूपात राहून आकाशात आकार रेखत होती... आजूबाजूला नजर फिरली त्यांची – मदिरेची असंख्य पात्रं आणि कुंभ इतस्तत: पडलेले होते. त्या कुंभांत कशा अस्थी भरून नेणार? अर्जुनानं त्या स्वत:च्या उत्तरीयात बांधायला सुरुवात केली.

"हे काय करतोस, पार्था?" द्रौपदीनं विचारले.

"कृष्णे, या सगळ्यांचा अग्निसंस्कार झाला प्रत्यक्ष श्रीकृष्णाच्या हातून, पण अस्थिविसर्जनाचं पुण्य मात्र मला देऊन गेलाय. थोड्या अंतरावर त्रिवेणी संगम आहे, तिथं या सर्व अस्थींचं विसर्जन करून त्यांच्या आत्म्याला चिरशांती लाभावी, म्हणून प्रार्थना करीन..." अर्जुन म्हणाला.

"पण सखा कुठंय?" मनातला संभ्रम कितीतरी वेळ लपवून ठेवला होता द्रौपदीनं.

अर्जुनानं यादवांचा अग्निसंस्कार केला, इथं येऊन अस्थी गोळा केल्या; त्याला किती तरी वेळ होऊन गेला होता. सुरुवातीलाच घाई करणं बरं दिसणार नाही, म्हणून द्रौपदी गप्प राहिली. पण अर्जुन या सगळ्या कार्यात मग्न झालेला पाहून अखेर तिला राहवलं नाही.

"आपण इथं सख्याला भेटायला आलोय, पार्था..." तिनं जणू स्मरण करून दिलं.

"आलो नाही, सख्यानं बोलावून घेतलंय... त्याची अपुरी कामं पूर्ण करायला..." अर्जुन म्हणाला. श्रीकृष्णानं सांगितलेला कर्मयोग त्याला या क्षणीही सत्य, योग्य वाटत होता.

"प्रिये पांचाली, सखा तर भेटणारच आपल्याला. पण आपल्याला या मार्गानं बोलावून त्याची अपूर्ण राहिलेली कामं पूर्ण करण्याची जणू न बोलता आज्ञा दिली आहे... मला दृढ विश्वास वाटतो की, सखा प्रभासक्षेत्राच्या या यादवीत नसणारच... व्यथित निश्चित झाला असेल हे सगळं पाहून. या क्षेत्राजवळच्याच एखाद्या मंदिरात किंवा एखाद्या वृक्षाखाली नक्की भेटेल."

"अरे, पण कधी....?"

"त्याची इच्छा होईल तेव्हा... " संपूर्ण श्रद्धा आणि समर्पण भावानं अर्जुन म्हणाला. "त्याची इच्छा असेल तेव्हा आपणहून येऊन भेटेल. आधी आपलं कर्तव्य जास्त महत्त्वाचं आहे. कर्तव्य पूर्ण झाल्यानंतरच प्रभू भेटतो. त्याला स्वत:हून यावंच लागतं. कर्तव्य जेव्हा पूर्ण निष्ठेनं, समर्पित होऊन पार पाडलं जातं; तेव्हा त्याचं फळ मिळतंच मिळतं, द्रौपदी...."

"पार्थ, का कोण जाणे, पण सखा आपली वाट पाहतोय, असं सारखं वाटतंय मला. आधी आपल्याला त्याच्यापाशी जायला हवं."

"कधी कुणाचीच प्रतीक्षा करत नाही तो, पांचाली. आपण जोपर्यंत त्याच्यापर्यंत पोचत नाही, तोपर्यंत त्याला प्रतीक्षा म्हणत असतो. आपण करत असतो प्रतीक्षा... त्याच्या आमंत्रणाची, त्यानं आपल्याला त्याच्यापर्यंत येऊ देण्याची. तोच आपल्याला त्याच्या निकट नेतो, त्याची वाट पाहतो आपण...."

अस्थी गोळा होऊन अर्जुनाच्या उत्तरीयात बांधल्या गेल्या... "चल देवी" अर्जुन म्हणला. "पण सखा...?" अजून द्रौपदी अस्वस्थ होती. त्रिवेणी संगमापर्यंत पोहोचण्यात जाणारा वेळ आणि कृष्णाकडे जाण्यासाठी लागणारा वेळ यातलं वाढणारं अंतर तिला अस्वस्थ करत होतं. तिचा जीव कासावीस होऊ लागला होता. मस्तक भ्रमू लागलं होतं. इतका वेळ शांत राहण्याचा प्रयत्न करणारी द्रौपदी उत्तेजित झाली होती. अर्जुनाच्या बोलण्याचा तिला आता हळूहळू क्रोध येऊ लागला होता....

"सख्याला शोधून काढ, पार्था... त्याला भेटल्याखेरीज जाणार नाही मी."

"नाहीतर तुला बोलावेल तो? इतक्या दूर? शांत हो प्रिये, शांत हो! सखा अवश्य भेटणारच!" अस्थींचं गाठोडं खांद्यावर टाकून अर्जुन निघाला.

शरीराचा जणू भार होत असावा, तशी द्रौपदी शरीर खेचत अर्जुनाच्या

मागोमाग निघाली....

दोघंही जाऊ लागले – त्रिवेणी संगमाच्या दिशेनं....

कृष्णाचे डोळे दूरदूरच्या क्षितिजावर खिळले होते – जणू येणाऱ्या क्षणाला शोधत होते. त्याचा जीव थांबून राहिला होता – प्रतीक्षेत. कुणाची प्रतीक्षा...? द्रौपदीची, अर्जुनाची, रुक्मिणीची, राधेची की साक्षात भगवान महाकालाची? पण महाकाल तर कृष्णाच्या आजूबाजूला कधीचा घिरट्या घालत होता... त्याला आपल्या सोबत घेऊन जाण्यासाठी!

कृष्णाचं संपूर्ण शरीर जणू मोरपीस होऊ लागलं होतं. मनाच्या कोपऱ्यात कुठंतरी बासरीचे सूर घुमत होते... जणू शेवटच्या निरोपाच्या प्रसंगीचे...! कधीपासून प्रयाणासाठी आतुर, तत्पर कृष्ण अजून श्वास जणू मुठीत धरून वाट पाहत बसला होता... कशासाठी? त्याला स्वत:लाही ते माहीत नसावं कदाचित. सबंध आयुष्य केवळ दुसऱ्यासाठी जगलेला, परमार्थासाठी जगलेला एक जीव अंतिम निरोपाच्या क्षणी स्वत:साठी कशाची कामना करत होता, काय शोधत होता?... कोण जाणे!

माध्यान्हीच्या तापानं त्रिवेणी संगमाची भूमी तापून निघाली होती, पण नदी किनाऱ्यावरून येणारा शीतल वारा दुपारच्या त्या तीव्र तापाला काहीसा सुसह्य बनवत होता. अधून-मधून वाहणाऱ्या शीतल लहरींमुळे अश्वत्थाचा वृक्ष हलत होता आणि कृष्ण मिटलेले डोळे उघडताच जराला विचारत होता... “बंधो जरा! बघ तर कुणी येताना दिसतंय का?”

पण जराच्या मूक बसण्यानं त्याला उमजायचं – ज्यांची त्याला प्रतीक्षा आहे, त्यातले कुणी अजूनही आलेले नाहीत... ‘प्रियजनांचा अखेरचा निरोप न घेताच मला जावं लागणार आहे का?’ कृष्णाच्या मनात प्रश्न आला, पण लगेच त्याच्या मनानं त्याला उत्तर दिलं... ‘निरोप तर कधीचाच घेतला होता. माझ्या जीवनातल्या खूप महत्त्वाच्या प्रियजनांनी तर मला केव्हाच मुक्त केलं आहे. त्यांनी पाशांत जखडलं असतं, तर कधी इथपर्यंत पोहोचूच शकलो नसतो; पण त्यांनी मुक्त केलं मला उदारभावे, उदार मनानं. म्हणून तर कसल्याही चिंतेशिवाय, ओझ्याशिवाय, मनाच्या कुठल्याही घालमेलीशिवाय या स्थळी शांत बसलो आहे. माझ्या अतिप्रिय व्यक्तींना भेटण्याची, त्यांचा निरोप घेण्याची वेळा केव्हाच निघून गेली. कदाचित... आता कुणाचीही वाट न पाहता मनाला, हृदयाला संपूर्ण रिक्त करून मुक्तीच्या दिशेकडे पंख पसरायचेत मला....”

मनोमन सुरू असलेल्या या संवादात कृष्ण स्वत:लाच जणू म्हणत होता... 'वाट पाहणं निरर्थक आहे... रोज-रोज, क्षणोक्षणी कशाची तरी वाट बघत जगणं... हे जीवनच नाही; अपेक्षा आहे. काही प्राप्त करण्यासाठी, मिळवण्यासाठी जगत राहणं – त्याऐवजी जे येईल, जे मिळेल ते संपूर्ण स्वीकारून, श्वासालाच जीवन मानून प्रत्येक श्वास जगत जाणं, हे अधिक जीवनमय आहे, अधिक सत्य आहे आणि माझ्याशिवाय हे कोण समजणार? जे रोज 'आज' एवढ्यासाठीच जगतील की 'उद्या' काही होईल, उद्या... पण एवढ्यासाठीच जगतील की 'परवा' काहीतरी होईल. जे सतत आज-उद्या परवासाठी जगतील, ते खऱ्या अर्थानं जगणारच नाहीत. कारण येणार तो आज येणार आणि त्यांचं जगणं उद्यासाठी असणार. उद्याही तसंच, परवाही तसंच होणार. वेळ होईल ती आजच्या रीतीप्रमाणे येणार आणि ही माणसं दोरात बांधलेल्या पशूसारखी, भविष्यानं ताणलेल्या उद्यात जगणार. ती कधी जगणारच नाहीत. त्यांचं संपूर्ण जीवन न जगताच. खऱ्या अर्थानं जगल्याशिवायच निघून जाणार.'

'मी फक्त जगण्याची इच्छा केली होती, असं ते मृत्यूसमयी म्हणतीलही. मी जीवन प्राप्त नाही करू शकलो आणि पुढं काही फलप्राप्ती दिसत नाही, ही त्यांची मरतेवेळीची मोठी वेदना असेल; दुसरी कोणतीही नाही. काही प्राप्ती, फळ त्यांना भविष्यात दिसलं; तर ते मरणही सहन करायला तयार होतील. एवढ्यासाठी मरणारा विचारतो, 'पुनर्जन्म आहे? मी मरणार तर नाही नां?'

मग त्याला आपणच सांगितलेलं आठवेल...

'नहि प्रपश्यामि ममापनुघायच्छोकमुच्छोषणाभिन्द्रियाणाम्।
अवाप्य भूमावसपत्नमृद्धंराज्यं सुराणामपि चाधिपत्यम् ॥

संपूर्ण पृथ्वीचं समृद्धीनं परिपूर्ण राज्य किंवा स्वर्गाचं पण आधिपत्य मिळालं तरीही इंद्रियांचं शोषण करणारा शोक दूर करणारा, असा कोणताही उपाय मला दिसत नाही.

'वासनांतून, आकांक्षांतून मुक्त होऊन जगलेलं जीवन काय फक्त एक दंभ, ढोंग होतं...?' कृष्णाच्या मनात विचार आला. मोजता येतील इतक्याच श्वासांवर तग धरून राहिलेल्या त्या अंतिम क्षणी कोणती इच्छा इतकी तीव्र बनून त्याच्या रोमरोमांत व्यापून उरली होती?

दुरून त्रिवेणी संगम दिसायला लागला.

'तीन दिशांकडून येणाऱ्या तीन नद्या – हिरण्य, कपिला आणि सरस्वती.

किती समर्पित भावनेनं आपलं संचित – गोड पाणी समुद्रात मिसळून टाकत होत्या! एकही प्रश्न न विचारता स्वत:च्या संपूर्ण अस्तित्वाला समुद्रात अर्पण करून इतकं गोड पाणी खारट होऊ देतात, तरीही समुद्राला भेटण्याची इच्छा रोखू शकत नाहीत?' द्रौपदीच्या मनात प्रश्न उभा राहिला.

'स्त्रीचं जीवनही असंच एका दिशेकडून दुसऱ्या दिशेला, दोन तीरांमधून वाहत राहणं; इतकंच आहे का? आपल्यात असलेली सर्व मधुरता, आपल्या सर्व इच्छा-आकांक्षा, भावना पुरुषात समर्पण करून, त्याच्या अस्तित्वात आपलं अस्तित्व मिसळून टाकून एकरूप होऊन जायचं... कशासाठी? का म्हणून हे स्त्रीचं जीवन असं आहे? तिला मन नाही का? मन आहे, तर त्याबद्दल का काही प्रश्न निर्माण होत नाहीत? आणि निर्माण झालेच, तर ते व्यक्त करण्याचा पण अधिकार का नाही तिला?'

द्रौपदीच्या डोळ्यांत अश्रू दाटून आले. तिचे डोळे त्रिवेणी संगमाच्या तटावरच्या वृक्षांवरून फिरत होते. एक चेहरा पाहण्यासाठी तिचं मन आसुसलेलं होतं. तो चेहरा तिच्यासाठी तिच्या संपूर्ण आयुष्याचा पर्याय होता!

'माझं मन असं उद्विग्न का झालंय? किती तरी वेळा सख्याच्या सहवासात राहिल्यानंतर पण असं विचलित होण्याचं काय कारण असावं? जर सख्यानं मला बोलावलंय, तर इतक्या दुरूनदेखील तो माझी वाट बघत असणारच, असं का माझ्या मनाला वाटत नाही? त्याच्याबरोबरचा मीलनक्षण समीप असताना का इतकं चंचल, शंकामय होतंय माझं मन?'

शोकाकुल होऊन द्रौपदी नदीतटावर पसरलेल्या रेतीकडे पाहत राहिली. कलत्या दुपारचा सूर्य जललहरींवर नृत्य करत होता. हिरण्येचं पाणी सोनेरी बनून खळखळत वाहत होतं. सरस्वतीच्या लहान प्रवाहातले काळे-पांढरे गोल दगड स्पष्ट दिसत होते. कपिलेचा जोमदार प्रवाह जणू द्रौपदीच्या मनाबरोबर स्पर्धा करत असल्याप्रमाणे वेड्यासारखा वाहत होता... आणि पाय दुमडून हात जोडून बसलेला जरा अर्जुनाला अचानक दिसला! थोडंसं बाजूला पिवळ्या उत्तरीयासारखं वस्त्र दिसलं. अर्जुनानं द्रौपदीचा हात पकडला नि काही न बोलता तिला त्या बाजूला खेचलं. द्रौपदीला ते उत्तरीय दिसलं... आणि....

...धडधडत्या श्वासासह ती बेभान झाल्यासारखी, पडत-झडत धावत सुटली– त्या उत्तरीयाच्या दिशेनं... अनवाणी पायानं रेतीत धावताना तिचे पाय भाजत होते, उत्तरीय गळून पडलं होतं, केस मोकळे होऊन भराभरा उडत होते, रेतीत पावलं टाकताना-उचलताना तिला वेदना होत होत्या; पण ती तशीच पडत-झडत, धावत सुटली... त्या उत्तरीयाच्या दिशेनं.

रस्त्यातली एक शिळा धावणाऱ्या द्रौपदीला दिसली नाही. तिचं नेसूचं वस्त्र

पायाच्या अंगठ्यात अडकलं नि अडखळून ती दगडावर पडली. कपाळ मध्यावर आपटलं आणि रक्ताची धार चेहऱ्यावर वाहू लागली. नाकावरून, गळ्यापर्यंत उतरू लागली. चेहऱ्यावरचा घामही त्यात मिसळू लागला. तो पुसण्यासाठी द्रौपदीनं हात वर घेतला तेव्हा लक्षात आलं, तिचं उत्तरीय केव्हाच मागं पडलं होतं.

तिचे बेभान पाय फक्त पिंपळाच्या दिशेनं धावत होते... डोळे फक्त पीत रंगाचं उत्तरीय पाहत होते. ओठांतून अस्फुट जप सुरू होता... 'हे गोविंद, हे गोपाल... हे गोविंद, हे गोपाल...'

पाठोपाठ धावणाऱ्या अर्जुनाला एकदा वाटलं – तिला थोडं रोखावं. पण त्याला माहीत होतं... उत्तरीय धुळीत पडलेलं पाहून ती एकही क्षण थांबणार नाही... तिला थांबवणं, सांभाळणं आता व्यर्थ आहे, हे पाहून अर्जुन कितीतरी मोठ्यानं ओरडला... "पांचालीऽऽऽ!"

पिंपळाखाली पहुडलेला कृष्ण मिटल्या नेत्रांसह हसला, 'मन पण काय काय मायाजाल रचतं! ज्या नावाची प्रतीक्षा करतोय, तेच चारही बाजूंनी प्रतिध्वनित होतंय... प्रतिसाद असावा; दुसरं काय?' कृष्णानं विचार केला.

त्याच वेळी घाईगडबडीनं जरा म्हणाला, "प्रभो! ते लोक आले, प्रभो" कृष्णानं डोळे उघडले... "खरंच?" त्याच्या मनात अजून शंका होती. 'ते लोक? म्हणजे कोण?', कृष्णाला परत प्रश्न पडला. 'मी तर कितीतरी नावांनी साद घातली होती! सर्वप्रथम कुणी ती ऐकली असेल? कोण येऊन पाहोचलं असेल?...' त्यानं बसण्याचा प्रयत्न करत मागं पाहिलं.

केस मोकळे सुटलेली, रक्तमाखल्या चेहऱ्यानं, उत्तरीय नसलेली द्रौपदी पडतझडत घाईनं कृष्णाच्या समीप पोहोचली होती.

"सख्याऽऽऽऽऽ!" श्वास थबकून जावा अशी किंकाळी तिनं फोडली.

"मला विश्वास होता, तुम्ही येणारच. माझा देह अंतिम संस्कारांवाचून असा पडू देणार नाही माझा हा मित्र. तशी श्रद्धाच होती माझी?"

"आणि मी? मला नाही बोलावलंस तू?"

"तू आणि फाल्गुनी माझ्यासाठी वेगळे नाही आहात, सखे. मी तुमचं दोघांचं अद्वैतच मानतो, सख्यच मानतो. माझ्यासाठी तुम्ही दोघं एक आहात, अद्वितीय. तुझ्यामुळे फाल्गुनीवर की फाल्गुनीमुळे तुझ्यावर मी अधिक प्रेम करतो, हेच मला समजत नाही."

द्रौपदी कृष्णाच्या चरणापांशी बसली होती. डोळ्यांतून अविरत अश्रुधारा वाहत होत्या. चेहरा, गळा, छातीपर्यंत घामाच्या रक्तमिश्रित धाराही पसरत होत्या. ओठांच्या कोपऱ्यातून लाळही येत होती. छाती फोडून रडावं, असं तिला वाटत होतं. कृष्णाच्या पायात घुसलेला बाण तिनं पाहिला आणि सगळी वस्तुस्थिती

तिच्या लक्षात आली. आता किती क्षणाची जवळीक उरलीय, तेही समजलं होतं. धावत्या काळाला जणू थांबवण्यासाठी तिचं मन आटापिटा करत होतं.

"नाही, मी जाऊ देणार नाही तुला, सख्या... तू जाऊच शकत नाहीस..." द्रौपदीनं कृष्णाचा हात घट्ट धरला.

"सखे, जाणं-येणं ही आपली परिभाषा आहे आणि मी कुठं जाणार आहे? फक्त एका अधिक प्रस्थानाकडे जाणं आहे माझं... अवधी संपल्यावर प्रयाण निश्चित असतं. सखे, तू तर जाणतेस सगळं... मग का हे व्यर्थ शब्द?"

"माझी वेळ का नाही मग? माझाही अवधी संपव, मधुसूदना!"

"ते माझ्या हातात थोडंच आहे, सखे? प्रत्येकालाच त्याच्या-त्याच्या वेळेची वाट पाहावी लागते, मीही पाहिलीय."

अर्जुनाची पण तीच अवस्था झाली होती. कृष्णाच्या चरणांवर मस्तक झुकवून तोही रडू लागला, "माधवा, अरे – आम्ही पार एकटे पडू, अपुरे राहू रे तुझ्याशिवाय... तुझ्याविना आमच्या अस्तित्वालाच अर्थ नाही, मधुसूदना!" अर्जुनाच्या घशाला कोरड पडली. त्याच्या आसवांमुळे कृष्णाच्या अंगठ्यातून वाहणारं रक्त धुऊन निघत होतं.

एक हात द्रौपदीच्या हातात होता. दुसरा हात लांब करून कृष्ण अर्जुनाच्या केसांतून फिरवत राहिला. नंतर थोडं हसून डोळे मिटले. खूप वेदना होतेय, अशा संथ आवाजात म्हणाला, "पार्था, परत सगळी गीता सांगायची ताकद माझ्यात नाही, तेवढा वेळ पण नाही... ऊठ, जागा हो आणि निश्चित ध्येय प्राप्त कर..."

"ध्येय....? प्रभो, आता कोणतं ध्येय शिल्लक उरलंय?"

"मुक्ती! तुझी आणि सर्वांची... इतर ध्येयं क्षणजीवी, क्षुल्लक होती... खरं ध्येय तुझ्या नजरेसमोर आत्ता आलं आहे. मुक्त होऊन जा."

कृष्णानं द्रौपदीचा हात सोडला... दोघांकडे पाहत हात जोडले... "मला आता मुक्त करा. तुमची मनं जोपर्यंत माझ्यात गुंतलेली राहतील, तोपर्यंत माझं मन नाही मुक्त होऊ शकणार..."

मस्तक वर उचलून अर्जुन म्हणाला... "प्रभो! तू तर मुक्तच आहेस. निर्गुण... निःस्पृही... निर्लेप...."

"तरीदेखील मी मानव आहे. देहधर्मातून कोणीही मुक्त नाही, पार्था!"

"तू पण, सख्या?' द्रौपदीनं विचारलं. एक अशारीर इच्छा तिच्या डोळ्यांत दिसत होती. एक असा प्रश्न होता... पांचाल देशात कृष्णाला पहिल्यांदा बघितल्यावर षोडषी कृष्णेच्या डोळ्यांत उमटला होता... आजही तो प्रश्न तिथंच होता.

"कृष्णे...!" सख्याच्या तोंडून ते संबोधन ऐकून रोम-रोम जणू तृप्त झाला द्रौपदीचा. या क्षणी पृथ्वी दुभंगून आत अदृश्य व्हावं, असं तिच्या मनात आलं.

श्रीकृष्णाच्या ओठांतून उमटलेल्या त्या संबोधनामुळे द्रौपदीचं जीवन, तिचा जन्म धन्य-धन्य, सफल झाला होता....

द्रौपदीकडे पाहिलं अर्जुनानं....

तिच्या डोळ्यांत केवळ मित्रभाव होता. तिच्या भाव-भावना जणू तेवढ्याच उत्कटतेनं समजल्या असाव्यात, तसा अर्जुनानं तिच्या खांद्यावर हात ठेवला आणि तो उभा राहिला. दोघांना जणू एकटं सोडण्यासाठी म्हणून कपिलेच्या दिशेनं चालू लागला....

“पार्था...” त्याला थांबवण्यासाठी द्रौपदीनं हाक मारली. पण ती जणू ऐकू आलीच नाही तसा, अर्जुन स्थिर, निश्चित पावलांनी कपिलातटाकडे चालत राहिला...

“कृष्णे...” कृष्ण पुन्हा म्हणाला, “प्रेम करणं, म्हणजे प्राप्त करून घेणं नाही. दुसऱ्याच्या सुखासाठी प्रार्थना करणं, त्याचाच प्रयत्न करणं, हे पण प्रेमच आहे.”

“नाही सख्या, एका स्त्रीसाठी ते प्रेम नाही.”

“मी स्त्री नाही.” त्या अवस्थेतही कृष्णाच्या चेहऱ्यावर स्मित, बोलण्यात विनोदाची छटा होती.

“पण मी आहे... एक संपूर्ण स्त्री आहे, अनेक पुरुषांना हवी असणारी. माझ्या पतींसाठी समर्पित आणि संपूर्ण... तरीही माझ्या हृदयात काहीतरी का खुपत राहिलं? असं काय अपुरं राहिलं माझ्यात, जे आजही मला वेदना देतंय? सांग सख्या, सांग मला....”

“इच्छित! ज्याची इच्छा बाळगावी, ते. पण तू तर सहजपणे, सतत माझ्या जवळच होतीस; माझ्या सोबत होतीस. मी तुझी इच्छा का बाळगू? मी कधीही तुझ्या स्त्रीत्वाकडे स्त्री म्हणून पाहिलं नाहीच. माझ्यासाठी ते स्वत्व होतं, व्यक्तित्व होतं.... आपल्यातला संबंध कदाचित दोन व्यक्तींमधला संबंध आहे. एकाचा दुसऱ्याशी संबंध.... त्यात स्त्री-पुरुषभावाला मुळी स्थानच देऊ शकलो नाही... आपण दोघंही!”

“दोघांबद्दल नको बोलूस... तुझ्यापुरतं बोल. मी प्रेम मागितलं होतं तुझ्यापाशी. पांचालनगरीत तुला प्रथमत: पाहिलं तेव्हापासून फक्त तुझीच इच्छा केली होती. प्रत्यक्ष स्वयंवराच्या वेळीही तुझ्याच विजयाची मनोमन प्रार्थना केली होती... पण तू? तू मला एका अपूर्ण जगात तळमळण्यासाठी सोडून दिलंस... एकटीला!”

"सखे, तूच म्हटलं होतंस नं... **'त्वदियम् वस्तु गोविन्द**? ते अपुरेपण तुला कदाचित मीच दिलं असेलही आणि तू त्याचा संपूर्ण स्वीकार केलासही – कदाचित. म्हणून ज्या क्षणी तू मला सर्व समर्पित केलंस, त्या क्षणी ती अपूर्णता पण माझ्यापर्यंत परत आली....''

"तुला तर 'पूर्ण' म्हणण्यात येतं – 'पूर्ण पुरुषोत्तम!' उदाहरण दिलं जातं तुझ्या पूर्णतेचं. एक पूर्ण पुरुषोत्तम अपूर्णतेची गोष्ट कशी करू शकतो? सख्या... विश्वाचा आराध्य, ईश्वरी अवतार मानला गेलेला, सबंध आयुष्य संपूर्णतेनं जगलेला एक देव – अंतिम प्रस्थानाच्या वेळी अपूर्णत्वाचा स्वीकार करेल; तर सारं विश्व खळबळून जाईल, हाहाकार माजेल!'' द्रौपदीचा स्वर काहीसा कठोर – तीक्ष्ण झाला – नको असतानाही. तिनं पटकन स्वतःला सावरलं. आवाजात स्थिरता आणण्याचा प्रयत्न केला.

"स्वीकार तर माझा धर्मच आहे, सखे. आपण पूर्णतेबद्दल बोलतोय की, अपूर्णतेबद्दल?... तसं पाहिलं तर दोन्ही एकच आहेत. जिथं अपूर्णता पूर्ण होते, तिथूनच पूर्णता सुरू होते. जिथे पूर्णत्व पोचू शकत नाही, ते सर्वच अपूर्ण आहे. जिथं, पूर्णत्व वेगळं पडतं, तिथंच अपूर्णता असते. शब्द विरोधी आहेत. त्यांचा अर्थ उलटसुलट आहे, पण आयुष्यात पाहिलं तर पूर्णत्वच अपूर्णत्व बनतं नि अपूर्णत्व पूर्णात रूपांतरित होतं. मानवी जीवनच सर्व विरोधांचा समागम आहे. आपल्या दृष्टीला एकाच तत्त्वाची वेगवेगळी रूपे दिसतात. सखी, तत्त्व एकच आहे, पण त्याचे अनेक अर्थ होऊ शकतात....''

"शब्द... शब्द नि शब्द! निव्वळ शब्द!! पोकळ शब्द!!! सख्या, अरे – कधीतरी या असल्या शब्दांच्या वर जाऊन, अर्थाला सत्य बनवून माझ्यापर्यंत पोहोचव... तीच माझी मुक्ती आहे रे... माझ्या वेदना, माझ्या पीडा, अपमान, माझं सत्य-असत्य सगळ्यांच्या एका स्वीकारानं मला परम शांती मिळेल...!''

"स्वीकार...? मी तर कधी काही नाकारलेलंच नाही, सखे. माझ्या जीवनात एक कपटरहित स्वीकार आहे...''

"हे खरं नाही सख्या. तू मला स्वीकारलेलं नाहीस.''

कृष्ण हसला. "सखे, कोणी स्वतःच स्वतःचा स्वीकार कसा करणार? तू तर माझ्या अस्तित्वाचाच भाग आहेस. असंही असेल की, तुझ्या अपूर्णत्वानं मला पूर्णत्व दिलं! असं लहान-लहान अपूर्णत्वच अखेरीस पूर्णत्वाला जन्म देतं असावं....''

"तू माझ्यावर प्रेम केलं आहेस की नाही... हा एकच प्रश्न माझ्या स्त्रीत्वाला, माझ्या संपूर्ण अस्तित्वाला पार मुळापासून ढवळून टाकत आलाय. जेव्हा जेव्हा मी त्याबद्दल विचार केला, तेव्हा तेव्हा छिद्र पाडणाऱ्या यंत्रासारखा माझ्या समग्र

अस्तित्वाला छेदून तो आरपार जात राहिला. मला सांग सख्या, नीती-अनीतीच्या गोष्टी आपल्या दोघांत आणल्याशिवाय सांग, नीतिमत्तेला क्षणभर बाजूला सारून, तुझ्या मित्राची मी पत्नी आहे, हे विसरून सांग... तू माझ्यावर प्रेम केलंयस की नाही...? सांग ना....''

"केलंय... तुझ्यावर मी खूप प्रेम केलंय, सखे... पण माझ्या बाबतीत पत्नित्व किंवा पतित्व इतकाच या प्रेमाचा अर्थ मर्यादित नाही. प्रेमाचा परिणाम विवाहात व्हावा, असं नाही माझ्यासाठी. माझं प्रेम म्हणजे एकाच दिशेला वाहणाऱ्या, दोन किनाऱ्यांमध्ये बांधल्या गेलेल्या नदीप्रवाहासारखं नाही. माझ्यासाठी प्रेम हे साऱ्या विश्वात पसरलेलं, हवेप्रमाणं आपल्या श्वासातून अविरत ये-जा करणारं, प्राणवायूसारखं... आपल्या अस्तित्वासाठी अपरिहार्य असलेलं असं तत्त्व आहे. प्रेमाशिवाय सजीवांचं अस्तित्व क्षणभरही नाही. बंद मुठीत पण तेच असतं आणि बंद दालनातही तेच असतं. तरीही सजीवाला क्षणाक्षणाला श्वास घेताना त्याच्या अस्तित्वाची दखल घ्यायची जरुरी नाही. सखे, माझं प्रेम म्हणजे तुझ्या सकुशलतेची प्रार्थना, तुझ्या सर्व मंगलाची इच्छा, तुझ्या स्वमानाचं रक्षण आहे. तुझ्या सुखासाठीचा प्रयत्न आहे, तुझ्या प्रार्थनांचं उत्तर आहे, तुझ्या इच्छा-आकांक्षा पूर्ण करण्याचा तीव्र प्रयत्न म्हणजे माझं प्रेम आहे... सखी, तुला स्पर्श करणं, एवढंच माझ्यासाठी प्रेम नाही. तुझ्यासाठी जगणं, हाही प्रेमाचा पर्याय माझ्यासाठी नाही. एका छताखाली आपण राहिलो, तरच प्रेम? माझं प्रेम म्हणजे खुल्या आकाशाखाली उभं राहून... त्याच्याकडे पाहत तुझ्या स्मिताची... कल्पना करणं! सखी, सतत, सहज भावानं मी प्रेमच केलंय तुझ्यावर... या क्षणी पण करतोय. कदाचित म्हणूनच या पूर्ण न झालेल्या संवादाच्या अपूर्णत्वानंच मला रोखून धरलं होतं... सखे, माझ्या देहविलयानंतरही प्रेम राहणारच. देहाचा आणि प्रेमाचा संबंध जोडणारेच अपूर्ण आहेत... प्रेमाला देहापासून अलग करून बघ, सखे! ज्या कृष्णावर तू प्रेम करतेस, ज्या कृष्णाच्या अपूर्णत्वाबद्दल तक्रार करतेस; तो कृष्ण एक शरीर नाही, तो कृष्ण स्वत: तुझ्या कल्पनेत जगणारं प्रेम आहे! तू तुझ्या कल्पनेतल्या कृष्णावर प्रेम करतेस. ज्या कृष्णावर तू प्रेम करतेस, तो मात्र तुझा कृष्ण आहे! तो तुझ्यापुरताच सीमित आहे. तू संपूर्ण तुझ्या कृष्णात आहेस आणि तो संपूर्ण तुझ्यात आहे. सखी, तो कृष्णही तुझ्यावर खूप प्रेम करतो. तू जे मागितलंस, ते तुझंच आहे आणि भविष्यातही तुझंच राहील – कुणीही तुझ्यापासून हिरावू शकणार नाही. संपूर्ण श्रद्धा ठेव, सखे, संपूर्ण श्रद्धा!''

"सख्या!'' द्रौपदी भावपूर्ण डोळ्यांनी कृष्णाकडे पाहत राहिली होती.

"सख्या, तुला प्राप्त केल्याचा हा क्षण माझ्या जीवनातला सर्वांत धन्य क्षण आहे.''

"मग आता? निरोपाची आज्ञा आहे?"

"जातोस...?"

"मी आलोच नव्हतो, तर जाणार कसा? मी इथंच होतो आणि इथंच राहणार आहे. देह सोडण्याआधी आत्म्याला काही देहधर्म पूर्ण करायचे असतात. हा त्यातलाच एक देहधर्म आहे, सखे. तुझं मन जर माझ्यात गुंतून राहिलं असतं, तर माझं मन कसं मुक्त होऊ शकलं असतं? मन बंधनात अडकलं, तर माझा आत्मा जाणार कुठं? तुझ्याबाबतीत, तुझ्या स्नेहाबाबत माझी काही जबाबदारी आहे, उत्तरदायित्व आहे."

"सख्या, माझं प्रेम तुला या पृथ्वीवर परत खेचून आणेल... पुन्हा एकदा तुला सदेह भेटेन... मी."

"हा मोह आहे, सखी...."

"असेल. मोह तर मोह... मला तुझा मोह आहे, सख्या. कारण मी... मी एक मानव आहे."

"पण मी तरी कुठं ईश्वर आहे? जिनं मला ईश्वर होऊ दिलं नाही, अशी ती तूच तर एक आहेस...."

"का मला गुंतवतोस, सख्या? मला सांग, हा हात सोडण्याच्या वेळी माझ्या हातावरच्या रेषा कोणत्या दिशेला वळणार आहेत?"

"तुझ्या हस्तरेषांवर तर पाच-पाच पतींची नावं लिहिलेली आहेत. दिशा चारच आहेत. त्याहूनही जास्त दिशांत तू वाटली गेली आहेस. आता असा प्रश्न विचारून तू मला का गुंतवते आहेस? शांत हो, सखे. प्रश्न आणि उत्तरांच्या विश्वाबाहेर एक निर्गुण-निराकार, निर्लेप शांती आहे. आज मला त्या शांतीनं आमंत्रित केलं आहे. कदाचित, उद्या तुझ्यासाठीही आमंत्रण येईल."

"सख्या, केव्हा येणार? केव्हा येणार माझं निमंत्रण? आता या शरीराचा भार सहन होत नाहीय रे. व्यतीत केलेलं आयुष्य क्षणोक्षणी मला वेधून टाकतंय, विंधून जातंय. आता संबंधांच्या पलीकडे जाऊन, क्षणा-पळांच्या छिद्रांतून पार होऊन, काळाच्या पलीकडे जाऊन पाहायचंय... स्व-ला आणि स्वयं-ला...."

"सखे... अजूनही इच्छा? अजूनही कामना? काळाच्या पलीकडे कशी जाणार तू? त्यासाठी हवेपेक्षाही तरल व्हायला हवं. सगळा भार इथंच उतरावा लागेल, हस्तरेषा पुसून टाकाव्या लागतील, स्मरणपटावर रेखांकित झालेली दृश्यं हलक्या हातानं पुसून पाटी पार कोरी करावी लागेल. तेव्हाच तो काळ हात पसरून तुला हाक मारील, तुझं बोट धरून स्वतःच तुला पलीकडे घेऊन जाईल... या क्षणी मी जातोय, क्षणाचं छिद्र विंधून, एका विशाल तेज:पुंजाकडे – जो माझाच अंश आहे किंवा मी ज्याचा अंश आहे. आपण सर्वच त्याचा अंश

आहोत आणि तो तेज:पुंज एका निश्चित समयी आपल्या सर्वांना त्याच्यात सामावून घेतो... सामावून घेईल.''

''...सख्या! मी... मी पांचाली... द्रुपदराजकन्या द्रौपदी, पांडव पत्नी, कुरुकुलाची सून... तुला माझ्या प्रेमातून, मोहामधून, माझ्याबाबतच्या जबाबदारीमधून मुक्त करते आहे आणि त्याबरोबर मी पण मुक्त होत आहे...'' द्रौपदीचा कंठ दाटून आला, अवरुद्ध स्वरात ती म्हणाली, **''त्वदियम् वस्तु गोविन्द तुभ्यमेव समर्प्यते !''** त्या क्षणी उच्चारलेल्या त्या वाक्यात एक लखलखीत सत्य होतं. हिरण्य, कपिला आणि त्रिवेणी संगमाच्या सर्व दिशांतून द्रौपदीच्या बोलण्याचे प्रतिघोष ऐकू येत राहिले.... आणि श्रीकृष्णानं शांतपणे नेत्र मिटले.

त्याच्या चरणांपाशी बसलेली द्रौपदी डोळे मिटून, संथ श्वास घेत, ईश्वराचं स्मरण करत ओठानं पुटपुटत राहिली....

'ओम् पूर्णमद: पूर्णमिद: पूर्णात्पूर्णमुदच्यते।'
पूर्णस्य पूर्णमादाय पूर्णमेवावशिष्यते।।'

खळाळत समुद्राकडे जाणाऱ्या कपिलेचा प्रवाह बघून अर्जुनाच्या मनात विचार आला – 'केवढी लांब यात्रा करून आलेली ही नदी... तिच्या प्रवाहाबरोबर किती किती प्रकारचे प्रश्न, कितीतरी प्रकारचे संशय घेऊन येते. तिचा दीर्घ मार्ग किती वळणं, कितीतरी चढ-उतार यांनी भरलेला आहे. पण ती जशी सागराच्या जवळ जवळ येते. तशी शांत होत जाते. तिचे सगळे संशय, प्रश्न जणू उत्तर मिळाल्यानं निर्मूळ होऊन जातात.'

'ज्या मन:स्थितीत द्रौपदी आत्ता आहे – त्यात तिचे सर्व प्रश्न, सर्व संशय, तिला उत्तर मिळाल्यामुळे मुळातूनच नष्ट झाले आहेत. तिच्या मुखावर अलौकिक शांती पसरली आहे. कुरुक्षेत्राच्या युद्धाआधी, माझ्या सर्व शंकांना, संभ्रमांना उत्तरं देऊन सख्यानं जसं मला शांत, स्थिरचित्त, नि:शंक केलं; तशीच आत्ता द्रौपदी पण शांत, स्वस्थचित्त झालीय. कुठलाही संशय, संभ्रम पार निर्मूळ करणं – हा तर परम धर्म सख्याचा... मानवाला स्वच्छ सूर्यप्रकाश दाखवणारा हा महाबुद्धिशाली, महाज्ञानी पुरुष आता असणार नाही, ही गोष्टच मला फार विचलित करतेय. आता माझ्या संशयांना कोण उत्तरं देणार? कोण मला शांत करणार? जेव्हा जेव्हा मी दु:खात, अशांतीत, वाईट अवस्थेत तळमळत असेन; तेव्हा माझ्या खांद्यावर हात ठेवून कोण म्हणेल....

'उद्धरेदात्मानात्मानं नात्मानमवसादयेत् ।

आत्मैव ह्यात्मनो बन्धुरात्मैव रिपुरात्मन:।।'

मनुष्याने आपल्या मनाद्वारे, स्वत:ची अवनती होऊ न देता स्वत:चा उद्धार केला पाहिजे. मन हे बद्ध जीवाचा मित्र, तसेच शत्रू पण आहे.'

...अर्जुन वळून कृष्णाच्या दिशेनं चालू लागला.

द्रौपदी आणि कृष्ण – दोघेही डोळे मिटून बसलेले होते.

दोघांच्याही मुखांवर परमशांती झळाळत होती. एखादं महाभयंकर वादळ यावं आणि काहीही नुकसान न करता निघून जावं, तशी शांती होती दोघांच्या मुखांवर... अर्जुनही तिथं येऊन स्थिरचित्त होऊन बसला. डोळे मिटून कृष्णाच्या चरणावरून त्याचा हात फिरवत राहिला.

अर्जुनाचा हात जसजसा कृष्णाच्या पायावरून फिरत राहिला, तसतशी कृष्णमुखावर अधिकाधिक शांती, स्वस्थता दिसत होती.

आणि तरीही कृष्णाच्या अंतरंगांत अजून काहीतरी अस्वस्थता सळसळत होती.

कोण अजूनही त्याला बांधून ठेवत होतं? कुणाच्या संशयामुळे त्याच्या या अंतिम प्रस्थानात विघ्न येत होतं? कुणाला प्रतीक्षा होती अशा उत्तरांची – ज्यांचे प्रश्नच विचारणे बाकी होते.

रुक्मिणी जेव्हा सोमनाथाच्या नौकातटावर उतरली, तेव्हा तिथं नौका बघून तिच्या लक्षात आलं की, अर्जुन आणि द्रौपदी श्रीकृष्णाच्याच दिशेनं गेले असणार.

ती दिशा कोणती असेल याविषयी तिला कल्पनाही नव्हती. यादवांच्या अखेरीबद्दल आणि प्रभासक्षेत्री घडणाऱ्या घटनेबद्दल कृष्णानं रुक्मिणीला सांगितलं होतं, पण ती घटना किती भयानक असेल याची तिला काही कल्पनाच नव्हती.

सोमनाथाहून प्रभासक्षेत्री उतावीळ होऊन धावणाऱ्या रुक्मिणीला यादवांचे मृतदेह दिसले नाहीत; पण जागोजाग पेटलेल्या चिता, विखुरलेले यादवांचे अलंकार, मद्यपानाची भांडी, रथ, शस्त्रास्त्रे पाहून घटनेतली भयानकता तिच्या लक्षात येऊ लागली.

तिचं हृदय धडधडू लागलं. अतिशय कोमल अंत:करणाच्या आपल्या स्वामींनी हे कसं सहन केलं असेल? या विचारासरशी रुक्मिणीचे डोळे अश्रूंनी डबडबले. कृष्णाला दुसऱ्याचं दु:खही स्वत:चं वाटत होतं, हे ती चांगलं जाणून होती. अतिशय परक्या माणसाच्या दु:खातही तो सहभागी व्हायचा.

'आज त्यांच्या स्वत:च्याच नातेवाइकांची, पुत्र-पौत्रांची आणि स्नेहीजनांची

मृत शरीरे पाहताना, एकेक करून काळाचा घास होताना बघताना माझे स्वामी एकटेच होते. ती वेदना त्यांनी कशी सहन केली असेल?' राहून-राहून हा विचार रुक्मिणीला विचलित करत होता.

"हा तर सात्यकीचा हार... ओळखतो मी." दारुक म्हणाला. नंतर एक रक्तानं माखलेलं उत्तरीय उचलून घेत म्हणाला, "हे कृतवर्म्याचं." पुढं अनिरुद्ध, चारुदेष्ण, प्रद्युम्न, अनुज, गद आणि दुसऱ्या कितीतरी यादवांची वस्त्रं-आभूषणं त्यानं ओळखली. कुणाचा मुकुट, कुणाचा हार, कुणाचा बाजुबंद, कुणाची रक्तलांच्छित वस्त्रे चारीही बाजूंना विखरून पडली होती. एकेक वस्तू हाती घेत दारुक हृदय पिळवटून जाईल असा शोक करत होता, सगळ्यांच्या स्मृतीनं गहिवरून जात होता.

अस्वस्थ रुक्मिणी मात्र त्या सगळ्या वस्त्र-आभूषणांत वैजयंती हार नि पीतांबर शोधत होती. 'तो यांत न सापडो'– अशीच प्रार्थना मनोमन करत होती.

पण एकेक वस्त्र, एकेक अलंकार तिच्या आत्म्यापर्यंत भिडून, विंधून टाकत होता तिला....

वेड लागलेल्या माणसासारखा इकडं-तिकडं धावणारा दारुक अचानक एका जागी थांबला – झटकन खाली बसला. तिथं पडलेली एक पादुका त्यानं उचलली. चंदनाच्या लाकडातून तयार केलेली. सुंदर, बारीक नक्षीकाम असलेली ती पादुका दृष्टीस पडताच रुक्मिणीच्या तोंडून किंकाळी निघाली....

"नाऽऽऽथ!" धावत रुक्मिणी दारुकाजवळ गेली, त्याच्याजवळून पादुका घेऊन, छातीशी घट्ट धरली, डोळ्यांना लावली, मस्तकाला लावली....

दुसरी पादुका पाहण्यासाठी आजूबाजूला दृष्टी फिरवली, पण दूरदूरवर कुठंही दुसरी पादुका दिसत नव्हती.

अमंगल शंका-कुशंकांनी क्षुब्ध झाली रुक्मिणी. तऱ्हेतऱ्हेची भयानक दृश्य तिच्या नजरेसमोर तरळू लागली. या क्षणापर्यंत तिनं जे कल्पिलं नव्हतं, ते सगळं तिच्या कल्पनेत जिवंत होऊ लागलं.

"नाथ! किती यातना भोगल्या असतील तुम्ही? ही पादुका पण... यादवांच्या इतर वस्त्रालंकारांसारखीच...."

"महाराणी... महाराणी, दुसरी पादुका सापडली, ही पाहा." दारुक म्हणाला.

कापऱ्या हातानं रुक्मिणीनं ती हातात घेतली. तिच्या अंगठ्याकडच्या भागाला रवत लागलं होतं. तीही पादुका तिनं छातीशी घट्ट धरली.

"नाथ, मला घेऊन गेला असतात तर? तुमची सर्व व्यथा मी घेतली असती. कोणतीही वेदना, पीडा, दुःखाची सावली पण तुमच्यापर्यंत पोचू दिली नसती, स्वामी...."

"काय झालं असेल? का झालं असेल? कुणी केलं असेल?" अंगाला कापरं भरवणारे प्रश्न रुक्मिणीच्या अस्तित्वाला तीक्ष्ण बाणांसारखे भेदून टाकत होते. तिच्या डोळ्यांतून अविरत घळाघळा अश्रू वाहत होते. रक्तलांच्छित पादुकांवर त्यांचा अभिषेक होत होता आणि कृष्णाच्या पादुकांवरील रक्ताचे डाग हळूहळू धुतले जात होते.

"कुठं गेले असतील स्वामी? कोणत्या दिशेला? कुठं शोधू मी त्यांना?", रुक्मिणी अतिशय विव्हळ झाली होती. तिचा हात धरून दारुकानं तिला हलकेच उभं केलं. अजूनही दोन्ही हातांनी पादुका छातीशी घट्ट पकडून, जणू मूर्ती असावी तशी, शून्यात नजर लावून, विमनस्क होऊन पावलं टाकीत होती. हात धरून पुढं चाललेला दारुक जमिनीवरच्या रक्तांच्या थेंबांवरून जाण्याची दिशा शोधत होता.

जिथं दुसरी पादुका सापडली, तिथं रक्ताचं लहानसं वर्तुळ तयार झालं होतं. जखमी पाऊल तिथून खूप सावकाश, काहीसं लंगडत पुढं गेलं असणार, हे रक्ताचे थेंब पाहून दारुकाच्या लक्षात आलं.

'स्वामींनी स्वत:लाच इजा करून घेतली असेल?' दारुकाच्या मनात विचार आला. कुरुक्षेत्राच्या युद्धात शस्त्रहीन कृष्णाला एकही शस्त्र स्पर्शू शकलं नव्हतं, हा चमत्कार दारुकानं स्वत: अनुभवला होता.

'कोण असेल, माझ्या स्वामींना एवढी यातना देणारा? माझ्या समोर आला तर तुकडे करून टाकीन त्याचे!' दारुक रागानं थरथरत होता. त्याच वेळी रुक्मिणीचा हात धरून, रक्ताचे डाग पाहत हळूहळू पुढं चालला होता... "महाराणी, काळजी नका करू. जिथं असतील तिथं स्वामी कुशल असतील."

"या रक्तरंजित पादुका पाहूनच मानायचं," रुक्मिणी म्हणाली, "पण खोटी आश्वासनं का देतोस, दारुका? द्वारकेहून निरोप घेऊन निघतानाच स्वामी म्हणाले होते की, त्यांचं देहधर्माचं कार्य पूर्ण झालंय... दारुका, त्यांनी देहत्यागही केव्हाच केला असणार. मोहमुक्त, नि:स्पृह असे माझे स्वामी कुणाची तरी वाट पाहण्यात किंवा जगण्याच्या इच्छेनं देहबंधनात अडकून श्वास घेत राहतील, असं समजणं हीच आपली अल्पबुद्धी आहे, दारुका!"

"पण महाराणी, स्वामी असे जाऊच शकत नाहीत."

"त्यांनी तर द्वारकेहून निघताना अंतिम निरोपदेखील घेतला होता. त्यांना तर फक्त समाधीच घ्यायची नि स्वत:चे प्राण परब्रह्मात विलीन करायचे – किती सरळ! किती सोपं कार्य होतं त्यांच्यासाठी! तुला काय वाटतं, दारुका? वेदनेचे घोट घेत-घेत, निरोपाचा क्षण लांबवत कशासाठी स्वामी प्रतीक्षा करतील? त्यांना तर ब्रह्मात विलीन व्हायची आतुरता असेल...." आणि एकदम व्यथित होऊन

खालच्या आवाजात म्हणाली, ''म्हणून तर मला एकटीला सोडून स्वामी निघून आले... सप्तपदीचे फेरे घेताना माझा हात धरून म्हटलं होतं – 'नातिचरामि...' काय झालं त्या आश्वासनाचं? माझे स्वामी एकटेच निघून गेले मोक्षमार्गावर. त्यांच्या विरहात ठेवून, एकटीला यातना भोगायला का सोडून गेले स्वामी? सांग, दारुका... त्यांच्या बरोबर मोक्षमार्गावर चालायला मी समर्थ नव्हते का? सांग....''

''का तुमच्या आत्म्याला वेदना देता महाराणी? स्वत:चं उत्तरदायित्व पूर्ण केल्याशिवाय माझे स्वामी जाणारच नाहीत. तुमच्या मनातले संशयच तसं सांगतायेत की, अजूनही तुम्हाला प्रभूला एकदा भेटायचं आहे. मनातले सगळे संशय, संभ्रम शांत केल्याशिवाय, तुम्हाला मुक्तीचा मार्ग दाखवल्याशिवायच ते स्वत: मुक्त होतील इतके स्वार्थी नाहीत... माझं ऐका महाराणी, पावलं झटपट उचला. हे रक्ताचे ठसेच आपल्याला स्वामींच्या वेदनेच्या दिशेला घेऊन जातायेत.''

''दारुका! अरे, तू तर त्यांना माझ्यापेक्षा अधिक ओळखलंस. त्यांच्याबद्दल माझ्या मनात एक तक्रार आली, याचा अर्थच मला उत्तर द्यायला स्वामी अजूनही माझी प्रतीक्षा करताहेत. त्यांनी खरोखरच जर प्रस्थान केलं असेल तर, माझ्या सर्व वेदना, पीडा, मनातले संशय, येणारे-जाणारे सर्व विचार पार पुसून टाकूनच मला मुक्त आणि शांत केलं असतं. तेच माझी वाट पाहत असणार... चल दारुका, माझ्यात आणि स्वामींत अंतर पडत चाललंय....''

...कशीबशी पाय ओढत चालणारी रुक्मिणी गती वाढवून त्वरेनं चालायला लागली. समोरनं येणाऱ्या वाऱ्यात जणू कृष्णाचा सुगंध येत असावा, तशी रक्ताच्या ठशांची पर्वा न करता ती त्रिवेणी संगमाच्या दिशेनं वेडीवाकडी धावत सुटली.

वाऱ्यालाच कृष्णाचा आवाज समजून त्यालाच मोठ्यानं सांगू लागली, ''थांबा, नाथ, थांबा! मी फार दूर नाहीय... तुमच्याच दिशेला आहे – बस, पोचतेच आहे मी... थांबा, नाथ, थांबा!....''

कपिलेच्या प्रवाहावर तरंगणारा एक चेहरा कृष्णाला अश्रुभरल्या डोळ्यांनी सांगत होता, 'अजून तर खूप विचारायचं, सांगायचं बाकी आहे, नाथ! इतक्या वर्षांच्या आपल्या सहजीवनात आपण काही बोललोच नाही, असं वाटतंय आता... काळाची हाक ऐकू आली नि तुम्ही प्रस्थान ठेवलंत. अचानक माझ्या लक्षात आलं की, मला तुम्हाला अजून काही सांगायचंय... तुमच्याकडून कितीतरी ऐकायचंय... आपला संवाद अद्यापही अपूर्णच आहे, नाथ... थांबा... थांबा... नाथऽऽ'

कृष्णानं अचानक डोळे उघडले. त्याच्या चेहऱ्यावरचा विस्मय आणि प्रतीक्षेचा भाव बघून द्रौपदीनं विचारलं, "सख्या, अजून कुणी येणार आहे? कुणाची वाट पाहतोयस मनात...?"

"सखे, प्रतीक्षा नाही वेदना आहे. कुणाची तरी वेदना थेट माझ्या अंतरंगांत खोल शिरून मला भेदून टाकतेय. ती इतकी तीव्र आहे की, ती शांत केल्याशिवाय मी जाऊ शकत नाही...."

"ते कोण आहे, सख्या? तुझ्या जाण्याची व्यथा सर्वांनाच आहे. तू नाहीस, ही कल्पना मात्र आम्हाला विंधून टाकणारी आहे, इतके आम्ही केवळ तुझ्यावर अवलंबून आहोत. आमच्या सुख-दुःखात तुझं असणं आम्हाला अपरिहार्य आहे, सख्या... पण हे कोण आहे – ज्याची वेदना इतकी तीव्र आहे की, तुझ्या आत्म्याला अजून बांधून रोखलंय... कोण आहे ते?"

"दुसरं कोण असणार, सखी? माझी अर्धांगी, फार अस्वस्थ आहे माझ्या आठवणीनं. द्वारकेतून निघते वेळी तिनं दिलेला निरोप पूर्ण नव्हता. मी जाऊ नये, असा एक अनुनय त्या वेळी तिच्या दृष्टीत होता. ती अजूनही मला बांधून ठेवतेय, सखी. तिचा चेहरा राहून-राहून आठवतोय. तिचे अश्रुपूर्ण डोळे, पुढं केलेला हात, कापणारे ओठ नि कपाळावर पडलेली आठी... वर-खाली होणाऱ्या भुवयांमुळे जणू काहीतरी सांगायला आतुर आहे.... माझ्यासमोर येणारा तिचा चेहरा शांत नाहीये, सखी, म्हणजे ती अद्याप अशांत आहे...."

"आम्ही द्वारकेला गेलो तेव्हा...."

"तुम्ही द्वारकेहून आलात? मग रुक्मिणी तुमच्याबरोबर का नाही आली? सत्यभामेनंही हट्ट नाही धरला बरोबर येण्याचा....?"

"तेवढा वेळच नव्हता रे, सख्या. मी माझेच प्राण मुठीत पकडून इथवर येऊन पोचले आहे."

"ती येईल द्रौपदी, ती येईल. रुक्मिणी विदुषी आहे, शास्त्र जाणणारी आहे. कमालीची संवेदनशील आहे. ती ओळखते की, तिचं मन जर माझ्यात गुंतलं असेल, तर मी शांत प्रयाण करू शकणार नाही... ती अवश्य येईल. स्वतः मुक्त होण्यासाठी... आणि स्वतः मुक्त होऊन मला मुक्ती देण्यासाठी! येईल ती, निश्चित येईल...."

रुक्मिणी त्रिवेणी संगमापाशी पोचली... कृष्णाच्या चरणापाशी बसलेल्या द्रौपदीला तिनं लांबून पाहिलं. जवळच हात जोडलेला, निःस्तब्ध, मूक

झाल्यासारखा बसलेला जरा पण पाहिला. तो चकित होऊन मनात विचार करत होता – 'ज्याला सर्व काही ठाऊक आहे असा हा माणूस. काय आहे हा? मी तर त्याचं चतुर्भुज स्वरूप पाहिलंय. आज जे त्याच्यापाशी येऊन रडतायत, त्यांना या माणसाचं ईश्वरपण माहीत नसेल....?'

अजून तर जरा द्रौपदी-अर्जुनाच्या आगमनाबद्दल काही समजतोय, तोच धावत आलेली रुक्मिणी श्रीकृष्णाच्या चरणांवर पडली. तिचा सबंध चेहरा घामानं थबथबलेला होता. कृष्णानं वर्णन केलं होतं, तसंच रूप होतं रुक्मिणीचं! तिच्या नजरेत कृष्णाला न जाऊ देण्याचं आर्जव होतं. कृष्णाला अद्यापही ती बंधनात ठेवू पाहत होती. तिचा चेहरा रडून-रडून मलूल झाला होता. अश्रूंनी भरलेले डोळे, पसरलेला हात, कापरे ओठ, कपाळावरची आठी, वर-खाली होणाऱ्या भुवया... काही तरी सांगायला आतुर होती ती... अतिशय अस्वस्थ, विचलित होती ती....

कृष्णाच्या चरणावर रुक्मिणीनं मस्तक झुकवलं. कपाळावरच्या घर्मबिंदूंमुळे तिचं सौभाग्यकुंकुम विस्कटलं होतं. सगळ्या कपाळभर ते पसरून कपाळ लालसर रंगलं होतं.

जसं तिनं मस्तक कृष्णाच्या चरणांवर टेकवलं तसं त्याच्या रक्तात मिसळून कुंकू अधिकच लाल झालं...

"हे काय झालं नाथ? कसं झालं? कशासाठी झालं? का म्हणून तुम्ही....?"

"प्रिये, आपल्या सहजीवनाचा अवधी पूर्ण झालाय, हे मी तुला द्वारका सोडतानाच स्पष्ट सांगितलं होतं. तू मला निरोप दिलास खरा, पण तो पूर्ण मनापासून नव्हता. मनात कुठंतरी मी जाऊ नये, ही इच्छा आणि मला बांधून ठेवायची वृत्ती तशीच्या तशी होती. म्हणूनच तुझी वाट पाहत मी या ठिकाणी बसलोय नि तुला इथपर्यंत यावं लागलं, मला अंतिम निरोप देण्यासाठी..." कृष्ण जरासा हसला आणि इशारा करून त्यानं रुक्मिणीला समीप बोलावलं. ती जवळ आली. कृष्णानं मोठ्या कष्टानं आपला हात वर उचलून तिच्या गालावर ठेवला.

"रुक्मिणी, हे अश्रू पुसून टाक. तू क्षत्रिय कन्या आहेस. पतीच्या प्रयाणाच्या वेळी डोळ्यांत अश्रू आणणं तुझ्या राजकुलाला कमीपणा आणील. धैर्यानं, हसतमुखानं पतीला निरोप देणं, हाच क्षात्रधर्म आहे."

"तो तर पती युद्धाला निघाला असेल तेव्हा. इथं कुठं युद्ध आहे, प्रभो....?"

"हेदेखील युद्धच आहे, प्रिये. जीवन आणि मरण यांच्यातलं युद्ध! न जाण्यासाठी मानवी देह धडपडत असतो, तर ते परमतत्त्व त्याच्या आत्म्याला स्वत:कडे खेचत असतं. हसतमुखानं निरोप नाही दिलास, तर मी जाऊ कसा शकणार प्रिये?"

"स्वामी! युद्धावर जाणारा पती कधीतरी परतण्याची अपेक्षा तरी असते आणि त्या विजयी पतीचं स्वागत करण्याचं भाग्यही पत्नीला लाभतं. पण...पण इथं... तर..." गळा दाटून आल्यानं रुक्मिणी पुढं बोलू शकली नाही.

माध्यावरचा सूर्य संथपणानं काहीसा पश्चिमेकडे झुकला होता. त्याची तप्त किरणं तिरपी होऊन कोवळी झाली होती. अश्वत्थाखाली बसलेल्या सगळ्यांच्या सावल्या दीर्घ होत होत्या. जणू व्यक्तीपेक्षा तिच्या पडछाया अधिक मोठ्या होत्या....

इतिहास पण, या व्यक्तींपेक्षा त्यांच्या पडछायाच अधिक मोठ्या दर्शविणार होता. आणि हे ठाऊक असल्यासारखा सूर्य पण खूप सावकाश, मंद गतीनं, पश्चिमेकडे जाता-जाता त्या सगळ्यांना न्याहाळत होता.

नद्यांचं पाणी हळूहळू पिवळसर होताना दिसत होतं. पिंपळाच्या पानांमधून गाळून येणारा सूर्याचा ताप सहज सुसह्य झाला होता आणि तोही सुवर्णरंगी बनला होता.

अस्तास जाणाऱ्या सूर्याकडे एक दृष्टिक्षेप टाकला कृष्णानं. आपलाही अस्तक्षण समीप येतोय, हे जाणून एक सखोल – दीर्घ श्वास घेतला नि तो रुक्मिणीबरोबर पुढं बोलू लागला....

"प्रिये, तू तर विदुषी आहेस. शास्त्र जाणतेस. मानव देहाची नश्वरता तुला माहीत आहे. यानंतरही... आपला संबंध तर दोन आत्म्यांचा संबंध होता...."

"होता...? प्रभो, म्हणजे तो संबंध पूर्ण झाला....?"

"देहाबरोबरचे संबंध पूर्ण होतातच रुक्मिणी. देह नष्ट झाल्यावर पितृतर्पण करून श्राद्ध करण्याचं कारणच हे आहे की, देहातून बाहेर पडलेल्या आत्म्यानं देहाबरोबर जोडल्या गेलेल्या मोह, माया, इतर बंधनांचा त्याग करून मुक्त होऊन प्रस्थान करावं. प्रिये, या देहाला 'कृष्ण' नावानं ओळखतात; त्या माझ्या देहातून आत्मतत्त्व निघून गेल्यानंतर हा देह म्हणजे लाकडाचा तुकडा किंवा मातीचा ढिगारा याहून अधिक काय राहणार आहे? ज्या चेहऱ्याला तू 'कृष्ण' म्हणतेस, ज्यावर तू खूप प्रेम करतेस; तो चेहरा श्वास चालतोय तोवर तेजस्वी, सुंदर

आहे, जीवित आहे. पण एकदा देह सोडून आत्मा देहाबाहेर गेल्यानंतर तो चेहरा विकृतच होणार आहे. त्यावर तू प्रेम करू शकणार नाहीस, प्रिये! धर्मानं, शास्त्रानं म्हणूनच अग्निसंस्काराचं महत्त्व सांगितलं आहे. संपूर्ण विशुद्ध अशा अग्निदेवतेच्या कुशीत सर्व मलिन, अशुद्ध, निर्जीव वस्तू भस्मसात होतात... अग्नी त्यांची सर्व मलिनता स्वाहा करून अशा तत्वांना विशुद्ध करतो; मग ते सोनं असो की... आत्मा!''

रुक्मिणीचे डोळे पाहून, तिच्या सहवासातल्या अनेक सांजवेळा कृष्णाला आठवल्या. अशीच... अशीच रुक्मिणी त्याच्यासमोर बसून बघत राहायची. तिच्या दृष्टीत दीपज्योती बनून प्रगाढ श्रद्धा आणि प्रेम तेवत राहायचे. असे अनेक स्नेहमय क्षण कृष्णाच्या स्मृतीत जागे झाले. तिचं कोड-कौतुक, प्रेम, समजूतदारपणा आणि तिची विद्वत्ता यावर उभ्या राहिलेल्या वैवाहिक जीवनातील सुखक्षण... मिटल्या डोळ्यांनी कृष्ण त्यांचं चिंतन करत होता. जणू रुक्मिणीच्या महालातल्या दीपमाळा त्याच्या नजरेसमोर दिसत होत्या.

नद्यांच्या लाटांवर खाली-वर नाचणारा सूर्यप्रकाश, रुक्मिणीच्या महालातल्या दीपकांसारखा झळाळत होता.

''पण प्रभो, इतक्या वर्षांत आपल्यामध्ये कधीही असा संवाद नाही होऊ शकला – ज्यामुळे मी तुमच्या आत्म्यापर्यंत पोचेन, तुम्हाला ओळखायचा, प्राप्त करायचा प्रयत्न करेन. तुम्ही जेव्हा जेव्हा मला भेटलात, तेव्हा तेव्हा कधी संपूर्ण भेटलाच नाहीत, अंशा-अंशात मिळालात. जेव्हा जेव्हा माझ्या आलिंगनात बद्ध असायचात, तेव्हा तेव्हा तुमच्या मनात मात्र दुसऱ्या कोणाचा प्रश्न, कुणाची तरी व्यथा असायची. नाथ, आपण दोघं केव्हाही एकटे नव्हतोच. आपल्या एकांतात सतत तिसरं कुणीतरी असायचंच. कुणीतरी असं, ज्याला मी पाहू शकत नव्हते, जाणू शकत नव्हते, स्पर्शू शकत नव्हते; पण सदैव अनुभवत मात्र होते. स्वामी, तुम्ही कधी संपूर्णपणे माझे झालाच नाहीत! मी तुम्हाला सतत कुणाच्या तरी सोबतच पाहिलं आहे. प्रत्येक वेळी ते कुणीतरी वेगळं असायचं किंवा एकच असायचं, पण कुणीतरी होतंच. ते तुम्हाला ठाऊक आहे आणि मी तर सतत जाणतच होते....''

कृष्ण हसला... "किती पारदर्शक असतात स्त्रिया! आम्ही पुरुष असे होऊच शकत नाही. स्त्रीमनाचा ठाव घेणं कठीण आहे, असं म्हणतात... असतंच स्त्रियांचं मन खूप खोल! पण आज मात्र माझ्या लक्षात आलं की, त्या खोल मनात भरलेलं जल अतिशय निर्मळ, स्वच्छ असतं. तळाशी पडलेला लहानसा दगडही दिसावा इतकं पारदर्शक! प्रिये, तुझी व्यथा, वेदना, ही तक्रार शब्दांत मांडली, तरच मला समजेल असं तुला वाटतं का? तुझ्या डोळ्यांत, स्पर्शात ती सतत अनुभवत आलोय....!"

"हो, पण नाथ, त्याबाबत तुम्ही कधी काही केलं नाहीत. तुमचा जो वेळ मला हवा होता, तो वेळ मला कधी दिलाच नाहीत. मला काय हवं होतं सांगा...? हे महाराणीपद, सिंहासनावर तुमच्या शेजारचं स्थान, वस्त्रालंकार, भव्य महाल... हे तर मला शिशुपालापाशी पण मिळालं असतं. पत्र तुम्हाला त्यासाठी नव्हतं लिहिलं. लाज बाजूला ठेवून, आर्यावर्ताच्या श्रेष्ठ पुरुषाला पत्र अशासाठी लिहिलं होतं की, त्या पुरुषाबरोबर मी आयुष्य जगू इच्छित होते. तुमची पत्नी होऊन, माझा क्षणन् क्षण तुमच्यात विलीन करून, एकाकार होऊन, स्व-ला विसरून फक्त कृष्ण बनून जगायचं होतं मला."

"मग हा पश्चात्ताप का म्हणून प्रिये? हा संशय कशाचा? तू कृष्ण होऊनच जगलीयस रुक्मिणी. कृष्ण होऊन जगण्याचा अर्थच स्व-ला पूर्ण विसरणं. मला कधी स्वत:साठी वेळ मिळालाच नाही आणि त्याबद्दल मला खंतही नाही. असाही माझ्यावर इतरांचाच अधिकार आहे. जेव्हा ज्याला हवाय, तेव्हा त्याला कृष्ण मिळाला पाहिजे, हाच माझ्या अस्तित्वाचा अर्थ आहे. प्रिये, तुम्ही या व्यक्तीवर किंवा त्या व्यक्तीवर प्रेम नाही करत; प्रेम करता-करता स्वत:च प्रेम बनून जाता. प्रेम जेव्हा एखाद्या व्यक्तीपुरतं सीमित होतं, तेव्हा ते डबक्यात साठलेल्या पाण्यासारखं, सतत बंद कक्षासारखं मलिन, दूषित होतं. कुणी माझं आहे आणि मी कुणाची तरी आहे, हा अहंकार आहे. प्रेम अहंबरोबर, अहंकाराबरोबर कधीही राहू शकत नाही...."

"पण स्वामी, कोणाही स्त्रीसाठी पतीबरोबरचा समय हा केवळ तिचा, तिच्या एकटीचाच असावा, अशी अपेक्षा खोटी आहे का? भले तुम्ही प्रत्येक रात्र माझ्या सहवासात नका घालवू. रोज-रोज माझ्या केसांत फुलं माळा किंवा वस्त्रालंकार भेट द्या, अशी इच्छा ठेवणार नाही मी; पण ज्या वेळी तुम्ही माझ्याजवळ येता, त्या वेळी तुमच्या सगळ्या चिंता, जबाबदाऱ्या, प्रश्न तुमच्या मुकुटासारखे माझ्या महालाबाहेर ठेवून यावं, इतकी अपेक्षाही मी बाळगायला नको होती, नाथ?"

रुक्मिणीच्या शब्दांनी, पाणावलेल्या डोळ्यांनी कृष्णाचं हृदय द्रवलं. तो मनोमन विचारत राहिला –

'स्त्री कशाची मागणी करते? प्रेम? अविरत, अविभाज्य प्रेम... खरंच, सुलभ आहे स्त्रियांना सुखी करणं. स्त्रीची अपेक्षा अगदी लहान, अल्प असते. पुरुष कदाचित ती समजू शकत नाहीत. त्यामुळे स्त्री अपूर्णता, अपुरेपण अनुभवते. लग्न करूनही मनाची तहान शांत होत नाही, कारण पतीबरोबर मिळालेल्या वेळात तो संपूर्ण तिचा होऊ शकत नाही.' मग रुक्मिणीकडे पाहून म्हणाला, ''प्रिये, तू बंधनाची गोष्ट करतेस; पण दांपत्य हे बंधन नाही, संलग्नता आहे. माझ्या जबाबदाऱ्या, माझ्या चिंता, माझे प्रश्न माझ्या अस्तित्वाचा भाग आहेत. मी माझं अपूर्णत्व घेऊन तुझ्या कक्षात यावं, असं तुला वाटतं का? माझी पूर्णता, हे प्रश्न, या जबाबदाऱ्या माझ्यात असणाऱ्या दुसऱ्यांच्यामुळेच संभवत आहे. हे सगळं मी जर दूर केलं, तर अपूर्ण राहीन, प्रिये. दोन प्रेमी जीव कोणत्या तरी अदृश्य, अत्यंत अमूल्य वस्तूवर प्रेम करतात. एका संवादाला त्या व्यक्ती आधारभूत बनतात असं असूनही त्या स्वतंत्र राहतात. त्या स्वत:ला दुसऱ्यासमोर मनमोकळं करू शकतात. कारण त्या प्रेमात भय नसतं. दोन बीजं बांधली जाऊ शकत नाहीत, कारण ती स्वत: बंधनात असतात; पण दोन मोकळी फुलं एकमेकांबरोबर जोडली जाऊ शकतात.''

कृष्ण-रुक्मिणीचा संवाद सुरू असतानाच धावपळ करून औषधी वनस्पती घेऊन दारूक आला. दगडावर घासून त्यानं लेप बनवला. कृष्णाच्या पायात घुसलेला बाण काढून तिथं लेप लावायला जाणार तोच कृष्ण म्हणाला, ''दारुका! राहू दे आता ते. सगळं निरुपयोगी आहे. बाण तिथंच राहू दे. जोवर तो बाण अंगठ्यात घुसलेला राहील, तोवरच माझे प्राण माझ्या देहात राहतील. वेदनामुक्त होण्याचा क्षणच देहमुक्त होण्याचा क्षण असेल. आणि आता वनस्पतीचा लेप बांधून माझ्या शरीराच्या जखमा भरणार नाहीत....''

''पण, प्रभो...'' दारुक बोलायला गेला....

''तू महाराणी रुक्मिणीला इथपर्यंत घेऊन आलास, हेच तुझे उपकार आहेत. तू जर तिला भेटला नसतास, तर माझा आत्मा संपूर्ण मुक्त होऊन निर्वाणमार्गावर कदाचित नसता जाऊ शकला. आयुष्यभर तू माझा रथ चालवलास, तुझा आभारी आहे मी...'' कृष्णानं हात जोडले.

''तुमचे आभार मानतो, प्रभो. तुमची सेवा करण्याची संधी तुम्ही मला दिलीत. माझा तर जन्म सफल झाला, प्रभो...''

''दारुका! तू फार निर्मळ मनाचा माणूस आहेत. माझ्या अंतिम क्षणापर्यंत

मला साथ दिलीस. एका विश्वासू सेवकाकडून जे अपेक्षित असतं, ते ते सगळं माझा विश्वासू सेवक होऊन तू मला दिलंस. दारुका, तू मुक्त आहेस... आता तू तुझ्या मार्गानं जा.''

''माझा मार्ग तर तुमच्या बरोबरच आहे, प्रभो. तुम्हाला सोडून कुठं जाऊ मी?'' दारुक घळाघळा रडत होता.

मोठ्या प्रयत्नानं थोडंसं उठून बसत कृष्णानं त्याच्या डोक्यावर हात ठेवला, आणि म्हणाला, *''सर्वे जना: सुखिन: भवन्तु, सर्वे सन्तु निरामया: – सर्व सुखी व्हा, निरामय जीवन जगा.*

दारुका, तुला मोठं आयुष्य मिळो. तुझ्या सर्व इच्छा पूर्ण होवोत. ईश्वर तुझं कल्याण करो. अस्तु!''

कृष्ण-दारुकाचा संवाद रुक्मिणी ऐकत होती. अर्जुन आणि द्रौपदी जणू मूर्ती असाव्यात तसे स्थिर झाले होते. कृष्णाच्या वेदना कमी व्हाव्यात, त्याला शांती मिळावी म्हणून सगळे मनोमन प्रार्थना करत होते. त्या वेळी रुक्मिणी म्हणाली, ''नाथ, मुक्ती पण एकत्र असू शकते. तुमच्या मुक्तीला मी रोखू शकत नाही, पण या मोक्षाच्या फेऱ्यात माझी साथ सोडण्यानं माझ्यावर अन्याय होईल....''

''प्रिये, मोक्षाचा मार्ग एकट्यानं चालण्याचा आहे. आपली सोबत तर सप्तपदीच्या फेऱ्यांपासून एकत्र झाली आहे. आता ती सुटण्याचा प्रश्नच येत नाही.''

''स्वामी! या साऱ्या ज्ञानाच्या गोष्टी झाल्या. ज्ञानाशी प्रेमाचा काय संबंध? शब्दांत प्रेम व्यक्त होऊ शकत नाही; इतर गोष्टी होऊ शकतात. प्रेम हा अनुभव आहे आणि अनुभव व्यक्तिगत असतो. तुम्ही काहीही म्हणा प्रभो, मी जे अनुभवलंय तेच माझं सत्य आहे, त्याला तुम्ही कसं समजू शकाल? माझी तहान, माझं एकलेपण, माझा एकाकीपणा तर माझाच होता नं? त्यात तुम्ही कुठं होता?''

सूर्य पण ही सगळी चर्चा ऐकत संथ गतीनं क्षितिजरेषेजवळ जात होता. त्याच्या अस्ताबरोबर आज पृथ्वीवर पसरणारा अंधारही शोकमग्न, भयानक आणि एकटेपणात बुडालेला असेल. त्यालाही जणू नियती काय, ते माहीत असावं, म्हणून सूर्य पण आपला प्रकाश अधिक वेळ साठवून ठेवू इच्छित होता.

''खरं आहे. प्रत्येक जण त्याच्या एकलतेमध्ये एकटाच असतो, एकाकी असतो. त्या एकटेपणाचं ओझं ज्याचं त्यानंच उचलायचं असतं. पण प्रिये,

एकलता आणि एकटेपणा यांत भेद आहे. एकलतेलाच आपण एकटेपणा समजण्याची चूक करतो. त्यामुळे सगळा संदर्भच पूर्णपणे बदलून जातो. एकलतेत सुंदरता, भव्यता आणि होकारात्मकता यांचा अंतर्भाव आहे; तर एकटेपणा नकारात्मक, शोकजनक स्थिती सुचवतो. रुक्मिणी, एकलता ही निसर्गत: येणारी गोष्ट आहे. तिच्यापासून कोणीही मुक्त नाही. या जगात प्रत्येक जण एकटाच प्रवेश करतो आणि अंतिम प्रयाणाच्या क्षणीही तो एकटाच असतो.''

''तसं असेल तर सगळे विवाह का करतात? कशासाठी संसार उभा करतात? कशासाठी सगे-सोयरे, बंधुजन, स्नेही-मित्रांचा संबंध निर्माण करतात....?''

''आपला मूलभूत स्वभाव एकटेपणा हाच आहे, प्रिये. पण आपण तो समजून घेत नाही किंवा तसा प्रयत्नही करत नाही. आपण आपल्या बाबतीतच अपरिचित राहतो. जे एकटेपणाला समजतात, त्यांच्याशी आपण मैत्री करतो आणि ते सांगतात की एकाकी असण्यासारखं सुंदर, शांतिपूर्ण आणि विशेष आनंददायी असं दुसरं काहीच नाही. तुम्ही स्वत: एकटे होऊन सर्वांत मिसळू शकता... 'एक' असून 'अनेक' असण्याचा भाव आपोआपच एकाकीपणातून प्रगट होतो, प्रिये.''

''आणि प्रेमाचं काय? स्त्रीला अनेकांवर प्रेम शक्य नाही, स्वामी. तिच्यासाठी तिचा पुरुष हेच एकमेव केंद्रस्थान आहे, तिच्या सुखाचं...'' बाजूलाच द्रौपदी बसलीय, हे लक्षात येऊन रुक्मिणी म्हणाली – ''सर्वच जणी पांचालीसारख्या असामान्य नाही असू शकत. मी एक सामान्य स्त्री आहे, नाथ. एकाच पुरुषावर प्रेम करणारी, त्याच्याचकडून सुखाची अपेक्ष करणारी... एक अतिसामान्य स्त्री!''

रुक्मिणीचं रुसणं, मनधरणी करणं, तर कधी लहान बालकासारखं कोड-कौतुक करणं – सारे क्षण कृष्णाला आठवले. त्या वेळी रुक्मिणी खरंच अगदी सामान्य स्त्रीसारखीच वागायची. स्त्री कितीही विद्वान, कितीही विदुषी असली, तरी तिचं हृदय शेवटी स्त्रीचंच राहत असतं. या क्षणी ही गोष्ट कृष्णाला पूर्ण सत्य वाटली होती....

तरी रुक्मिणीला समजावताना कृष्ण म्हणाला, ''प्रिये, तू कुणी सामान्य स्त्री नाहीसच मुळी आणि सामान्य होऊच शकणार नाहीस. कृष्णाची अर्धांगिनी सामान्य असणारच कशी? हा माझा अभिमान किंवा अहंकार नाही. मी पार्थाला जसं सांगितलं की, 'हत्तींच्यात मी ऐरावत आहे, वृक्षांत पिंपळ आहे, गाईंच्यात कामधेनू आहे, नद्यांत गंगा आहे', तशी स्त्रियांत मी रुक्मिणी आहे.

प्रिये, तू श्रेष्ठ आहेस म्हणूनच माझ्या श्रेष्ठ जीवनाचा श्रेष्ठ अंश आहेस. प्रेम वस्तूवर अवलंबून नसतं; ते आत्मिक तेज, ओज आहे. आत्म्याचं ओज जितकं व्यापक, तितकं प्रेम विशाल बनतं. प्रेमाचे पंख जितके पसराल, तितकं तुमच्या अस्तित्वाचं आकाश विकसित, विशाल होत जाईल....''

कृष्ण थोडा थांबला. त्याला बोलताना श्रम पडत होते. त्यानं डोळे पुसले. त्याचा श्वास मंद-मंद होत होता, आवाज हळूहळू क्षीण होत चालला होता. पायात लागलेल्या बाणामुळे वाहणाऱ्या रक्तानं कृष्णाचा देह हळूहळू दुबळा होत होता. तरीही त्यानं बोलणं सुरूच ठेवलं. ''स्वप्नात गुंगणाऱ्या आणि विवाह-जीवनाबाबत अधिक अपेक्षा ठेवणाऱ्या सगळ्यांना वाटतं की, लग्न म्हणजे प्रेम नाही किंवा लग्नाआधी जे प्रेम होतं, ते हे नाही. प्रेम एक अशी सखोल जाणीव आहे की, एखादी व्यक्ती त्यामुळे तुम्हाला परिपूर्ण बनवते. तुमच्या अस्तित्वाचं एक पूर्ण वर्तुळ तयार करते. जीवनातली कुणाची तरी उपस्थिती तुमच्या असण्याला समृद्ध करते. प्रेम तुम्हाला 'तुम्ही' बनण्याचं स्वातंत्र्य देतं. जर कुणाच्या असण्यावर सुख-दु:खाची कल्पना टिकलेली असेल, तर तुम्ही सुखी कशा रीतीनं होऊ शकणार?''

''प्रिये, जो काळ आपण एकमेकांबरोबर व्यतीत केला, तो आपला सर्वांत उत्तम काळ होता. आपलं सुख सोबतच होतं, आपले आनंदाचे क्षणही एकमेकांत वाटलेले होते. खूप सुख दिलं आपण एकमेकांना... तुझं समर्पण त्यात अधिक होतं कदाचित... पती-पत्नी म्हणून आपल्या अद्वैताचा अद्‌भुत अनुभव आपण घेतला आहे, हे मानून विचार करशील, तर तुला समजेल की, जे मिळवलं ते न मिळल्याची जी खंत होती तिच्यापेक्षा कितीतरी अधिक होतं....''

रुक्मिणीबरोबरच द्रौपदीच्या मनातपण प्रकाश पसरला. विषादाचे ढग विरून गेले. रुक्मिणी जशी शांत होऊन कृष्णाच्या चेहऱ्याकडे पाहत होती, ते पाहून द्रौपदीला पण सांत्वन मिळालं, शांती मिळाली. रुक्मिणीची व्यथा, सगळा विषाद जणू या संवादानंतर विशुद्ध झाला. तिच्या अंत:करणाला तो स्वच्छ करून गेला.

कृष्ण तिचा स्वामी होता. किती प्रेम करत होता तिच्यावर! किती सन्मान होता त्याच्या हृदयात तिच्याबद्दल! किती वेगळे, किती एकमेवाद्वितीय आणि किती शाश्वत होते तिच्यासह जगलेले क्षण! जे क्षण आजपर्यंत रुक्मिणीला रिकामे, निरर्थक, एकटेपणाचे वाटत होते; ते सर्वच सुगंधमय बनून तिच्याभोवती नाचू लागले होते. एक संपूर्ण, प्रेमळ, अद्वितीय दांपत्यजीवन प्राप्त केल्याचं परम सुख तिच्या चेहऱ्यावर विलसत होतं.

''स्वामी! खरंच, आपल्यात हा संवाद झाला नसता, तर माझ्या मनाला काहीतरी सतत बोचत राहिलं असतं. एक श्रेष्ठ पत्नी बनण्याचा प्रयत्न मी केला,

पण माझ्या अंतरात एक उणीव पीडा देत होती. आज तुम्ही हलक्या हातानं उणिवेचे ढग दूर करून मनात स्पष्टतेचा प्रकाश पसरवलात, नाथ. आता मागे वळून पाहते तेव्हा समजतं की, ज्याला मी तुम्ही केलेलं दुर्लक्ष समजले, ती खरोखर मला दिलेली अमूल्य संधी होती. त्या संधीला मी तुमच्या अंतरातली रहस्ये मानून विषाद साठवत बसले. खरं तर तुमची व्यथा माझ्यापर्यंत पोहोचू नये, ही तुमची भावना होती. त्याला मी वेळेचा अभाव समजले. तो तर तुमचा दुसऱ्यांसाठी संपूर्ण समर्पित होणारा सेवाभाव होता. जेव्हा जेव्हा मी एकलेपणा अनुभवला, तेव्हा तुमच्या जास्त निकट येण्याची संधी दिली होती, नाथ! स्त्रीला फक्त एक वस्तू समजून, एक शरीर मानून भोगणाऱ्या पुरुषांपेक्षा तुम्ही किती श्रेष्ठ, किती उंच, किती निराळे आहात... पत्नी सातवं पाऊल चालल्यानंतर खऱ्या अर्थानं मित्र, सखी बनते, हे सप्तपदीतलं वचन तुम्ही पूर्ण करून दाखवलंत, स्वामी! मला क्षमा करावी. तुमच्या उदात्तपणाला अवहेलना समजून मी उगीचच मनाला पीडत राहिले....''

"हाच तर प्रश्न आहे, प्रिये. समोरच्या व्यक्तीला त्याच्या दृष्टिकोनातून समजावून घ्यायचा आपण कधी प्रयत्नच करत नाही. तो काय सांगू इच्छितो किंवा काय सांगू शकेल याचा विचार करण्याऐवजी, त्यानं जे सांगितलं त्याचा अर्थ हाच असू शकतो, असं गृहीत धरूनच आपण चांगले संबंध नीच कक्षेला घेऊन जातो. तर्क हा व्यक्तीतला पुरुष, तर मन व्यक्तीतली स्त्री आहे. जेव्हा युद्धाची वेळ येते, तेव्हा ते तर्कानुसार लढायला हवं... पण संवेदनशीलतेची वेळ येते, तेव्हा मनाचं सांगणं ऐकायला हवं... स्त्री ही स्त्री आहे, पुरुष हा पुरुष आहे. त्यांच्या विचारांत, आचारांत, जगण्याच्या पद्धतीत भिन्नता आहे. आपलं निराळेपण स्त्रीनं जपायला हवं. संघर्ष निर्माण करण्याऐवजी आपल्यातल्या सर्व गुणांना अधिक विशुद्ध करून तिनं स्त्रीत्वाचा जास्त विकास करायला हवा. माणसानं डोळे सतत उघडे ठेवून गोष्टी पाहायला हव्यात आणि त्या अनुभवून नंतरच त्याबाबतचा तर्क करावा. मन आणि तर्क यांच्यातला संघर्ष टाळण्याचा हा एक उत्तम उपाय आहे. इतकं जरी होऊ शकलं तरी वैवाहिक जीवनातले प्रश्न निर्माण होणार नाहीत. प्रिये, मी खूप प्रेम केलंय तुझ्यावर. माझ्या हृदयात तुझ्या समर्पणाला एक खास, श्रेष्ठ स्थान आहे. पुन्हा जन्म घेतला, तर तूच माझी अर्धांगिनी होऊन यावंस, अशीच प्रार्थना मी करीन....''

रुक्मिणी धाय मोकलून रडू लागली. हुंदक्या-हुंदक्यागणिक जणू तिच्या हृदयातली मलिनता धुऊन निघत होती. स्वच्छ होत होती. इतकी वर्षे कृष्णासह घालवूनही आपण कृष्णाला का समजू शकलो नाही, या विचारानं ती अतिशय अस्वस्थ, व्यथित झाली. कृष्णाच्या चरणांवर डोकं ठेवून ती मनसोक्त रडत होती.

तिच्या डोक्यावरून, पाठीवरून कृष्णाचा प्रेमळ हात फिरत होता. जणू सांगत होता – 'काढून टाक सगळी अस्वच्छता... शुद्ध हो... मुक्त हो आणि मलाही मुक्ती दे... जोपर्यंत तुझ्या मनातून मी मुक्त होत नाही, तुझ्या जबाबदारीतून मुक्त होत नाही, तोपर्यंत मला अंतिम प्रयाण करणं अशक्य आहे....'

"स्वामी! तुम्ही दिलेलं सर्व या क्षणी तुम्हाला समर्पित करतेय... **त्वदियम् वस्तु गोविन्द तुभ्यमेव समर्प्यते।**" अश्रू पुसून रुक्मिणीनं डोकं उचलून एकदा कृष्णाकडे पाहिलं. परम शांतीत त्याचे डोळे मिटलेले होते. रुक्मिणीच्या छातीत धस्स् झालं. तिनं कृष्णाच्या छातीवर हात ठेवला. कृष्णानं दोन्ही हातांनी रुक्मिणीचा हात हृदयावर घट्ट दाबून धरला....

"अजून अवधी आहे. अद्यापही काही काळ मला या देहातच राहावं लागेल. अजून कुणीतरी माझं स्मरण करतंय... अजून कुणाच्या तरी मनाची वेदना बनून त्या व्यक्तीला पीडा देतोय मी... कुणाचे तरी प्रश्न शिल्लक आहेत... अजूनही कुणाचे तरी दोन डोळे माझ्याकडे बघून म्हणतायत... कान्हा... जाणार तू? आजदेखील माझा विचार करणार नाहीस....?"

'...राधा?' रुक्मिणीच्या हृदयाचा ठोका चुकला.

'ती येईल...?' द्रौपदीच्या मनात प्रश्न उमटला....

"**मा,** का इतक्या रडता आहात?"

"मी?... मी कुठं रडतेय?..." राधेनं पटकन अश्रू पुसले.

"लपवताय माझ्यापासून?" राधेच्या गळ्यात हात टाकत शुभ्रानं तिच्या डोळ्यांत पाहिलं. "मा, तुमची कुठली वेदना, कोणतं सुख, भावना, कोणते प्रश्न मला माहीत नाहीत का?... कुणाची आठवण येतेय का मा?"

"आठवण यायला मी विसरलेच कुठंय? सतत, क्षणोक्षणी माझ्या सोबत राहून, जगून, विसरण्याची संधीच दिली नाही त्यानं... पण आज तो माझी आठवण करतोय...."

"कुठं असतील ते?"

"काय माहीत? एकदा इथून गेल्यानंतर माझी दखल तरी घेतलीय का कधी....?"

पुढं काही बोलावंच लागू नये म्हणून जणू राधा उभी राहण्याचा प्रयत्न करू लागली... शुभ्रानं हात धरून तिला थांबवलं.

"आपल्याला कुणी विसरलं, तरी आपण विसरतो?"

“हे बघ श्यामा, याबद्दल मला बोलायचं नाहीये.” राधा उभी राहिली, “पुष्कळ कामं आहेत मला.”

“मा... बघा हं... असं न होवो की, तुमचा आत्मा कुणाला तरी भेटल्याशिवायच....” शुभ्राचा गळा दाटून आला, आवाज घशात अडकला – पण उत्तर देण्यासाठी राधा म्हणाली, मला एक कळत नाही तुझं श्यामा, तू एवढी त्याची बाजू तू का घेतेस? तू तर त्याला ओळखतही नाहीस....”

यमुनेच्या प्रवाहातल्या माशांसारखे शुभ्राचे डोळे चंचल झाले. “मी त्यांना ओळखत नाही, असं कोण म्हणतं? दररोज तुमच्या डोळ्यांत मी पाहते त्यांना. त्यांचं नाव माझ्या नावाबरोबरच जोडलेलं आहे. जेव्हा जेव्हा तुम्ही ‘शुभ्रा’ऐवजी ‘श्यामा’ अशी हाक मारता, तेव्हा द्वारकेहून उत्तर द्यायचं मन होतं.”

“माझा काय संबंध द्वारकेशी...?” राधेनं शुभ्राच्या डोळ्यांत पाहायचं टाळलं.

“ते द्वारकेत राहतात. त्यांच्याशी संबंधित सर्व गोष्टी द्वारकेतूनच तर सगळीकडे पसरतात.”

आज शुभ्रा जणू राधेचा पिच्छाच सोडत नव्हती. राधेनं पण तिकडे दुर्लक्ष करण्याचं ठरवलं होतं... “मी नाही ओळखत त्याला. ऐकलंय तो राजा आहे, सुवर्णनगरी द्वारकेचा... आता तो ज्ञान, योग, भक्तीच्या गोष्टी करतो, असं ऐकलंय! ज्याच्यावर मी प्रेम केलंय, तो तर इथंच राहतो. गोकुळच्या गल्ल्यांतून, यमुनेच्या तटावर, कदंबाच्या वृक्षांत, गाईच्या हंबरण्यात आणि यशोदामातेच्या डोळ्यांत....”

“राधामा, ते आले तर? तुम्हाला भेटायला....?”

“वेडी कुठली! अगं, जाणारा कधी येत नाही. यायचं असतं तर गेलाच कशाला असता? तो माझा एक काळ आहे. त्याला काही आकार, नाव कुठं आहे?”

एकटक राधेकडे बघत राहिली शुभ्रा. जीवनालाच धर्म मानून जगलेली ही स्त्री कुठंही कमी पडत नव्हती. उत्तम पत्नी, उत्तम माता होऊन सर्वांना तिनं काळजीपूर्वक सांभाळलं होतं... आयुष्यातल्या प्रत्येक वळणावर पळभर थांबून श्वास घेण्यासाठी क्षणही दवडला नव्हता. मागं वळून पाहिलंच नाही तिनं. बस, चालतच राहिली... पुढं नि पुढं....

आज असं काय झालं होतं की, ही प्रौढा जीवनाच्या एका वळणावर येऊन थांबली होती? पायांत मणामणाच्या बेड्या असाव्यात तशी. पुढंच जाऊ शकत नव्हती. इतकंच नाही, पण या वळणावर थांबून क्षणोक्षणी मागे वळून पाहत होती. जणू मागून तिला कुणी बोलावतंय! आज या प्रौढेचे डोळे षोडषवर्षीय तरुणीच्या डोळ्यांसारखे वाटत होते. आत्ता-आत्ताच कुणाच्या तरी प्रेमात पडलीय,

अशी षोडषा! जिच्या यौवनानं काल संध्याकाळीच आपली आभूषणं तिच्या देहावर चढवली होती आणि त्या षोडषीचं जणू एक इंद्रधनुष्य बनलं होतं... अशी षोडषा!

"मा – मी तुम्हाला विचारलं की ते आले तर तुम्हाला भेटायला....?"

"तो? मलाही माहीत नाही, काय करीन ते. पण एक गोष्ट सांगते तुला... गोकुळाची दारं अशी घट्ट बंद करून घेतलीत की, इथून कुणी बाहेर जाणार नाही नि एकदा बाहेर गेलेला आत परत येणार नाही."

"पण मा, कशासाठी? त्यांच्याविना तुमच्या आयुष्यात होणारी खळबळ मी पाहिलीय, मा! जीवनाच्या प्रत्येक क्षणी तुम्ही त्यांची वाट पाहिलीय, हे बघितलंय मी."

"वाट बघितली म्हणजे यायलाच हवं, असं थोडंच असतं? किंवा कुणी येणार आहे म्हणून वाट पाहायची असते, असंही नसतं श्यामा! प्रत्यक्ष काही नाही म्हणून प्रतीक्षा!"

"म्हणजे प्रत्यक्ष समोर कुणी नसतं, त्याची प्रतीक्षा असते, खरं ना....?"

राधेचे डोळे जणू भूतकाळातले क्षण न्याहाळत होते... "पोरी, फार प्रश्न विचारायला लागलीयस हं! संबंध संपताच त्यांचं ऋणही संपतं. व्यक्ती मुक्त व्हायला पाहते, सगळ्या बंधनांतून, देण्या-घेण्यातून आणि आपल्या परम आत्म्याला भेटण्यासाठी आतुर असते. माझ्यावरचं ऋण उतरलंय, असं नाही म्हणणार मी; पण ऋण उतरण्यासाठी जे हवंय ते परत द्यायला तयार आहे मी... अन् हे बघ, त्यानंच दिलेलं त्याला परत नाही दिलं, तर जाईल कसा तो? तो तर माझा जन्मोजन्मीचा घेणेकरी आहे. तो मागेल ते द्यायचं, असाच जन्मभर प्रयत्न केलाय मी. कारण तो जे काही मागतो, ते त्याचंच तर आहे...."

"एक विचारू, मा?" शुभ्रा आज जणू राधेच्या हृदयात शिरायचंच, असा निश्चय करून बसली होती. राधेचा सर्व विषाद, सर्व वेदना स्वत:च्यात सामावून घेण्याचं तिनं नक्की केलं होतं.

अगदी एकट्या, सतत स्वत:शी संवाद करणाऱ्या राधेला माहीत होतं की, शुभ्रानं एकदा ठरवलं की तेच करते ती. सतत राधेच्या सान्निध्यात राहून राधेच्या मनाचा अंदाज घेण्यात तिनं राधेलाच मदत केली होती.

अशा अनेक गोष्टी होत्या, ज्या स्वत:ला सांगतानादेखील राधा अडखळायची. कधी शुभ्रा तिला स्वत:च्या जवळ घेऊन यायची. ज्या नावावर राधेनं फुली मारली होती – ते नाव आणि ते क्षण जे अंधाऱ्या खोलीत कुलूपबंद केले होते, त्याच खोलीला शुभ्रानं उघडून टाकलं होतं. आता झळझळीत प्रकाशानं राधेच्या आयुष्यातला क्षण न् क्षण व्यापला होता. जेव्हा ती शुभ्राला उत्तरं द्यायची, तेव्हा ती स्वत:लाच उत्तरं देतेय इतकी स्वाभाविक आणि खरी राहायची.

शुभ्रा जणू राधेच्या अंतरंगांत जगणारी एक दुसरी स्त्री बनली होती. काळाबरोबर राधेच्या मनाचे पण जणू दोन भाग झाले होते – अनयाची पत्नी, आर्यकाची माता, गोकुळात दही-दूध विकणारी गवळण राधा, एक... आणि कृष्णमय, कृष्णाची होऊन जगणारी स्त्री – जिच्या अस्तित्वात फक्त कृष्णच होता, हा दुसरा भाग. तिचा श्वासोच्छ्वास कृष्णाचं नाव घेऊनच चालायचा, रक्त कृष्ण बनून देहातून वाहायचं, तिचं मन प्रत्येक क्षणी कृष्णाबरोबरच्या संवादात मग्न राहायचं आणि तरीही अनयाच्या या पत्नीला नीतिमत्तेचा प्रश्न केव्हाही नडला नव्हता. तिनं मनानं आचार-विचारानं संपूर्णतया अनयाची सेवा केली होती. त्याला ती पूर्णतया समर्पित होती, पत्नी या नात्यानं. तरीही प्रेयसी या तिच्या नात्यात काहीही कमीपणा येत नव्हता.

"मा, कशी जगलात ही दोन आयुष्यं... एकाच शरीरात राहून?"

"शरीर? ते तर कधीचं नश्वर झालं. ज्या क्षणी त्यानं गोकुळ सोडलं, त्या क्षणापासून प्राण आहेच कुठं या शरीरात? मी फक्त माझे उरलेले दिवस पुरे करतेय गं! वाट पाहतेय त्या निमंत्रणाची, जे मला मुक्त करील..."

शुभ्रानं राधेचा हात हातात घेऊन खूप मायेनं विचारलं... "मा, कधी तरी द्वारकेला जावं, असं नाही मनात आलं? ते काय करतात ते पाहायला? कसे जगतात ते? कोण कोण राहतं त्यांच्या बरोबर? कोण कोण त्यांच्या जवळ आहे–? कोण समजतं त्यांच्या हृदयाच्या व्यथा, संवेदना – त्यांच्या अत्यंत निकट राहून?"

"नाही." राधेनं उत्तर दिलं. शुभ्रा माघार घेणार नव्हती.

"का?" तिनं विचारलं.

"कारण, मला माहीत आहे की, याचं उत्तर मिळाल्यानंतर मी द्वारकेहून परत येऊच शकणार नाही. माझं ठिकाण सोडून दुसरीकडे कुठं जाऊन राहावं, हा माझा स्वभाव नाही. आणि मला माझ्या स्थानाशिवाय इतरत्र कुठं स्वीकारेल, असा त्याचा स्वभाव नाही, प्रकृतीच नाही."

"पण मा, ही अतृप्ती, एकटेपणा, मीलनाच्या प्रतीक्षेतला तडफडाट, या वेदना, रिकामेपणाची पीडा... या सगळ्यातून काय मिळणार मा?"

"सुख! नियतीनं जे निश्चित केलंय, त्याच्या स्वीकारातच सुख आहे. आपण अशा गर्वात राहतो की, आपण काही करतो. खरं तर हा आपलाच मूर्खपणा आहे. आमचं भेटणं ही नियती होती. आमच्या विरहाचा क्षण पण आमच्या मीलनक्षणीच निश्चित झाला होता. प्रत्येक क्षण हा संपण्यासाठीच जन्माला येतो. क्षणांना बांधून ठेवण्याच्या धडपडीत आपण सर्व जास्तीत जास्त दुःखच भोगतो. मी त्याला अडवू शकलेच नसते... त्याच्याविना अतृप्ती, एकटेपणा आणि ज्याला तू पीडा म्हणतेस; ते सुख माझ्यासाठी 'त्याच्याबरोबर मी जोडलेली आहे'

याचीच प्रतीती आहे. जर तो मला विसरला असता, तर त्याला विसरून जायला मलाही फारसा वेळ लागला नसता. हे अग्नीसारखं आहे... तेल टाकलं नाही, तर तो लवकर विझून जाणार... पण मी समजते, माझा आत्मा पण समजतो की, त्यानं प्रत्येक क्षणी या अग्नीत इंधनच टाकायचं काम केलंय. म्हणूनच हा अग्नी इतका पेटत राहिलाय....''

''पण मा, पिताजींनी याबद्दल कधी छेडलं नाही?''

''त्यांना ठाऊक आहे... ठाऊक आहे की त्यांची पत्नी फक्त त्यांचीच पत्नी आहे. पूर्ण समर्पित, निष्ठापूर्ण, त्यांच्या घराच्या चार भिंतीत घेरून राहिलेली. आणि जी दुसरी स्त्री त्यांच्या पत्नीच्या शरीरात तिच्यासह आहे, तिची त्यांना पर्वा नाही... कारण ती दुसरी स्त्री तिच्या-तिच्या रीतीनं दुसऱ्याच्या प्रेमात आहे.''

''तरीदेखील एका पुरुषासाठी हे अवघड नाही?''

''एकाच का? दोन्ही पुरुषांना अवघड आहे. एखाद्याच्या पत्नीवर इतकं अढळ प्रेम करणं किंवा आपल्या पत्नीवर कुणीतरी इतकं उत्कट प्रेम करणं, या दोन्ही गोष्टी सरळ नाहीत, श्यामा. प्रेमाची अनुभूती सरळ नाहीच. त्या अनुभवाबरोबर केवढी तळमळ, किती खळबळ, किती पीडा जोडली गेली आहे.''

''पण मा... सुखाचा अनुभव पण प्रेमच देतं ना?''

शुभ्रानं असं विचारताच राधेचा रोम न् रोम जणू बासरी झाला. त्या रोमरोमाला कान्ह्याचे ओठ स्पर्श करत होते... तिच्या संपूर्ण देहातून एक अद्भुत सूर निघत होता. कान्ह्यासोबतचे सगळे क्षण सजीव होऊन तिच्या आजूबाजूला उडताना दिसू लागले... प्रेमाच्या अनुभूतीचं सुख तिच्यापेक्षा जास्त कोण जाणू शकणार होतं....?

''आणि, माझ्या या प्रेमाच्या अनुभूतीतच सुखी आहे मी. तो जिथं आहे तिथं माझी आठवण करतो, माझी इच्छा राखतो, ही गोष्ट त्याच्यासह जगण्यापेक्षाही अधिक सुखद आणि रोमांचक आहे.''

''इतकं जर सुख आहे, तर गेल्या काही दिवसांपासून मी काय बघतेय? कसला विषाद तुमच्या मनाला वेटोळं घालून बसलाय? काय व्यथा आहे तुम्हाला? कोणत्या इच्छेनं तुमचा प्राण इतका कासावीस होतोय, मा....?''

''मला मुक्त करायचंय कुणाला तरी. मी नाही मुक्त झाले, तर तो कसा मुक्त होणार? मुक्तीशिवाय शांती कशी मिळणार? त्याच्या जीवनाचं सुख मी आहे... त्याचा आकर्षकपणा, त्याचं संगीत, जीवनाचा राग मी आहे. मी त्याच्या जीवनाची व्यथा होईनच कशी? प्रत्येक प्रस्थानाच्या समयी त्याला माझ्याकडून निरोपाची अपेक्षा आहे....''

द्रौपदीनं डोळे मिटून पहुडलेल्या कृष्णाकडे बघितलं. क्षणाक्षणाला त्याच्या चेहऱ्यावर बदलते भाव... जणू तो कुणाबरोबर तरी बोलतोय, असे वेगवेगळे रंग धारण करत होते. एकदा एखादी जुनी गोष्ट आठवली असावी, असं हास्य त्याच्या चेहऱ्यावर उमटायचं, तर दुसऱ्या वेळी तीव्र निराशेची छाया त्याच्या चेहऱ्यावर पसरायची.

रुक्मिणी, दारुक, अर्जुन, द्रौपदी आणि जरा कृष्णाभोवती बसले होते. भोवताली इतके जण असूनही कृष्णाचा जणू तो अगदी एकटा असावा, असा मनोमन स्वत:शीच संवाद सुरू होता.

कृष्णाचे डोळे मिटलेले होते. डोळ्यांसमोर एक चंचल, नाजूक, धवल चांदणीसारखी गोरी, काळेभोर केस असणारी, भुवया सतत वर-खाली होणारी एक तरुणी तरळत होती. यमुनेच्या जललहरींसारखीच नाचणारी चंचलता... हरिणीसारखे निर्दोष, भोळे डोळे कृष्णाकडे पाहत राहून विचारत होते.

'आता कोण बांधून ठेवतंय तुला? जा नं, जायचं असेल तर....'

'फक्त तुला भेटण्यासाठीच प्राण प्रतीक्षा करतोय... तू येत नाहीस तोपर्यंत मला देहबंधनात राहून तुझी प्रतीक्षा करावी लागेल.'

'काही अर्थ नाही या प्रतीक्षेत. मी येणार नाहीय....'

'असं तर रोजच तू म्हणत होतीस. नंतर माझ्या बासरीच्या सुरांत फसून खेचली जायचीस माझ्याकडे, आठवतंय नं तुला?'

'ऊं हूं! मला काही आठवत नाही.' तिच्या मुखावर थोडा रोष आणि काहीसा उन्हाचा लालसरपणा होता.

'चल ये, निघून ये... तू आली नाहीस, तर मी कसा जाणार?' कृष्णानं मनोमन राधेला विनवलं.

संध्याकाळचं ऊन केशरी रंगाचं झालं होतं. लांबवर जिथं सागराला नद्या मिळत होत्या, तिथं सूर्य अस्ताला जायचा क्षण आला होता. नद्यांचं पाणी, जणू त्यात पळसाची फुलं मिसळावीत, तसं केशरी झालं होतं. आकाशानं भगवी चादर ओढून जणू साधुत्व धारण करून सूर्याला निरोप देण्यासाठी मन कठीण केलं होतं.

सूर्याचा केशरी प्रकाश कृष्णाच्या मुखावर एक अद्भुत रंग आणत होता. संध्यासमयीचे चित्रविचित्र रंग आकाशात सर्वत्र विखुरले होते.

अश्वत्थाची पानं पण केशरी झाली होती.

कृष्ण मात्र मिटल्या डोळ्यांनी बुडणाऱ्या सूर्याच्या साक्षीनं मनाच्या आकाशात दिसणाऱ्या राधेच्या प्रतिबिंबाबरोबर संवाद करत होता.

"**मी...?** येऊ? ...का म्हणून? आपल्या दिशा वेगवेगळ्या झाल्यात, कान्हा! ज्या क्षणी तू गोकुळ सोडलंस, त्या क्षणापासून आजपर्यंत आपण विरुद्ध दिशांनाच प्रवास केलाय. आता तुझ्याकडे यायचं म्हटलं, तरी आधी माझ्यातल्या माझ्या अर्ध्या भागाला आणि नंतर माझ्यातल्या तुझ्या अर्ध्या भागाला प्रवास करावा लागेल... आता फार अंतर पडलंय, रे कान्हा...."

"अंतर त्यांच्यांत पडतं, ज्यांनी हात सोडले आहेत. आपण कितीही विरुद्ध दिशांना प्रवास केला असेल, पण एकमेकांचे हात कधीही सोडलेले नाहीत. दिशा कोणतीही असो, दोघांची दशा तर एकच झाली आहे."

"कान्हा, पहिल्यापासूनच तू चतुर आहेस. शब्दांचा खेळ करून मला भुलवणं तुला फार छान जमतं. तुला जायचं होतं मला सोडून, तेव्हा पण मला भुलवलंस आणि आता बोलावतोस तेव्हाही शब्दांचाच खेळ खेळतोयस. पण आता मी लहान नाही, हे पक्कं ध्यानात ठेव. तुझ्या शब्दांच्या मायाजालात सापडायला ती पहिली भोळी राधिका नाही राहिले मी...."

"पण माझ्यासाठी तर तू पहिली राधिकाच आहेस. गोकुळासह तुला सोडलं. त्यानंतर माझ्यापुरतं तरी तुझं स्वरूप कधीच बदललेलं नाही. तीच रडणारी, रुसणारी, माझ्यासाठी वेडी होणारी राधाच मला दिसते."

"हो तर! कारण त्या राधेला, तू तुला हवं तसं नाचवत होतास."

"आता तू नाचव मला, हवंय तसं." एक खट्याळ हास्य कृष्णाच्या चेहऱ्यावर उमटलं. राधेबरोबर वादावादी करण्याचा आनंद आज पण तेवढाच होता.

"तुझ्या बोटांत जादू आहे, कान्ह्या. सगळा आर्यावर्त नाचतो तुझ्या बोटांच्या इशाऱ्यावर..." राधेनं खांदे उडवले.

मिटल्या डोळ्यांनीच कृष्ण हसला....

"पण राधिके, या बोटांच्या अग्रांना तुझ्या स्पर्शाचा सुगंध अजूनही जसाच्या तसा आहे. कधी माझी बोटं नाकापाशी धरली, तर अजूनही त्यातून तुझ्या कायेचा सुवास येतो."

"आणि तुझ्या राण्या? सोळा हजार एकशे आठ...."

"त्या पत्नी आहेत माझ्या – अर्धांगिनी. तू तर माझा आत्मा आहेस. माझं सत्य, माझं अस्तित्व, माझी आकर्षकता, माझं असणं – सगळं तूच आहेस,

राधिके! सोळा हजार एकशे आठांपैकी कुणाबरोबरही माझं नाव जोडलेलं नाही. सारं विश्व 'राधा-कृष्ण' म्हणतं. तुझंच नाव आधी घेतं, नंतर माझं....''

''पुरे, पुरे! नुसत्या गप्पा आहेत झालं. इतक्या वर्षांत कधी बोलावलंस मला? साद घातलीस?''

''तुला कसं बोलावणार, राधे? तू तर क्षण न् क्षण माझ्याजवळ होतीस. एक क्षण जरी माझ्यापासून वेगळी झाली असतीस ना, तर अचूक हाक मारली असती तुला... माझं अस्तित्वच तुझ्याविना अपूर्ण आहे, राधे!''

''म्हणूनच तर निघून गेलास, मला सोडून...'' अचानक राधेच्या डोळ्यांतून यमुना वाहू लागली.

आपोआपच कृष्णाचा हात लांबला – राधेचे आसू पुसण्यासाठी... पण हात मागे घेतला. ती होती कुठं इथं?

राधेची आठवणच इतकी तीव्र आणि जिवंत होती की, कणाकणांत तिचं अस्तित्व अनुभवाला येत होतं.

''हो... खरंच! तुझ्यापाशी असतो तर तुझ्या पूर्णतेतच मग्न राहिलो असतो. काही शोधायचा, मिळवायचा प्रयत्नच केला नसता मी. माझं सगळं कार्य, सगळी प्रवृत्ती तुझ्याभोवतीच फिरत राहिली असती, राधे!''

''आणि मी? माझं काय होईल याचा विचार नाही केलास? माझ्याशी खोटं बोलून गेलास तू. म्हणाला होतास... मी परत येईन, तुझ्यासाठी, तुझ्यापाशी....''

''पण जाऊच कुठं शकलो मी? गेलो असतो, तर नक्की परत आलो असतो. मी तर माझं संपूर्ण अस्तित्वच तुझ्यापाशी ठेवून गेलो होतो राधे. या क्षणी मी त्या कृष्णाला शोधतोय, जो माझ्याबरोबर घेऊन आलो होतो. परतताना त्याला घेऊन जावं लागेल... मला परत दे, माझा तो कृष्ण!''

''तो तुझा आहेच कुठं? तो तर माझा आहे. आत्ताच तर म्हणालास की, त्या कृष्णाला गोकुळातच सोडलंयस म्हणून? मी सांभाळलाय त्याला – इतकी वर्षं. आता तू परत मागतोस म्हणून पटकन देऊ? वा, रे वा! सगळं तूच ठरवल्याप्रमाणं होईल, असं नाही, कान्हा....''

''प्रिये, राधिके! तो एकच तर तुझ्याजवळ मागतोय.'' कृष्णाच्या आवाजात लहान, भोळ्या, निष्पाप बालकाचं आर्जव होतं. जणू लोण्याचा गडू घेऊन उभी असलेली राधा दुरून कृष्णाला लालूच दाखवत होती, कृष्ण काहीही करून तो गडू घ्यायला बघत होता.

''पण कान्ह्या, इतकंच आहे माझ्यापाशी. ते पण दिलं, तर माझ्याजवळ काय उरेल?'' राधेच्या आवाजात त्याहीपेक्षा जास्त आर्जव होतं, जिद्द होती. एखाद्या बालकाकडे त्याचं आवडतं खेळणं मागितलं म्हणजे ते जसं ते छातीशी

घट्ट धरून ठेवतं, तशा कृष्णाच्या आठवणींना राधेनं घट्ट छातीशी धरलं.

गंभीर स्वरात कृष्ण राधेला समजावू लागला... 'हे बघ राधे, आपण आपल्या जीवनाची वर्तुळं पूर्ण करू शकतो. आजपर्यंत आपण एकाच वर्तुळात राहून एकमेकांसाठी जगलो, एकमेकांची अपेक्षा करत राहिलो. या विश्वानं मला 'पूर्ण पुरुषोत्तम' संबोधून मस्तकी धारण केलं. पण तू संपूर्ण स्त्री आहेस, जिनं मला पूर्ण पुरुषोत्तमपदापर्यंत पोचवलं. तुझ्याविना माझ्या अस्तित्वाची कल्पनाच कशी करता येईल, राधे? माझ्यात जे नाजूक आहे, स्त्रीसदृश आहे; ते सर्व तूच आहेस. या जीवनाची सगळी उभारणीच माझ्यात वसणाऱ्या राधेच्या सारगुणांवर झालेली आहे. माझ्या आयुष्याचा खरा अर्थ, समग्र जीवनाचा निष्कर्ष तूच आहेस. जे काही माझ्यात विशुद्ध आहे, प्राणभूत आहे, पायाभूत आहे; ते-ते सर्व तूच आहेस, राधे. माझं विश्वरूप म्हणजे तू, सृष्टीत संचार करणारी माझी चेतना म्हणजे तू. या सर्वांना मी आजतागायत अस्पर्श्य, परिशुद्ध, जसंच्या तसं सांभाळून ठेवलंय!''

''फार थोर माणूस झालास, कान्हा! ज्ञानाच्या मोठ्या-मोठ्या गोष्टी करायला लागलास. मला गोष्ट कळते हृदयाची. तुझी ती अवघड भाषा नाही समजू शकत मी, कान्हा....''

''तुझं बरोबर आहे, राधे. ज्ञान आणि राजनीतीच्या गोष्टीतच फसून, व्रजभूमीचा पवित्र सुगंध विसरलो मी. आज तू आलीस ती तोच सुगंध पुन्हा घेऊन. आज मी जणू यमुनेच्या तीरावर बसलोय... माझा हात तुझ्या हातात ठेवून... कदंबाच्या पानांतून गळून येणारा चंद्राचा प्रकाश तुला स्पर्श करतोय.''

''चल कान्हा, चल माझ्या सोबत. तुला घेऊन जाते परत व्रजभूमीला. या सगळ्यांपासून दूर. पुन्हा एकदा त्या टुमदार गावाची सुंदरता, पावसाच्या थेंबांसारखी निर्मळ हृदयं, गाईचं हंबरणं आणि मातेच्या हातचं दही-लोणी खायला. चल उठ, घेऊन जाते तुला....''

''राधे, आता कसा येणार? फार फार उशीर झालाय गं....''

''काऽऽही उशीर झालेला नाहीय. अजूनही सगळे तुझी वाट बघतायत. सगळं अजून जसंच्या तसंच आहे. खेळायचे, नाचायचे, भटकायचे, रुसण्याचे, मनधरणी करायचे, गायचे, लुटण्याचे-लुटून घेण्याचे, गाई चारायचे, तक्रार करण्याचे, मधुर ईर्षा करण्याचे, फसण्याचे-फसवण्याचे, माठ फोडण्याचे... सगळे-सगळे क्षण जसेच्या तसे उभे आहेत रे! ये कान्हा, चल माझ्या सोबत.''

''नाही राधे. माझं तर नशीबच उलटं आहे. ज्या दिशेकडून एकदा गेले की, परत त्याच दिशेला जाऊ शकत नाही मी. मी मुळाकडून विस्ताराकडे जातो. धारा होऊन वाहतोय. पण तू तर राधा आहेस. धारा जेव्हा मागे फिरते तेव्हा राधा

बनते. या विस्तृत विश्वातून सगळं आवरून तू मुळापर्यंत परत जाऊ शकतेस. खरंच, सद्‌भागी आहेस तू. सर्वांच्या ऊर्ध्वमूल इच्छांना तू रंग लावलास – प्रेमाचा!''

किती तरी दृश्यं कृष्णाच्या मन:पटलावर उमटत होती नि पुसली जात होती. गोकुळात पडणारा मुसळधार पाऊस, कदंबाच्या पानांवरून ठिबकणारे थेंब, यमुनाजलात फुललेली लाल-पांढरी कमळं, थेंबही न टिकू देणारी त्यांची मोठी पानं, मोरांचं नृत्य, गाईच्या गळ्यांतल्या मधुर किणकिणणाऱ्या घंटा, त्यांची रंगवलेली शिंगं, घरांच्या अंगणात चालणारं घुसळण, सतत वाट बघणारे आईचे डोळे नि कपाळावर लावलेलं सूर्यासारखं लाल कुंकू, ज्या मोठ्या डेऱ्याला यशोदामाता बांधून ठेवायची तो अंगणात पडलेला रिकामा डेरा....

एक न् एक घटना समोर येऊन पुसली जात होती. प्रत्येक घटनेबरोबर काही ना काही भाव कृष्णाच्या चेहऱ्यावर उमटायचा आणि नष्ट व्हायचा.

कृष्णाच्या चेहऱ्यावरचं ते भावनर्तन द्रौपदी आणि रुक्मिणी पाहत होत्या. कृष्ण जणू मिटल्या डोळ्यांनीच व्रजभूमीत विहार करत होता. बाल कान्हा कधी मातेला सतावत धावत-पळत होता, तर कधी राधेची मडकी फोडून कदंब वृक्षावर लपून बसत होता, कधी शिंकाळं फोडून लोणी खायचा – सगळ्या गोपमित्रांसह... कधी सुदाम्याबरोबर, मुसळधार पावसात थरथर कापत झाडावर बसून राहायचा.

“मला एक सांग, कान्हा –''

“बोल प्रिये!''

“तू जितकं जगलास, जसं जगलास – ते सर्व खरं-खरं होतं? की त्यात पण कुठं कपट होतं? फसवणूक होती स्वत:ची नि इतरांची?''

“कपट, फसवणूक केव्हाही केली नाही. हां, एवढं मात्र खरं की, जसं जगायला पाहिजे होतं, तसं जगलो नाही. माझं कर्तव्य खेचत राहिलं मला. माझं मन मागत होतं काही दुसरंच. सगळ्यांना खूप त्रास दिला... कदाचित कोणावर अन्याय पण झाला असेल, पण स्वार्थासाठी मी काहीही केलेलं नाही.''

“किती सरळ, गोड, भोळा होतास तू, कान्हा!... ही राजनीती, ज्ञान-

विज्ञान, देणं-घेणं नि त्या कर्माच्या जंजाळात कुठं फसलास तू....''

"मलाही कधी कधी असाच विचार यायचा... महायुद्धाच्या प्रसंगी कधी-मधी तुझी आठवण करायचो. शस्त्रांचा खणखणाट, हत्तींच्या आरोळ्या, घोड्यांचे खिंकाळणं आणि मरणासन्न माणसांच्या किंकाळ्या यांच्याबरोबर पांचजन्याचा ध्वनी ऐकताना मला बासरीची आठवण यायची. पण मागे फिरणं अशक्य झालं होतं मला.''

"माहीत आहे.''

"माहीत आहे? ते कसं?''

"शक्य असतं, तर तू परत आला असतास! पण तुझ्या परत न येण्यामागं तुझी काही परवशता असणार, हे जाणलं होतं मी. नाहीतर माझ्याजवळ परत येणार नाहीस, असं घडणारच नाही.''

"पण तू का नाही आलीस भेटायला? मी कसा आहे ते बघायला? जसा आहे तसा सुखी आहे की नाही?''

"गोकुळ सोडून तू तर निघून गेलास. मग दोघांपैकी एकानं तरी गोकुळात नको राहायला? तुझं कर्म-कर्तव्य आणि माझा धर्म... आपण कसे एकत्र होणार, कान्हा?''

"राधे, तुला कदाचित खोटं वाटेल, पण मलादेखील हे सगळं सोडून देऊन धावत गोकुळाला परतायची इच्छा व्हायची! वाटायचं की ही राजनीती, त्या जबाबदाऱ्या, ते सिंहासन – सगळ्या गोंधळातून बाहेर पडून तुझ्यापाशी यावं. बस, तुझ्या शेजारी बसून राहावं प्रहर न् प्रहर... अगदी चुपचाप. नंतर परत निघून यावं.''

"कान्हा, खरंच आहे ते. कारण कितीदा तरी यमुनातीरावर मी एकटीच बसलेली असायची तेव्हा बाजूला जलात वलयं तयार व्हायची. माझ्या शेजारी बसून कुणीतरी खोल-खोल श्वास घेतंय, मौनातून काही वेदना व्यक्त करतंय, हे अनुभवलंय मी... मी समजायची की, तूच आला असणार....''

"नाही आलो, तर दुसरीकडे कुठं जाणार? ज्या-ज्या वेळी मला स्वत:वरच्या, सत्यावरच्या श्रद्धेचा पायाच डगमगताना दिसला; त्या-त्या वेळी मी तुझाच विचार केला. जीवनरसानं, चैतन्यरसानं ओतप्रोत भरलेल्या या तुझ्या दोन डोळ्यांनीच मला जीवनविन्मुख होण्यापासून रोखलंय, राधे! माझ्या सर्व जबाबदाऱ्या, कर्तव्यं मी केवळ तुझ्या डोळ्यांच्या आधारावरच तर निभावली.''

थोडं थांबून अचानक कृष्ण म्हणाला, 'राधे, ठीक आहे ना सगळं? तुझा पती, तुझी मुलं-बाळं? तू सुखी आहेस नं?'

'का कुणास ठाऊक, कान्हा, पण मला अभिशापच आहे... सुखी राहण्याचा!

कशाही परिस्थितीत, कुठंही माझं सुख मी शोधून मिळवतेच.'

सूर्यास्त व्हायला लागला होता. सागरावरचा शीतल वारा फरफराट करत वाहत होता. कृष्ण पार भूतकाळात मग्न झालाय, हे सर्व जण पाहत होते. सगळं आकाश केशरी झालं होतं. आकाश आणि समुद्र यांच्या मधोमध क्षितिजरेषेवर येऊन अग्नीच्या गोळ्यासारखा दिसणारा सूर्य उभा होता.

"राधे, तू सुखी आहेस, हे ऐकून खूप बरं वाटलं." राधेच्या डोळ्यांत एक न उमजणारा भाव प्रगटला. तिच्या डोळ्यांतले भाव कृष्णाला कधी समजले नाहीत, असं झालं नव्हतं... पण आज तिच्या डोळ्यांत इतका दुखावल्याचा, दाटून आल्याचा भाव होता की, कृष्णाचं मन निराशेनं ग्रासून गेलं.

"अशी दुखावली जाऊ नकोस, राधे. मी खरंचच तुझ्या सुखाची इच्छा करतो."

"कान्हा, माझं सुख तुझ्याच आजूबाजूला आहे. पती आणि मुलं हा माझा धर्म आहे; त्यात नाही माझं सुख. तुझं प्रेम, तुझ्या आठवणी, तुझ्या संगतीत घालवलेले सर्व क्षण म्हणजेच माझ्या सुखाची व्याख्या! पण तू असं विचारल्यावर मी दुखावली नाही जाणार? मला अंतर्बाह्य ओळखणारा तू आणि दुसरी – श्यामा...."

"श्यामा....?"

"ईर्षा का उमटली तुझ्या आवाजात? श्यामा तर स्त्री आहे, माझ्या आर्यकची पत्नी – माझी सून."

"माझ्याखेरीज दुसरं कोणी तुला अंतर्बाह्य ओळखतं, हे समजल्यानंतर मला ईर्षा वाटणारच राधे, तुझ्या अंतरंगात मी एकटाच..."

"तुला सगळे ईश्वर मानतात, कान्हा. तू अशी अगदी सामान्य माणसासारखी गोष्ट करतोस?"

"जिच्या जवळ आल्यानंतर मी अगदी सरळ, सामान्य माणूस होतो, अशी तूच एक आहेस. लोकांनी माझ्यावर चढवलेली एकेक पुटं सुटून निघायला लागतात नि हळूहळू मी माझ्या भूतकाळात पोहचतो. तू मला धमकावू शकतेस, रागावू शकतेस, माझ्याबरोबर भांडू शकतेस. जिचा माझ्यावर अधिकारभाव आहे – अशी फक्त तू आहेस. मी तुझ्यावर अवलंबून आहे. राधे, तुझ्या अंतरंगांतून कधीही मला बाहेर जाऊ देऊ नकोस – मी नसलो तरी!"

कितीतरी वेळापासून अडवले अश्रू आता राधेच्या डोळ्यांतून घळाघळा वाहू लागले, कंठ दाटून आला. थोडं रागात कृष्णाला म्हटलं, "आता मूळ गोष्ट

बोललास. सांगत नव्हतास केव्हाचा... कुठं जाणार आता?''

''कुठं म्हणजे काय? जिथून आलो होतो, तिथं!''

''कुठून आलास? गोकुळातून? चल मग, मी तुला न्यायलाच आलेय.''

कृष्ण हसला. मुक्त मनानं, मुक्त कंठानं! त्याचे डोळे मिटलेलेच होते. द्रौपदी, अर्जुन, रुक्मिणी किंवा दारुक – कोणीही असं हास्य या आधी कधीच पाहिलं नव्हतं. बालकाची निरागसता, भोळेपणा, खेळकरपणा आणि निखालसतापूर्ण असं ते हास्य, जणू चैतन्यरसात बुचकळून काढलं असावं इतका ताजेपणा कृष्णमुखाला देऊन गेलं! सर्व जण पाहत राहिले. कृष्णाचा मनोमन संवाद कुणाशी चालला आहे, ते सगळे जाणत होते. राधेचं महाभाग्य पाहून रुक्मिणी, द्रौपदी दोघीही खूप सद्गदित झाल्या. फक्त राधेसाठीच होतं – कृष्णाचं ते हास्य!

'कुठून आलायस तू? सांग ना....'

जणू पांचजन्य शंखाचा व्हावा तसा कृष्णाचा धनगंभीर आवाज चहूबाजूंनी घुमू लागला. जरासह द्रौपदी, रुक्मिणी, दारुक त्या आवाजाच्या अलौकिकतेत न्हाऊन निघाले. अर्जुनाला कुरुक्षेत्रावर ऐकलेल्या आवाजाचे स्मरण झाले. नेत्र मिटून बोलत होता कृष्ण....

''मी पूर्व दिशेकडून आलो नाही,
मी पश्चिमेकडूनही आलो नाही,
मी उत्तर दिशेकडून आलो नाही,
मी दक्षिणेकडूनही आलो नाही,
मी ऊर्ध्व दिशेकडून आलो नाही,
मी अध:दिशेकडूनही आलो नाही,
मी कोणतीही दिशा वा विदिशेकडून आलेलो नाही,
मी आलेलोच नाही, मी तर आधीपासूनच होतो.
''मी आहे आणि राहणारच आहे!''

''बस झालं. हे सगळं मला ऐकायचं नाही.''

''ठीक! गोकुळाच्या आधी, मथुरेच्या कारावासाच्याही आधी, श्रावण वद्य

अष्टमीच्या त्या मेघदाटल्या रात्रीच्या आधी, देवकीमातेच्या गर्भात प्रवेश करण्याच्याही आधी – मी जिथं होतो, तिथंच जाईन आता.''

''मग जा नं. का नाही जात? का नेहमीसारखं मला चिडवून, दु:खी करून, रडवून, तळमळायला लावून जायचा विचार आहे?'' तिच्या डोळ्यांतून आसवं झरायला लागली. 'काय आनंद मिळतो रे तुला? असं सारखं मला सोडून जाण्यात – सांग नं! इतका राग येतो ना, की असं वाटतं, या पिंपळाच्या झाडाला तुला बांधावं...' राधा म्हणाली.

''इतकं तर बांधलेलंच आहेस; आता किती बांधशील? आता बांधलंस नां, तरीही जाईनच. जायलाच हवं, प्रिये! आजपर्यंत तूच बांधून ठेवलं होतंस, आता तूच मुक्त कर – म्हणजे जाऊ शकेन....''

''जा ना, आता नाही अडवायची तुला.''

''वचन देतेस मला?''

''कान्हा, आता जास्त राग नको आणूस हं!''

''तू रागवतेस तेव्हा इतकी आवडतेस नं!''

''आवडतेस नं।', कृष्णाची नक्कल करत राधा म्हणाली, 'म्हणून तर सोडून चाललायंस.''

''खरंच, म्हणूनच सोडून चाललोय. तू असंच प्रेम करत राहिलीस तर कुठंही जाऊ शकणार नाही... मग किती शतकं मला असं बंधनात राहावं लागेल इथंच, कल्पना आहे?'' काही न समजून राधेचे भोळे डोळे कृष्णाला एकटक न्याहाळत राहिले.

''काय म्हणतोस?' राधेनं निष्पापपणे विचारलं.

''काही नाही.''

''काही वेळा तू काय बोलतोस, मला काही समजत नाही....''

''मला तरी कुठं पूर्ण समजलंय?... त्यासाठीच तर प्रवास करायचा, मग जाऊ?''

''जा... जा... निघून जा आणि पुन्हा कधीही परत येऊ नकोस.'' राधेनं कृष्णाकडे पाठ फिरवली. कृष्ण कल्पनेनेच उभा राहत तिच्याजवळ गेला.

''पुन्हा बोल, राधे...'' पिंपळाखाली डोळे बंद करून पहुडलेला कृष्ण अस्फुट स्वरांत पुटपुटला....

''हो! निघून जा आणि पुन्हा कधीही परत येऊ नकोस....''

कृष्णाचे डोळे आसवांनी डबडबले. अतिकरुण नजरेनं त्यानं पाठ फिरवून उभ्या असलेल्या राधेकडे पाहिलं. राधेची पाठ बंद डोळ्यांनाही दिसत होती. राधेला स्पर्श करता येईल इतकी जवळीक कृष्णानं अनुभवली. हात उंच करून तो राधेच्या खांद्यावर ठेवायचा विचार केला, पण का कोण जाणे, तसाच हवेत

थोडा वेळ ठेवला.

संपूर्ण दृश्य जणू त्याच्या बंद डोळ्यांसमोर उभं होत होतं.

हात पोचू शकणार नाही इतकी दूर राधाची पाठ आहे, असं कृष्णाला वाटलं. उंच केलेला हात तसाच ठेवून तो म्हणाला,

"तथास्तु!"

कृष्णाचा गळा भरून आला होता. मिटल्या डोळ्यांतून आता अविरत अश्रुधारा वाहू लागल्या होत्या आणि त्या अश्रुधारांत राधेची प्रतिमा हळूहळू अस्पष्ट होत नाहीशी झाली होती.

कान्ह्याकडे पाठ फिरवून संथपणे दूर जाणाऱ्या राधेनं एकदा मागं वळून कृष्णाकडे पाहिलं. अश्रूंनी डबडबलेल्या डोळ्यांनी राधेनं कृष्णाला म्हटलं.. "जा कान्हा... जा... आणि परत येऊ नकोस. तू दिलेलं सर्व तुला परत देतेय आणि माझ्यात राहिलेलं तुझं मन मुक्त करते आहे. बांधणं हा माझा स्वभाव नाही. मी तर केव्हाही बांधलं नव्हतं तुला – तर आता कशाला...? जा कान्हा... जा निघून जा...."

आणि, परत पाठ फिरवून दूर-दूर जायचा निश्चयच केला असावा, तशी निघून गेली....

कृष्णानं डोळे उघडले....

द्रौपदी, रुक्मिणी, अर्जुन, दारुक आणि जरा.... आजूबाजूलाच बसले होते. एक विचित्र प्रकारची शांती पसरली होती. सूर्यबिंब क्षितिजाला टेकलं होतं. समुद्र आणि आकाशात फक्त एक केशरी रेषाच दिसत होती.

कृष्णानं सखोल श्वास घेतला आणि डोळे मिटले.

अंतरंगांतून त्यानं काही वजनदार, खूप मौल्यवान असं इथंच ठेवलं आणि हलकेच, गुणगुणत असावा तसे शब्द त्याच्या ओठांतून सरले....

"...आता काही बंधन नाही, कोणतीही इच्छा नाही, अपेक्षा नाही, मस्तकी ऋणाचा भार नाही, काही प्रश्न नाही, कुठलं उत्तरदायित्व नाही, कोणताही संघर्ष नाही की कुणाची प्रतीक्षा नाही. मी या धरतीपेक्षाही सत्त्वशील, हवेपेक्षा हलका, प्रकाशापेक्षा तेजस्वी, जलापेक्षाही निर्मळ, आकाशाहून व्यापक होऊ लागलो आहे. माझी प्रयाणाची दिशा निश्चित झाली आहे, मी पाहतो – माझ्या दिशेला तेजाचा पुंज मला त्याच्याकडे बोलावतो आहे."

हजारो ब्रह्मवृंद एकत्र वेदगान करत असावेत, तसा ध्वनी चारी दिशांतून उमटू लागला....

'ममैवांशो जीवलोके जीवभूत: सनातन:।
मन:षष्ठानीन्द्रियाणि प्रकृतिस्थानि कर्षति।।

माझाच सनातन अंश या मृत्युलोकात जीव बनून, प्रकृतीत राहणाऱ्या पाच इंद्रियांना आणि सहाव्या मनाला स्वत:कडे खेचून घेतो.

कृष्णाचा श्वास कमालीचा संथ होऊ लागला. मुखावर परमशांतीचे तेज पसरले आणि मुख अलौकिक तेजानं झळाळून निघाले. समोर सूर्य पूर्ण अस्तास गेला होता. सागराच्या जलात एक तेज:पुंज मिसळून गेला – सागराचं जल सुवर्णवर्णी झालं.

...श्रीकृष्णानं आपले हात जोडले, एक दीर्घ श्वास घेतला.

आजूबाजूचे सर्व जण परमतत्त्वाच्या त्या अंशाला परत एकदा परम तत्त्वात विलीन होताना पाहत राहिले.

चारी दिशांतून एक आवाज प्रतिध्वनित होत होता....

'नैनं छिन्दन्ति शस्त्राणि नैनं दहति पावक:।
नचैनं क्लेद्यांत्यापो न शोषयति मारुत:।।
अच्छेद्योऽयमदाह्योऽयमक्लेद्योऽशोष्य एवच।
नित्य: सर्वगत: स्थाणुरचलोऽयं सनातन:।।
जातस्य हि ध्रुवो मृत्युर्ध्रुवं जन्म मृतस्य च।
तस्मादपरिहार्यऽर्थेन त्वं शोचितुमर्हसि।।
अव्यक्तादिनी भूतानि व्यक्तमध्यानि भारत ।
अव्यक्तनिधनान्येव तत्र का परिदेवना ।।'

या आत्म्याला शस्त्र कधी छेदू शकत नाही, अग्नी जाळू शकत नाही, पाणी भिजवू शकत नाही आणि वायू सुकवू शकत नाही.

...आत्मा न विरघळणारा असल्यानं छेदला न जाणारा आहे, त्याला सुकवणं किंवा जाळणं अशक्य आहे, भिजवणं शक्य नाही. तो सर्वव्यापी, अचल, स्थिर आहे; सनातन, चिरंजीव आहे.

...जो जन्मला आहे, त्याचा मृत्यू निश्चित आहे आणि जो मृत्यू पावला आहे. त्याचा जन्म निश्चित आहे. जे अपरिहार्य आहे अशा बाबतीत शोक करणं योग्य नाही.

...सर्व जीव प्रारंभी अव्यक्तच असतात, मध्य अवस्थेत व्यक्त असतात आणि विनाशानंतर परत अव्यक्त होतात. ...म्हणून हे भारत! शोक करण्याची आवश्यकताच काय?

दुःख सोसण्याची जबरदस्त ताकद आणि योग्य निर्णय घेण्याची क्षमता यांचा संगम असणाऱ्या सर्व स्त्रीपात्रांतून 'महाभारत' घडत गेले. अशा अनोख्या स्त्रियांना केलेला मानाचा मुजरा!

महाभारतातील मातृवंदना

(महाभारतातील स्त्रीपात्रांची अभ्यासपूर्ण व मार्मिक समीक्षा)

लेखक
दिनकर जोषी

अनुवाद
सुषमा शाळिग्राम

महाभारतातील स्त्रीपात्रांवरून ओझरती नजर फिरवताच 'महाभारताच्या नायकपदी कोण' हा प्रश्न सोपा झाल्यासारखा वाटतो. ह्या मातांनी जे भोगले त्याचे यथायोग्य मूल्यांकन खुद्द व्यासांनीही महाभारतात केले नाही; असे जरी म्हटले नाही तरी ह्या मातांच्या अनोख्या स्थानाचे अलगपणे, एका विशिष्ट दिशेने दर्शन घेण्याचे फारच कमी प्रयास झाले आहेत हे नक्की.

महाभारतातील ह्या स्त्रियांकडे पाहून आपण मोहित होतो एवढेच नव्हे तर थक्क, स्तिमित होतो. ही स्तंभित अवस्था ओसरल्यावर पहिलीच संवेदना उमटते -

अरे! महाभारताच्या नायकपदी स्थापित करायचेच असेल, तर दुसऱ्या तिसऱ्या कुणाला नाही - ह्या मातांना, त्यांच्या मातृत्वालाच ते स्थान दिले पाहिजे!

www.ingramcontent.com/pod-product-compliance
Lightning Source LLC
Chambersburg PA
CBHW030319020726
47493CB00004B/1087
* 9 7 8 8 1 8 4 9 8 2 6 1 9 *